D1679800

அந்தக் காலத்தில் காப்பி இல்லை

அந்தக் காலத்தில் காப்பி இல்லை

முதலான ஆய்வுக் கட்டுரைகள்

நவீனத் தமிழக உருவாக்கத்தின் பின்புலத்தில் சமூகப் பண்பாட்டு மாற்றங்களை ஆராயும் கட்டுரைகள் இவை. தற்காலத்தைப் புரிந்துகொள்வதற்குக் கடந்த காலத்தை விமரிசன நோக்கோடு பார்க்க வேண்டும் என்பதை வற்புறுத்தும் பார்வை இவற்றின் ஊடுசரடு. காப்பியும் புகையிலையும் தமிழ்ச் சமூகத்தில் எதிர்கொள்ளப்பட்ட முறை; திராவிட இயக்கத்தின் மொழி சார்ந்த அரசியல்; பாரதியின் எழுத்து வாழ்க்கை பற்றிய சமூகவியல் நோக்கு; கருத்துப்படங்கள், பகடி ஆகிய கலை வடிவங்கள் தமிழ் மரபில் பெறும் இடம் முதலானவை இந்நூலில் ஆராயப் படுகின்றன. ஆய்வுக் கட்டுரை என்றால் சுவையற்றிருக்கும் என்ற நினைப்பை முறியடித்து விறுவிறுப்பான நடையில் இவை எழுதப்பட்டிருக்கின்றன. ஆய்வுலகத்தைத் தாண்டிப் பரவலான வாசக கவனத்தைப் பெற்ற நூலின் புதிய பதிப்பு இது.

ஆ. இரா. வேங்கடாசலபதி தமிழ்ச் சமூக வரலாறு தொடர்பாகக் குறிப்பிடத்தகுந்த ஆய்வுகள் செய்துவருபவர். சென்னை வளர்ச்சி ஆராய்ச்சி நிறுவனத்தில் *(Madras Institute of Development Studies)* பேராசிரியராக இருக்கும் இவர், மனோன்மணியம் சுந்தரனார் (திருநெல்வேலி), சென்னை, சிகாகோ, சிங்கப்பூர் பல்கலைக்கழகங்களில் பணியாற்றி யிருக்கிறார். வி.கே.ஆர்.வி. ராவ் விருதும் (2007) விளக்கு புதுமைப்பித்தன் விருதும் (2018), கனடா இலக்கியத் தோட்டத்தின் வாழநாள் சாதனையாளருக்கான 2021ஆம் ஆண்டின் இயல் விருதைப் பெற்றிருக்கிறார்.

ஆசிரியரின் பிற நூல்கள்

எழுதியவை

வ.உ.சியும் திருநெல்வேலி எழுச்சியும் (1987)
பின்னி ஆலை வேலைநிறுத்தம், 1921 (1990)
(இணையாசிரியர்: ஆ. சிவசுப்பிரமணியன்)
திராவிட இயக்கமும் வேளாளரும், 1927–1944 (1994, 2019)
அந்தக் காலத்தில் காப்பி இல்லை முதலான ஆய்வுக் கட்டுரைகள் (2000, 2013)
நாவலும் வாசிப்பும் (2002)
முல்லை: ஓர் அறிமுகம் (2004)
முச்சந்தி இலக்கியம் (2004)
பாரதி: கவிஞனும் காப்புரிமையும் (2015)
ஆஷ் அடிச்சுவட்டில்: அறிஞர்கள், ஆளுமைகள் (2016)
எழுக, நீ புலவன்!: பாரதி பற்றிய கட்டுரைகள் (2016)
தமிழ்க் கலைக்களஞ்சியத்தின் கதை (2018)

பதிப்பித்தவை

வ.உ.சி. கடிதங்கள் (1984)
மறைமலையடிகளார் நாட்குறிப்புகள் (1988)
வ.உ.சியும் பாரதியும் (1994)
பாரதியின் கருத்துப்படங்கள்: 'இந்தியா' 1906–1910 (1994)
அன்னை இட்ட தீ: புதுமைப்பித்தன் (1998)
வ.உ.சியின் சிவஞான போதவுரை (1999)
புதுமைப்பித்தன் கதைகள்: முழுத் தொகுப்பு (2000)
புதுமைப்பித்தன் கட்டுரைகள் (2002)
அண்ணல் அடிச்சுவட்டில்: ஏ. கே. செட்டியார் (2003, 2016)
பாரதி: 'விஜயா' கட்டுரைகள் (2004)
புதுமைப்பித்தன் மொழிபெயர்ப்புகள் (2006)
பாரதி கருவூலம்: 'ஹிந்து' நாளிதழில் பாரதியின் எழுத்துகள் (2008)
திலக மகரிஷி: வ.உ.சி. (2010)
பாரதியின் சுயசரிதைகள்: கனவு, சின்னச் சங்கரன் கதை (2014)
சென்றுபோன நாட்கள்: எஸ்.ஜி. இராமாநுஜலு நாயுடு (2015)
புதுமைப்பித்தன் வரலாறு: தொ.மு.சி ரகுநாதன் (2016)
உ.வே. சாமிநாதையர் கடிதக் கருவூலம் (2018)
சாதிக்குப் பாதி நாளா? இராஜாஜியின் கல்வித் திட்டம் (2021)
வ.உ.சி.: வாராது வந்த மாமணி (2022)

தமிழாக்கம்

பாப்லோ நெருடா, துயர்மிகு வரிகளை இன்றிரவு நான் எழுதலாம் (2005)
வரலாறும் கருத்தியலும் (Romila Thapar's Past and Prejudice) (2008)

In English

(trans), Tranquillity – Bharatidasan (1987)
(trans), J.J. Some Jottings – Sundara Ramaswamy (2003, 2016)
In Those Days There Was No Coffee: Writings in Cultural History (2006)
(ed.) A.K. Chettiar, In the Tracks of the Mahatma: The Making of a Documentary (2006)
(ed.) Chennai, Not Madras: Perspectives on the City (2006)
(ed.) M.L. Thangappa, Love Stands Alone: Selections from Tamil Sangam Poetry (2010)
(ed.) M.L. Thangappa, Red Lilies and Frightened Birds: 'Muttollayiram' (2011)
The Province of the Book: Scholars, Scribes, and Scribblers in Colonial Tamilnadu (2013)
(co-ed.) Beyond Tranquebar: Grappling Across Cultural Borders in South India (2014)
Who Owns That Song?: The Battle for Subramania Bharati's Copyright (2018)
Tamil Characters: Personalities, Politics, Culture (2018)
The Brief His tory of a Very Big Book: The Making of the Tamil Encyclopaedia
Swadeshi Steam: V.O. Chidambaram Pillai and the Battle agains t the British Maritime Empire

ஆ.இரா. வேங்கடாசலபதி

அந்தக் காலத்தில் காப்பி இல்லை
முதலான ஆய்வுக் கட்டுரைகள்

காலச்சுவடு பதிப்பகம்

● அன்பார்ந்த வாசகருக்கு,

வணக்கம்.

காலச்சுவடு நூலை வாங்கியமைக்கு நன்றி.

நூலின் உள்ளடக்கம், உருவாக்கம், அட்டைப்படம் இன்ன பிற அம்சங்கள் பற்றிய உங்கள் கருத்துகளையும் ஆலோசனைகளையும் காலச்சுவடு வரவேற்கிறது. தகவல், எழுத்து, வாக்கியப் பிழைகள் தென்பட்டால் அவசியம் தெரிவித்து உதவுங்கள். நூல் தயாரிப்பில் கடும் குறைபாடு இருப்பின் மாற்றுப் பிரதி உங்களுக்குக் கிடைக்கக் காலச்சுவடு ஏற்பாடு செய்யும்.

மின்னஞ்சல்: **publisher@kalachuvadu.com**

காலச்சுவடு நாகர்கோவில் அலுவலகத்திற்குக் கடிதம் அனுப்பலாம்.

தங்கள்
எஸ்.ஆர். சுந்தரம் (கண்ணன்)
பதிப்பாளர் — நிர்வாக இயக்குநர்

அந்தக் காலத்தில் காப்பி இல்லை முதலான ஆய்வுக் கட்டுரைகள் ◆ ஆசிரியர்: ஆ.இரா. வேங்கடாசலபதி ◆ பதிப்புரிமை: ஆ.இரா. வேங்கடாசலபதி ◆ முதல் பதிப்பு: ஆகஸ்ட் 2000, பதினொன்றாம் பதிப்பு: டிசம்பர் 2024 ◆ வெளியீடு: காலச்சுவடு பப்ளிகேஷன்ஸ் (பி) லிட்., 669 கே.பி. சாலை, நாகர்கோவில் 629001

Antha Kalathil Kappi Illai Muthalana Aaivu Katturaigal ◆ A.R. Venkatachalapathy ◆ © A.R. Venkatachalapathy ◆ Language: Tamil ◆ First Edition: August 2000, Eleventh Edition: December 2024 ◆ Size: Demy 1 x 8 ◆ Paper: 18.6 kg maplitho ◆ Pages: 216

Published by Kalachuvadu Publications Pvt. Ltd., 669, K.P. Road, Nagercoil 629001, India ◆ Phone: 91-4652-278525 ◆ e-mail: publications @kalachuvadu.com ◆ Printed at Mani Offset, Chennai 600077

ISBN: 978-81-87477-05-1

12/2024/S.No.17, kcp 5483, 18.6 (11) ass

ஆ. சிவசுப்பிரமணியன்
அவர்களுக்கு

பொருளடக்கம்

முன்னுரை	11
'அந்தக் காலத்தில் காப்பி இல்லை'	19
தமிழகத்தில் காப்பி: ஒரு பண்பாட்டு வரலாறு	
புகையிலை: பயன்பாடும் பண்பாடும்	48
'நமக்குத் தொழில் கவிதை'	66
பாரதியின் எழுத்து வாழ்க்கை	
பாரதியின் கருத்துப்படங்கள்	92
தமிழ் இதழியலில் கருத்துப்படங்கள்	
வரலாறும் கருத்தியலும்	
பாரதியும் மொழியின் நவீனமயமாக்கமும்	119
நுஃமானை முன்வைத்துச் சில குறிப்புகள்	
வ. உ. சி.யும் சைவ சித்தாந்தமும்	133
'பேனா துணையுண்டு': புதுமைப்பித்தனின் வசைப்பாடல்	145
கலைச்சொல்லாக்கமும் தமிழ் அடையாளமும்	158
தமிழில் பகடி இலக்கியம்	184
பகடி: வரையறை, வகைமை, வரலாறு	
த. கோவேந்தனின் 'புதுநானூறு'	

‘தமிழ்இனி *2000*’ மாநாட்டின்பொழுது என் கட்டுரைத் தொகுதியை வெளியிட வேண்டுமென்று கண்ணன் விரும்பினார். கட்டுரைகளைத் தொகுத்து விட்டுப் பொருத்தமான தலைப்புக்காகக் கையைப் பிசைந்துகொண்டிருந்தபொழுது ‘மொழியும் இலக்கியமும்/மொழியும் சமூகமும்’ என்பது மாதிரியான பொத்தாம் பொதுவான தலைப்பை வைக்கக் கூடாது என்பதில் கண்ணன் பிடிவாதமாக இருந்தார். ஒரு கணநேர மனஎழுச்சியில் ‘அந்தக் காலத்தில் காப்பி இல்லை முதலான ஆய்வுக் கட்டுரைகள்’ என்று தலைப்பிட்டேன். இப்படியான தலைப்பைத் தாங்கி வெளியான ஒரு புத்தகத்திற்கு இவ்வளவு கவனம் கிடைக்கும் என்று நினைக்க வில்லை.

ஆங்கிலத்தில் எழுதிய என் ஆய்வுக் கட்டுரை களை நூலாக்க யோடா பிரஸ் *(Yoda Press)* பதிப்பகம் 2006இல் முன்வந்தது. மீண்டும் தலைப்புப் பிரச்சனை. *‘In Those Days There Was No Coffee: Writings in Cultural History’* என்று தலைப்பிட்டேன். முதலில் தயங்கிய பிறகு இணங் கினார்கள். கெட்டி அட்டைப் பதிப்பு விற்றுத் தீர்ந்து, காகித அட்டைப் பதிப்பின் மூன்றாம் அச்சு வெளிவரவுள்ளது.

பண்பாட்டு ஆய்வுகள் தொடர்பான கோட்பாடு களும், தமிழ்ச் சமூகத்தின் பண்பாட்டு சைவியக்க மும் காப்பியில் குவிமையம் கொண்டது ஒரு படைப்பூக்கம் மிகுந்த தருணத்தில். அங்கொன்றும் இங்கொன்றுமாக ஒரு நூற்றாண்டுத் தமிழ்ப் பிரதிகளில் சிதறிக்கிடந்த காப்பியைப் பற்றிய குறிப்புகள் அத்தருணத்தில் திரண்டு பொருள் தந்தன. அக்கட்டுரையை எழுதி முடித்தபொழுது பொங்கிய உவகை அடிக்கடி வாய்ப்பதில்லை.

அவ்வுவகையை வாசகருக்குக் கடத்தியதில் வெற்றி பெற்றிருக் கிறேன் என்பதை இந்நூலுக்குக் கிடைத்துள்ள வரவேற்பு காட்டுவதாகக் கொள்கிறேன்.

இக்கட்டுரையின் ஆங்கில வடிவம் மூன்றுநான்கு வெவ் வேறு ஆய்வுத் தொகுப்பில் சேர்க்கப்பட்டிருக்கிறது. பல ஆய்வுக் கட்டுரைகள் இதனை மேற்கோள் காட்டியுள்ளன. இதன் மலையாள மொழிபெயர்ப்பு ‘பச்சைக் குதிரை’யில் வெளிவந்தது. இக்கட்டுரைக்கான எதிர்வினை ஒன்றையேனும் ஒவ்வொரு மாதமும் எதிர்கொள்கிறேன். கட்டுரையைப் படித்தால் காப்பியின் நறுமணம் மூக்கைத் துளைப்பதாக ஓர் எழுத்தாளர் குறிப்பிட்டார். இத்தலைப்பின் எதிரொலி அவ்வப் பொழுது கேட்கின்றது. ஒரு தமிழ்ப் பத்திரிகையாளர் இக் கட்டுரையைத் ‘தழுவி’ சிங்கப்பூர் ‘தமிழ்முர’சில் வெளியிட்டுக் கொண்டார். தண்ணீர் தட்டுப்பாட்டைப் பற்றிக் கவலைப்படாமல் காப்பியைப் பற்றி ஆராய்வதும் ஒரு கேடா என்று ஒரு ‘சமூக ஆர்வலர்’ மின்னஞ்சல் அனுப்பினார்.

இந்த நூலின் புதிய பதிப்பு வெளிவரும் வேளையில் இவ்வெண்ணங்கள் மீதுறுகின்றன.

முந்தைய பதிப்புகளில் இடம்பெற்ற மூன்று கட்டுரை களையும் ஒரு நேர்காணலையும் இதில் நீக்கியுள்ளேன் – அவற்றுக்கு இன்றைய பொருத்தப்பாடு இல்லை என்பதால்.

இந்நூல் வெளியான பின்னர் எழுதிய கட்டுரைகள் மூன்று தொகுப்பு அளவுக்குத் தேறலாம். பொருள் வகைமை யின்பாற்பட்டு அவற்றை வெளியிடும் கருத்து உண்டு.

இப்பதிப்பு வரும் வேளையில் நெல்லையில் ஆசிரியராகப் பணியாற்றிய காலத்தையும், அக்கால நட்பு வட்டத்தையும் சுற்றி என் நினைவுகள் படர்கின்றன.

சென்னை **சலபதி**

11 டிசம்பர் 2013

(புதிய பதிப்பிற்கான முன்னுரை)

~~

நவீனத் தமிழக உருவாக்கத்தின் பின்னணியில் சமூகப் பண்பாட்டு மாற்றங்களை ஆய்வு செய்யும் கட்டுரைகள் இவை. தற்காலத்தைப் புரிந்துகொள்வதற்குக் கடந்த காலத்தை விமரிசன

நோக்கோடு பார்க்க வேண்டும் என்பது இவற்றின் ஊடுசரடு. பதினைந்து ஆண்டுகளாக எழுதிய கட்டுரைகளைத் தொகுத்துப் பார்க்கும்போது ஏற்படும் எண்ணம் இது.

மொழி - இலக்கியச் சான்றுகள், அரசு ஆவணங்கள் முதலான ஆதாரங்களின் அடிப்படையில் பல தகவல்களோடு எழுதுவதே என் ஆய்வு அணுகுமுறையாக இருந்துவந்துள்ளது. கட்டுரைகள் எழுதி வெளியிட்ட பின்பும், அவற்றின் தொடர்பாகக் கிடைத்த தரவுகளைத் தொடர்ந்து தொகுத்து வந்திருக்கிறேன். இந்நூல் தொகுப்புக்கெனப் புதிய தகவல்களைக் கட்டுரைகளில் உரிய இடங்களில் இணைத்திருக்கிறேன். அச்சுப் பிழைகளைக் களைந்ததோடு, சில இடங்களில் வாதத்தைக் கூர்மைப் படுத்தியுமுள்ளேன். சில கட்டுரைகள் முழுவதுமாகத் திருத்தியும் விரித்தும் எழுதப்பட்டுள்ளன.

இலக்கிய வாசிப்பினூடாக வரலாற்று ஆராய்ச்சிக்குள் நுழைந்தவன் நான். வ.உ.சி.மீதான ஈடுபாடு இலக்கியத்திலிருந்து வரலாற்றுக்கு என்னை இட்டுச் சென்றது. நவீனத் தமிழ் அறிவு மரபில் இது ஒன்றும் புதிதல்ல. தமிழ்ச் சமூகத்தைப் புரிந்து கொள்வதற்கு மொழியும் இலக்கியமும் வரலாறும் இணைந்து செல்வது தவிர்க்க முடியாதது. தமிழகத்தில் பல்வேறு அறிவுத் துறைகளுக்கான வாசகர்களும் தமிழிலக்கிய உலகத்தினராகவே இருப்பதும் நடப்பு நிலை.

எவர் ஒருவரின் உருவாக்கத்திற்கும் சூழலே முதன்மைக் காரணி என்பது சமூக அறிவியல் உணர்த்தும் எளிய உண்மை.

பள்ளியில் படித்துக்கொண்டிருந்தபோது, சென்னையில் நான் வசித்துவந்த கலைஞர் கருணாநிதி நகர் இலக்கிய வட்டமே இலக்கியத்தையும் இலக்கிய அன்பர்களையும் எனக்கு அறிமுகப்படுத்தியது.

1987 – 1990 வரை அரிய நூற்கருவூலமான மறைமலையடிகள் நூல்நிலையத்தில் பணிபுரிந்தது ஒரு பெரும் கல்வி வாய்ப்பாக அமைந்தது. தமிழ் ஆய்வுலகின் பன்முகங்களையும் பல்வேறு போக்குகளையும் அங்குள்ள நூல்கள் வாயிலாகவும் அவற்றைப் பயன்படுத்த வந்த ஆய்வாளர்கள் மூலமாகவும் தெரிந்துகொள்ள முடிந்தது. இந்த வாய்ப்பை எனக்குக் கொடுத்தவர் திரு. இரா. முத்துக்குமாரசாமி அவர்கள்.

தமிழ் வாழ்வின் சாரமான பகுதிகளை எனக்கு அறிமுகப் படுத்தி, பின்னாளில் எதிர்ப்பட்ட அறிவையும் அனுபவங்களை யும் உள்வாங்கிக்கொள்ள அடித்தளமிட்டவர் 'முகம்' மாமணி

அவர்கள். புலவர் த. கோவேந்தன், பேராசிரியர் ம.இலெ. தங்கப்பா, பேராசிரியர் ஆ. சிவசுப்பிரமணியன், முனைவர் எம்.எஸ்.எஸ். பாண்டியன் ஆகியோர் - காலவரிசை முறையில் - என் சிந்தனை யைப் பெருமளவு பாதித்தவர்கள்.

எழுத்து சார்ந்த ஆவணங்களையே மையமாக வைத்து ஆய்வு செய்யும் நகர்ப்புற இளைஞனாக 1985இல் தூத்துக்குடி யில் வந்து இறங்கியபொழுது, ஆ. சிவசுப்பிரமணியன் அவர் களின் தொடர்பு ஏற்பட்டது. தமிழ்ச் சமூகம் சென்னை நகரத்திற்கு வெளியேயும், நூலகங்களுக்குப் புறத்தேயும் விரிந்து கிடப்பதைத் தம் ஆய்வு, களப்பணி, நேர்ப்பேச்சு ஆகியவற்றின் மூலம் உணர்த்திவரும் அவருடைய புலமைக்கும் அன்புக்கும் இந்நூல் காணிக்கை.

பழ. அதியமான், பா. மதிவாணன் ஆகியோரின் ஆய்வுத் தோழமையும் நட்பும், மேற்சென்று இடித்தலும் என்னை வளப்படுத்தியுள்ளன.

ஆய்வுக்கும் படிப்புக்கும் உரிய அறிவார்ந்த சூழலை நெல்லையில் எனக்கு ஏற்படுத்தித் தருகின்றவர்கள் திரு. சி.சு. மணி, பேராசிரியர்கள் தொ. பரமசிவன், வே. மாணிக்கம்.

என் முதல் எழுத்துகள் 'முகம்', நண்பர் வைகறை பொறுப்பேற்று நடத்திவந்த 'நட்புறவுப் பாலம்', 'நாவாவின் ஆராய்ச்சி' ஆகிய இதழ்களில் வெளிவந்தன. பரவலான வாசக ஈடுபாட்டைத் தரக்கூடிய எழுத்துமுறை என்னுடையதன்று என்று எண்ணியிருந்தபோது, நண்பர் இந்திரனின் ஊக்குவிப்பின் பேரில் 'அரங்கேற்றம்' இதழில் தொடர் குறிப்புகள் எழுதினேன். ஆய்வு நெறிகளுக்கு முரணில்லாமலேகூடப் பொது இதழ்களில் கட்டுரைகள் எழுதலாம் என்று உணர்த்தி, 'காலச்சுவடு'வில் அவற்றை வெளியிட்டு, இன்று இந்நூல் வெளியீட்டுக்கும் காரணமாக இருப்பவர் கண்ணன்.

இக்கட்டுரைகள் எழுதப்பட்டபோதும் வெளிவந்த பின்னும் பல அன்பர்கள் உடன்பாடாகவும் எதிர்மறையாகவும் எதிர்வினை யாற்றி, இவை செழுமைபெற உதவி இருக்கிறார்கள்.

மொழிநுட்பம் உணர்ந்த நண்பர்கள் பா. மதிவாணனும் ய. மணிகண்டனும் மெய்ப்புத் திருத்தி உதவினார்கள். இதில் துணை நின்றவர் நா. கண்ணன்.

இந்நூல் தயாரிப்பை மிகப் பொறுப்பாகக் கவனித்தவர்கள் திரு. எம். சிவசுப்பிரமணியன் (எம்.எஸ்.), செல்வி சி. லீலா, திரு. அ. குமார்.

இவர்கள் அனைவருக்கும் என் நெஞ்சுநிறைந்த நன்றியைப் புலப்படுத்திக்கொள்கிறேன்.

திருநெல்வேலி   சலபதி
6 ஆகஸ்டு 2000

(முதல் பதிப்பிற்கான முன்னுரை)

~~

அந்தக் காலத்தில் காப்பி இல்லை

முதலான ஆய்வுக் கட்டுரைகள்

'அந்தக் காலத்தில் காப்பி இல்லை'

தமிழகத்தில் காப்பி : ஒரு பண்பாட்டு வரலாறு

நம் அன்றாட வாழ்க்கையின் பழகிப்போன நடைமுறைகளைப் புதிய முறையில் நோக்குவதற்கு, அவற்றிலிருந்து விலகி நின்று சிந்திக்க வேண்டுமெனச் சமூகவியல் பார்வை வற்புறுத்துகின்றது. ஒரு குவளை காப்பி குடித்தல் என்ற ஒரு சாதாரணச் செய்கையை எடுத்துக்கொள்வோமே. சுவாரசியமற்றதாகத் தோன்றும் இந்தச் செயலைச் சமூகவியல் பார்வையில் நோக்கும்போது என்ன தெரிந்துகொள்ள முடியும்? இதற்கான விடை – நிறைய.

Anthony Giddens, Sociology, Cambridge, 1989, p.20.

தமிழ்நாட்டில் மக்கள் வாழ்க்கையோடு ஒன்றிவிட்ட காப்பியைப் பற்றி ஒரு புராணமே எழுதலாம்.

ஏ.கே. செட்டியார், *குடகு, சென்னை, 1967, ப. 126*

என்னுடைய மூன்று காதலையோ நான் 'காந்தி, காஃபி, கம்பன்' என்று சுருங்கக் கூறிவிடுகிறேன்.

பி. ஸ்ரீ. *நான் அறிந்த தமிழ்மணிகள், சென்னை, 1971, ப. 69*

"பேஷ்! பேஷ்! ரொம்ப நன்னாருக்கு!"
நரசூஸ் காப்பி விளம்பரத்தில் உசிலை மணி

"காப்பி குடி பழக்கம் அப்பொழுது கிடையாது."[1] அந்தக் கால நினைவுகளை 'ஐம்பது வருஷங்களுக்கு முன்' என்ற தலைப்பில் 1943ஆம் ஆண்டில் எழுதும் வ.ரா. இவ்வாறு தொடங்குகிறார். "அந்த நாளில் நாங்கள் 'கருப்பட்டிக் காப்பி' தான் சாப்பிடுவது வழக்கம்" என்கிறார் அவ்வை தி.க.சண்முகம்.[2] "ஜனங்கள் ஒன்றையும் வேண்டுமென்று கேட்கவில்லை. இருபது வருஷங்களுக்கு முன்னே காபியும், சோப்பும் வேண்டுமென்று யாருக்கு அவர்கள் மனுப்பண்ணிக் கொண்டார்கள்?"[3] என்று வினவுகிறார் தி.ஜ. ரங்கநாதன்.

பத்தொன்பதாம் நூற்றாண்டின் பிற்பகுதி, இருபதாம் நூற்றாண்டின் தொடக்கம் என்ற காலப் பகுதியை நினைவு கூர்வோரெல்லாம் அப்போது காப்பி இல்லை என்று சொல்லத் தவறுவதில்லை. காப்பி என்பது சாதாரண விஷயம் இல்லை போலும். நாவலைப் போலவும், வரலாற்றைப் போலவும், தேசத்தைப் போலவும் காப்பி என்பது இந்திய/தமிழ்ச் சூழலில் மாற்றத்தின் குறியீடாகவும், அதற்கும் மேலாக நவீனத்தின் அடையாளமாகவும் விளங்கியிருக்கின்றது. தமிழ்ச் சமூகத்தில் காப்பி என்ற புதிய பானம் எவ்வாறு நுழைந்து, அதன் பண்பாட்டோடு இணைந்து, புதிய அர்த்தங்களைப் பெற்றது என்று இக்கட்டுரை ஆராயும்.

காப்பியின் வரலாற்றைப் பேசும் நூல்களெல்லாம் எத்தியோப்பியாவில் அது தோற்றம் பெற்ற வரலாற்றைக் கூறுகின்றன. காப்பியோடு தேயிலையும் இந்தியாவின் கரை யைப் பதினேழாம் நூற்றாண்டில் அடைந்ததை அவை விவரிக்கின்றன.[4] இவ்வாறு ஆப்பிரிக்காவில் தோன்றி, அரேபியா வழியாக, உலகமெங்கும் பரவி வெற்றிக்கொடி நாட்டிய காப்பியின் கதையைச் சொல்லி, காப்பி ஆர்வலர்களுக்கு மாள்வதில்லை. அதை இங்கு மீண்டும் அரங்கேற்றத் தேவை யில்லை. ஏனெனில், பதினேழாம் நூற்றாண்டிலேயே இந்தியா வுக்கு வந்துவிட்ட காப்பி, பத்தொன்பதாம் நூற்றாண்டின் இறுதிவரை தமிழ்ப் பண்பாட்டில் காலூன்றவில்லை.

தோட்டப் பயிரான காப்பி, காலனியாதிக்கத்தோடு இணைந்தே வளர்ந்தது. இந்தத் தோட்டத் தொழிலின் பொருளாதாரமும் சுரண்டலும் விரிவாக ஆராயப்பட்ட செய்திகள். இதில் ஈடுபடுவதற்காக ஒப்பந்தக் கூலிகளாகத்

தமிழர்கள் 'கண்ணற்ற தீவுகளில்' உழன்றது ஒரு சோகக் கதை. 'கூலி' என்ற தமிழ்ச் சொல் இடம்பெறாத உலக மொழி இல்லை என்பதற்கும் காரணம் இதுவே.

காப்பியின் உற்பத்தியும், அதோடு இணைந்த சுரண்டலும், துன்பக் கேணியிலே தமிழர்கள் அழுத குரலும் தனியே விரித்து எழுதவேண்டியவை. நவீனத் தமிழகத்தில் காப்பியின் நுகர்வைப் பற்றிய இக்கட்டுரையில் அதற்கு இடமில்லை.

பதினேழாம் நூற்றாண்டிலேயே காப்பி மைசூர்ப் பகுதிக்கு வந்துவிட்டதாயினும், அக்காலப் பகுதியில் அது ஐரோப்பிய பானமாகவே விளங்கியது. காப்பி உற்பத்தியின் பெரும்பகுதி இங்கிலாந்திற்கு ஏற்றுமதி செய்யப்பட்டது. சிறு பகுதி இங்கு வாழ்ந்த ஐரோப்பியர்களால் பயன்படுத்தப் பட்டது.[5] "இக்காப்பி என்னும் நீருக்கு உரியவர்கள் ஆங்கிலேய துரைமக்களே" என்பார் அயோத்திதாசப் பண்டிதர்.[6] ஆனால், மெல்ல மெல்ல, காப்பி என்ற பானம் தமிழ் மக்களின் வாழ்வில் ஊடுருவத் தொடங்கியது. பத்தொன்பதாம் நூற்றாண்டின் கடைசி ஆண்டுகளிலிருந்து காப்பியைப் பற்றிய குறிப்புகள் தட்டுப்படத் தொடங்குகின்றன. "உயர் குடியினர் காலையில் காப்பி அருந்துகின்றனர் . . . ஏழை மக்களாக உள்ள சூத்திரர்களிடையேயும் காலைவேளைகளில் பழையதற்குப் பதிலாகக் காப்பி குடிக்கும் போக்கு அண்மைக் காலங்களில் காணப்படுகின்றது" என்று 'தஞ்சாவூர் கெசட்டியர்' (1906) கூறுகிறது.[7]

> விடியற்காலையில் கஞ்சி குடிக்கும் பழக்கம் காப்பி குடிக்கு விரைவாக வழிவிட்டுக் கொண்டிருக்கிறது. சீரழிவுமிக்க இம்மாற்றத்தைக் கண்டு மூத்த தலைமுறை யினர் முகஞ்சுழிக்கின்றனர். சில பகுதிகளில் பள்ளர்களும் கூடக் காலையில் வேலைக்குப் புறப்படுமுன்னர் ஒரு கப் காப்பி வேண்டும் என்று வற்புறுத்துகின்றனர். வசதி படைத்த வர்க்கங்களின் இளைஞர்களிடையே காப்பி குடிப்பதென்பது பொது வழக்கமாகிவிட்டது

என்று 'திருநெல்வேலி கெசட்டியர்' (1917) கூறும்.[8] ". . . காப்பிக் குடி, தேயிலைக் குடி என்றெல்லாம் புதுக் குடியினங்கள் இன்று மலிந்திருக்கின்றன. இந்தக் குடிகள் இல்லாமல் இன்று எந்த வேலையுமில்லை" என்பார் மு. அருணாசலம்.[9]

புதிதாக ஒண்ட வந்த காப்பி, நீராகாரத்தை – முக்கியமாக நாட்டுப்புறங்களிலிருந்து – விரட்டத் தொடங்கியது. நீராகாரத் தின் மறைவு அக்காலத்து அறிவாளர்கள் பலரிடையே பெரும் பண்பாட்டுக் கவலையை ஏற்படுத்தியது. இதைப் பற்றிய

ஒரு குறிப்பைத் திருநெல்வேலி மாவட்டக் கையேட்டில் மேலே கண்டோம். நீராகாரம் பருகியதால் "முந்தின காலத்திலே நூறு வருஷமிருந்தார்கள் ... இப்போது காலம் மாறிப் போய் விட்டது. வயலில் உழுகிற பெண் பிள்ளைகூட காபி கேட்கிறாள். காபி குடியாத ஆள் நிறைந்த வீடு ஒன்றுகூட கிடையாது" என்று ஆதங்கப்பட்டார் அக்காலத்துச் சீர்திருத்தவாதி ஒருவர்.[10] நீராகாரத்தின் சிறப்புக் குணங்களை விதந்தோதுவது இவர் களுக்கு வாடிக்கையானது. எளியது, மலிவானது, உடல் நலத்துக்கு உகந்தது, சுவையானது என்று அதன் சிறப்புகளை இவர்கள் அடுக்கினர். "வெயிலுக்கு ஏற்ற அருமையான பானம். காட்டில் அலைந்து திரிந்து வருகிறவர்களுக்கு உயிர் கொடுக்கும் பானம். வடிநீரை ஆற்றிக் குடிப்பதுண்டு சூடாக. ஒவ்வொரு வகை அரிசியின் மணமும் அதில் மணக்கும். குதிரைவாலி அரிசி, வரகரிசி, தினையரிசி, காடைக்கண்ணியரிசி இப்படி" என்று சப்புக்கொட்டுவார் கி. ராஜநாராயணன்.[11] 'இங்கிலேண்டு காப்பிக்கும் இண்டியன் பழயதுக்கும் நேர்ந்த சண்டைச் சிந்'திலே,

கூலியாளர்கூட நீராகாரம் போச்சு
கொண்டுவாகாப்பியென் ரதட்டிக்கேழ்க்கலாச்சு

என்று காப்பியைப் பற்றிப் பழையது பிராது கொடுக்கும் நிலை வெகுவிரைவில் ஏற்பட்டுவிட்டது.[12] இவ்வாறு, ஐரோப்பியரின் பானமாகத் தொடங்கி, வசதி படைத்த இந்தியர்களை அடைந்து, தமிழ்ச் சமூகத்தின் அனைத்துப் பிரிவுகளையும் காப்பி ஆட்கொள்ளத் தொடங்கிவிட்டது.

ஆனால், காப்பி என்பது சத்தும் பண்பாட்டு முக்கியத்துவ மும் மிக்க ஏதோவொரு பாரம்பரியப் பானத்திற்கான மாற்று மட்டுமல்ல. நீராகாரம், கஞ்சி, கூழ் போன்றவற்றை வெற்றி கொண்டது என்பது அதன் ஒரு பரிமாணம் மட்டுமே. காப்பி அதனளவிலே முக்கியத்துவமுடைய ஒரு பொருளாகத் தமிழ்ச் சமூகத்தில் நிலைபெறத் தொடங்கிவிட்டது. காப்பி தமிழ்ச் சமூகத்தில் நுழைந்தபோது உண்டான பண்பாட்டுக் கவலையை அப்பானத்தைப் பருகியதால் ஏற்பட்ட உற்சாகத்தோடு மட்டுமே ஒப்பிட முடியும். தமிழரின் உடல்/பண்பாட்டு நலத்திற்கு உண்டாகக்கூடிய கேட்டிற்கும், காப்பி என்ற பண்பாட்டு முக்கியத்துவம் வாய்ந்த உற்சாக பானம் ஏற்படுத்திய கிளர்ச்சிக் கும் இடையேயான ஊசலாட்டத்திலிருந்து தமிழர்கள் இன்றளவும் மீண்டுவிட்டதாகச் சொல்ல முடியாது.

> காப்பி குடிக்கும்போது மனிதனுக்கு ஏற்படுகிற இன்பம் மகத்தானது; என்னவோ அமர நிலை என்று விஷயம் தெரிந்தவர்கள் (தெரியாதவர்கள்கூட) சொல்லுகிறார்களே,

அது ஒரு கப் காப்பி குடிக்கும்போது ஏற்படுகிற உற்சாகத்திற்கு ஈடாகுமா என்பது சந்தேகந்தான் ... காப்பி – என்னைக் கேட்டால் – ஓர் அற்புதம்.[13]

"களைப்பை நீக்கும் ஜீவசத்து காபி. ஊக்கமும் உற்சாகமும் தருவது காபி" என்று அறுதியிட்டுக் கூவியது ஒரு விளம்பரம்.[14]

காப்பி என்பது தமிழ் நடுத்தர வர்க்கத்தின் பண்பாட்டு அடையாளமாக மாறுவதற்கு முன், பெருமளவு எதிர்ப்பையும் விமரிசனத்தையும் எதிர்கொள்ள வேண்டியிருந்தது. "காப்பிக் குடி நம்முடைய தேசத்திற்கு அவசியமானதல்ல. ஏனென்றால் நமது முன்னோர்கள் இதை எப்போதும் உபயோகித்ததே கிடையாது" என்பது பழமைவாதிகளின் முதல் விமரிசனமாக இருந்தது.[15] சில விமரிசனங்கள் சுகாதாரம், உடல் நலம் என்ற மேலை மருத்துவச் சொல்லாடலுக்குள் அமைந்திருந்தன. இந்திய மருத்துவச் சொல்லாடலுக்குள் காப்பிக்கும் தேநீருக்கும் எழுத்துமுறையிலான இடம் இல்லை. புகையிலையைப் பற்றிக் கூடக் குறிப்புகளைக் கொண்ட 'குணபாட'மும் 'பதார்த்தகுண சிந்தாமணி'யும், மிகப் பிற்காலத்தில் மக்கள் வாழ்வில் இடம் பெற்றதாலோ என்னவோ, காப்பி, தேநீர் பற்றிப் பேசவில்லை. இவை சூட்டையும் பித்தத்தையும் அதிகப்படுத்த வல்லவை என்ற நம்பிக்கை மட்டும் பரவலாக உள்ளது. டி. ராமஸ்வாமி அய்யங்கார் என்ற ஒருவர், மதுவைவிடவும் காப்பி தீமை பயப்பது என்று வாதாடினார். "கள், சாராயம் முதலியன மூளையைத் தூண்டி விடுவனபோல் காணும். ஆனால் அது வெளித்தோற்றமே யொழிய வாஸ்தவமல்ல; அது தூக்கத்தையும் பசியையும் கெடுக்கும். ஆரோக்கிய சாஸ்திரத் திற்கு விரோதப்பட்டு பலவிதத்திலும் இப்பொழுதும் பிறகும் துன்பத்தை நிச்சயமாயும், இன்பத்தை சந்தேகமாயும் விளைவிக்கக்கூடிய (காப்பிக்கு) வழக்கப்படுத்துவது பிசகென்று அறிய வேண்டும்" என்றும் அவர் வலியுறுத்தினார்.[16] "காப்பிக்குடி நாட்டில் அதிகரிக்கவே சிசு மரணமும், நீரிழிவு நோயும், மலபந்த நோயும் இன்னும் மிகவும் கேவலமான நோய்களும் நமது சகோதர சகோதரிகளைப் பீடித்து வருகின்றன" என்று 'நவசக்தி' கவலைப்பட்டது.[17] இந்நிலையில் "இதைப் படிப்பவர் பெரும்பாலும் இதற்குள்ளாகவே (காப்பி, தேயிலை) ஒன்றிற்காவது அப்பியாசப்பட்டிருப்பதுடன் அடிமைப்பட்டுமிருப்பார்கள்" என்று கருதிய ராமஸ்வாமி அய்யங்கார், "உபயோகித்துத்தான் தீரவேண்டுமென்றால் அதற்குரிய காலம், அளவு முதலிய விஷயங்களில் ஒருவிதமான நெறி மேற்கொள்"வதோடு, "தமக்குண்டான இவ்வப்பியாசத்தை நம்மிளைஞரிடத்துக் கண்டித்தும், தம் குழந்தைகளிடத்து வேரோடொழித்தும்,

தம்மோடொத்தவர்களுக்குக் கூடாது என்று போதித்தும் பிரயாசை"ப்பட வேண்டுமென்று அறிவுறுத்தினார்.[18] நாட்டுக் கோட்டை செட்டியார்களைச் சீர்திருத்துவதையே தம் நோக்க மாக அறிவித்துக்கொண்ட 'அஞ்சாநெஞ்சன்' (என்ற புனை பெயர் பூண்ட சொ. முருகப்பா) "பீர் சாராயத்தைவிட போதையதிகமுள்ள பில்டர் காபி!" என்று ஐயந்திரிபற அறிவித்தார்.[19] சேரன்மாதேவியில் வ.வே.சு. ஐயர் நடத்திய தேசிய குருகுலத்தில் டீ, காப்பிக்குத் தடை இருந்தது. காந்தியவாதிகள் சிலர் காப்பிக்குக் 'குட்டிக் கள்' என்றேகூடப் பெயர்சூட்டி விட்டனர்.[20] அதனால் அவர்கள் காப்பியைக் குடிக்காதிருந்துவிட்டனர் என்று நினைத்துவிடக் கூடாது! "காவேரி நதியே காப்பியாக ஓடினாலும் ராஜாஜிக்குப் பிரியந்தான்" என்று மற்றொரு காந்தியவாதியே (ஏ.கே.செட்டியார், குடகு, ப. 119) கூறுமளவுக்கு அவர்கள் காப்பிப் பிரியர்களாக இருந்தனர். இந்தியப் பெண்கள் சங்கத்தின் அதிகாரபூர்வ ஏடான 'ஸ்திரீ தர்மா'

> இந்நாளில் முக்கியமாய் எல்லா வீட்டிலும் புகுந்து போராட்டம் கொடுப்பது காபி, டீ என்ற விரோதிகள். அவைகள் உணவல்ல. சாப்பிட்டவுடன் கொஞ்சம் உத்ஸாகம் கொடுப்பது போலத் தோன்றி, படிப்படியாய் ஜீர்ணக் கருவிகளின் வீர்யத்தைக் குறைத்து, தேகபலம் குறையும் காலத்தில் முன்பின் அறியாத வியாதிகளை வெளிப்படுத்தும் என்று அச்சுறுத்தியது.[21]

மறைமலையடிகளின் கண்டனம் இதனினும் கடுமையாக அமைந்திருந்தது.

> சென்ற பல ஆண்டுகளாக வேறு சில நச்சுப்பண்டங்களும் உணவுப் பொருள்களாய்க் கிளம்பியிருக்கின்றன. அவை : காப்பி, தேயிலை, கொக்கோ, சாராயம் என்பனவாம். காப்பிக் கொட்டை, தேயிலை, கொக்கோ என்னும் இவற்றுள் ஒன்றைக் காய்ச்சி இறக்கிய சாற்றைக் காலை நண்பகல் மாலை இரவு என்னும் நான்கு வேளைகளிலும் முதன்மையான குடிநீராய்ப் பெரும்பாலும் எல்லாரும் பருகுவதற்குத் தலைப்பட்டுவிட்டார்கள். இவற்றை முன் குடித்தறியாத நாட்டுப்புறத்தாருங்கூட இப்போது இவற்றைக் குடிக்கக் கற்றுக்கொண்டு, இவையல்லாமல் தாம் வாழமுடியாதென்று சொல்லுகிறார்கள்.[22]

பண்பாடு என்ற வெளிக்குள் மேற்கு அத்துமீறி நுழைகின்றது; அதிலும் முக்கியமாக, 'மாசற்ற', 'தூய்மையான', 'கள்ளங்கபடமற்ற' நாட்டுப்புறத்திலும், 'பாமர' மக்களிடமும் தன் செல்வாக்கைச்

செலுத்துகின்றது என்ற அச்சமும் கவலையும் காலனியாதிக்கக் காலத்து நடுத்தர வர்க்கத்தைப் பீடித்துள்ளன என்று தெரிகின்றது. நீராகாரத்தைக் காப்பி ஓரங்கட்டிவிட்டமை பற்றிய விஷயத்தில் இதே கவலை வெளிப்பட்டதை முன்னரே கண்டோம். ஏற்கெனவே குறிப்பிட்ட 'சண்டைச் சிந்'திலும், *இங்கிலேண்டு* காப்பி x *இண்டியன்* பழையது என்ற எதிர்வு முன்வைக்கப் படுவதைப் பார்க்கிறோம். மேலும் இதிலே 'பழையது' 'காப்பி'யை ஓர் ஒழுக்கங்கெட்ட தட்டுவாணிச் சிறுக்கியாக உருவகித்து,

அமாவாசை விரதத்தை அடியோடே கெடுத்தாயே
ஆனதோர் கார்த்திகை விரதத்தை தடுத்தாயே
ஏகாதசி விரதம் யிடுப்பையொடித்தாயே
யின்னும் பிதுர் கருமத்தை வின்னல்கள் செய்தாயே
கொலைகாரப்பாவி ஆசாரத்தைக் கெடுத்த
சண்டாள துரோகி

என்று இகழ்கிறது. 'காப்பி' என்பது கீழ்மையான மேலைப் பண்பாட்டுக்கும், 'பழையது' என்பது பாரம்பரியமான தூயப் பண்பாட்டுக்கும் குறியீடுகளாகின்றன.

மரபின் பாதுகாவலர்களாக நடுத்தர வர்க்க அறிவாளர் களால் கருதப்பட்ட பெண்களைக் காப்பி ஆட்கொள்ளத் தொடங்கிவிட்டது என்ற கூக்குரல் எழுந்ததை இதன் தொடர்ச்சியாகப் புரிந்துகொள்ள முடியும். காந்தியடிகளிடம் ஒரு நிருபர் பின்வருமாறு குறைபட்டுக் கொண்டார்:

> சென்னையில் நமது (ஒத்துழையாமை) இயக்கத்தின் வெற்றிக்கு மிகப் பெருந்தடையாக இருப்பவர்கள் நம் பெண்களே. அவர்களில் சிலர் மிகப் பிற்போக்காளர்களாக இருக்கிறார்கள்; உயர் வர்க்க பிராமணப் பெண்களில் பெரும்பாலானோர் மேற்கத்திய தீய பழக்கங்களுக்கு அடிமையாகிவிட்டார்கள். நாளொன்றுக்குக் குறைந்தது மூன்று முறை காப்பி குடிப்பது மட்டுமல்லாமல் அதற்கு மேலும் குடிப்பதை நாகரிகமாகக் கருதுகிறார்கள்.[23]

பெண்களிடம் காப்பி ஏற்படுத்தக்கூடிய தீயவிளைவுகளைப் பற்றி 'ஸ்திரீ தர்மா'வின் கருத்துரை இதைவிட வெளிப்படை யாக அமைந்திருந்தது.

> அந்தோ! இந்த அநியாயம் ஸ்திரீகளை கெட்டியாய் பிடித்துக் கொண்டதே! இரண்டு தடவை காபி அவசிய மாயிற்று. குழந்தைகளுக்கு அநேகம் தடவை காபி கொடுத்துப் பெருமையாய்ப் புகழும் ஸ்திரீகள் நம்மில் அதிகமாய்விட்டார்களே! வயது முதிர்ந்த பாட்டிமார் களையும் இந்த வழக்கம் ஆக்கிரமித்துவிட்டது. குழந்தை

களைப் பாதுகாப்பதில் திறமையும் கை வைத்தியமும் நன்றாயறிந்திருந்த இவர்கள் அதெல்லாம் தூரத்திலே யகலவிட்டு காபிக்குடியில் மூழ்கி தலைவலித்தாலும் டாக்டரை கூப்பிடுவதும், ஆஸ்பத்திரி யாத்திரை செய்வதும் வழக்கமாகிவிட்டது.[24]

மூதாட்டிகள் கைமருந்துகளை மறந்துபோனார்களென்றால், இளம்பெண்களின் நிலை இதனினும் அச்சம் தருவதாக இருந்தது. “காப்பி குடிக்கும் வாலிப ஸ்திரீகள் குழந்தைகளுக்கு பகவானால் கொடுக்கப்பட்ட அமிர்தத்துக்குச் சமானமான தாய்ப்பாலை கொடுப்பதற்குச் சக்தியில்லாமல் பணத்தைச் செலவுசெய்து புட்டிப் பால்களை கொடுக்கும்படி நேரிடுகின்றது.”[25]

மேலும், காப்பிப் பழக்கம் மிகுந்த பிறகு, பணத்தாசை பிடித்த பட்டணத்துப் பால்காரர்கள் பாலை ஒட்டக் கறந்து, கன்றுகளுக்குப் பாலில்லாமல் செய்து, நாளுக்கு நாள் தேசத்தின் கால்நடைச் செல்வத்தையும் நலியச் செய்துவிட்டனர்.[26]

எனவே, காப்பி தேசத்தின் நலத்துக்கும் அதன் மக்களின் நலத்துக்கும் மட்டும் ஊறு விளைவிக்கவில்லை; அதன் ஊற்றுக்கண்களையே பாதித்தது. இயற்கையோடு இயைந்த வாழ்க்கையைக் கிராமப்புறங்களில் வாழ்ந்துவந்த எளிய, ஏமாளி மக்களை மேற்கின் தீய பாதிப்புகளுக்கு உள்ளாக்கியது. கஞ்சியும் பழையதும் நீச்சுத்தண்ணியும் இல்லாது ஒழிந்தன. வருங்காலச் சந்ததியினரை மட்டுமல்லாமல் பாரம்பரியத்தையும் சுமக்க வேண்டிய பெண்களும்கூடக் காப்பிக்கு அடிமையாகி வந்தனர். பழமையின் அரிய கூறுகளைப் போற்றிப் பாதுகாத்து வருங்காலத்திற்கு வழங்கவேண்டிய பாட்டிமார் தாமும் காப்பியினால் தங்கள் பேரர்களிடமிருந்து அயன்மைப்பட்டு வந்தனர்.

இவ்வளவு ஆபத்துகளிருந்தும் காப்பியை இல்லாதொழிக்க முடியவில்லை. மறைமலையடிகள் நொந்துகொண்டதுபோல் “கல்வி செல்வம் நாகரிகம் என்னும் இவற்றில் தம்மை மேலாக எண்ணியிருக்கும் பலர் நாள் முழுவதும் இவற்றைப் பருகுவது தமக்கு இன்றியமையாததாகவும் பெருமையாகவும் எண்ணி நடந்து வருகிறார்கள்.”[27] ஆம், அங்கேதான் காப்பியின் வெற்றி இரகசியம் அடங்கியிருந்தது. நடுத்தர வர்க்கம் காப்பியைக் கைவயப்படுத்திக் கொண்டதில் தமிழ்ச் சமூகத்தில் ‘உயர்வு’, ‘தாழ்வு’ என்பதை அடையாளப்படுத்தும் பண்பாட்டுக் குறியீடுகளாகக் காப்பியும் தேநீரும் மாறி வந்தன. அவற்றையொட்டிய சமூகப் பழக்கவழக்கங்கள் இதனைப் புலப்படுத்துகின்றன.

பண்பாட்டு முக்கியத்துவம் வாய்ந்த ஒரு பொருளை வளர்ந்துவந்த நடுத்தர வர்க்கம் புறக்கணிக்க முடியவில்லை. சமூகத்தில் தனது கருத்தியல் மேலாண்மையை நிறுவ முயன்ற இந்த வர்க்கம், காப்பியை எதிர்கொண்டு, தனது தேவைகளுக் கேற்ப அதனைக் கைவயப்படுத்த வேண்டியிருந்தது. நவீனப் பள்ளிகளில் பயின்று, காலனியாதிக்கம் உருவாக்கிய பணிகளில் அமர்ந்து, சென்னை முதலான மாகாணத்தின் முக்கிய நகரங் களில் குடியமர்ந்த இந்த வர்க்கம் தனக்கான தனித்ததொரு பார்வையினையும் ஓர்மையினையும் உருவாக்கிக் கொள்ள முனைந்தது. இதன் விளைவான போராட்டங்கள் அரசியல் (தேசியம்) களத்தில் மட்டுமல்லாது – அல்லது, அதைவிட முக்கியமாக – குடிமைச் சமூகத்திலும் விரிந்தன. நாவல், இசை, நாட்டியம், திரைப்படம் – ஏன், ஆர்மோனியத்தைப் பயன் படுத்தலாமா கூடாதா என்பதுவரை – என அனைத்தும் அதன் எல்லைக்குள் அமைந்தன. இதற்குள் காப்பியும் இடம்பெற்றது.

1920கள் முதற்கொண்டு காப்பி குடித்தல் என்பது சமூகப் பண்பாட்டு நடைமுறைகளில் இணையத் தொடங்கிவிட்டது. நடுத்தர வர்க்கத்தினரின் இல்லங்களில் விருந்தோம்பலுக்கு மறுபெயராகவும் காப்பி வழங்குவது மாறிவிட்டது. "ஏன் காபி சாப்பிடலாமே"[28] என்பதே ஓர் உபசரிப்பாகிவிட்டது. அக்காலத்துக் காப்பி விளம்பரங்கள் பலவும், விருந்தினர்களுக்கு உரிய பானமாகக் காப்பியை முன்னிறுத்தின. எடுத்துக்காட்டாக, நரசூஸ் காப்பி விளம்பரம் ஒன்று, 'நம்பிக்கை!' என்று தலைப்பிட்டு, ஒரு குடும்பத் தலைவி பெருமிதத்துடன் நாற்காலியில் ஒய்யாரமாகச் சாய்ந்திருக்கும் கோட்டோவியத் துடன் "வந்த விருந்தினரை நரஸூஸ் காபி அளித்து உபசரித் திருக்கிறாள். அவர்கள் அதை வெகுவாக விரும்புவார்களென்பது அவளுக்கு நிச்சயமாகத் தெரியும். நரஸூஸ் காபி மிகச் சிறந்தது என்பது விஷயமறிந்த வீட்டு எஜமானிகளுக்குத் தெரிந்ததுதானே!"[29] என்ற விளம்பர வரிகளை வெளியிட்டுள்ளது.

இதே காலகட்டத்தில் தமிழ்ச் சமூகத்தில் உருப்பெற்ற சிறுகதைகளிலும் காப்பி என்பது முக்கிய இடம் பெறுவதைக் காண முடிகின்றது. பெரிதும் நடுத்தர வர்க்கத்தைச் சேர்ந்த பார்ப்பன, வேளாளச் சாதியினரால் எழுதப்பட்ட இக்கதை களில் காப்பி விருந்தோம்பல் பரவலாக இடம் பெறுகின்றது. புதுமைப்பித்தன், கு.ப.ரா. கதைகளில் இது மிக இயல்பு. புதுமைப்பித்தனின் 'ஒருநாள் கழிந்தது' கதையில் வீட்டிற்குள் நுழையும் சுந்தரம் பிள்ளை, சுப்பிரமணிய பிள்ளை ஆகிய நண்பர்களுக்கு உடனே காப்பி உபசரிப்பு நடக்கிறது. 'நிசமும் நினைப்பும்', 'வெளிப்பூச்சு', 'புரட்சி மனப்பான்மை' ஆகிய

கதைகளிலும் இவ்வாறே நிகழ்கின்றது. எஸ்பிளனேடும் பிராடுவேயும் கூடுகிற சந்தியில் ஆபத்தில்லாத ஓரத்தில் கடவுளைக் காணும் கந்தசாமிப் பிள்ளை, உடனே கடவுளைக் காப்பி ஓட்டலுக்குத்தான் அழைத்துச் செல்கிறார். "மறுமலர்ச்சிக் கதை என்றால் மனைவி காபி கொண்டு வந்து வைத்துக் கொண்டு நிற்பாள்" என்று கல்கி கேலிசெய்யும் அளவுக்கு[30] அக்காலத்துச் சிறுகதைகளில் காப்பி தண்ணீராய் ஓடியிருக்கிறது.

விருந்தின் பயனெல்லாம் வீணாகும் காபி
அருந்தத் தராமல்விட் டால்

என்றொரு பகடிப்பாடலேகூட உருவாகிவிட்டது.[31]

'வாருங்கள், காபி சாப்பிடலாம்' என்பதே உபசாரமாகவும், 'அவன் வீட்டுக்குப் போனேன்; ஒரு மடக்கு காபி குடி என்று சொல்லலை, பாத்துக்கோ'[32] என்பது ஒரு வசவாகவும் இருப்பது விருந்தோம்பல் என்ற பண்பாட்டு வழக்கத்தோடு காப்பி இணைந்துவிட்டதைக் காட்டுகிறது.

தமிழ்நாட்டில் மட்டுமே காணப்படும் 'டபாரா செட்டும்', மடங்கிய விளிம்புள்ள தம்ளரும் விருந்தினர்க்கென்றே கண்டு பிடிக்கப்பட்டவை என்று எண்ண இடமுண்டு. வாய் சூப்பிக் குடிக்கக்கூடிய சமசாதியினரை மட்டுமே வீட்டினுள்ளே அனுமதிக்கக்கூடிய வடநாட்டார் கோப்பைகளையும் லோட்டாக்களையும் பயன்படுத்தினர். தமிழ்நாட்டுப் பார்ப்பனர்களும், அவர்களை அடியொற்றிய மேல்சாதியினரும் விருந்தோம்பலுக்கும் குறைவு வராமல், சாதியாசாரமும் கெடாமல் இருக்கச் செய்த கண்டுபிடிப்பே இது. "சம்பிரதாயத் தடைக் காரணங்களால் உணவு கொள்ள முடியாத வீடுகளில் கூடத் தேநீரோ காஃபியோ ஏற்பது குற்றமாகக் கருதப்படுவதில்லை"[33] என்று ஞானக்கூத்தன் பூசிமெழுகுவதும், "தமிழ்நாட்டில் மட்டும்தான் காப்பியைத் தம்ளரில் வழங்கும் பழக்கம் உண்டு. அதற்குக் காரணம் தம்ளரை எச்சில் செய்யாமல், உயரத் தூக்கி அருந்தும் நல்ல பழக்கந்தான்!"[34] என்று வியப்புக் குறியோடு ஏ.கே.செட்டியார் நாசூக்காகக் குறிப்பதும் இதைத்தான்.

ஆனால், கருத்தியல் மேலாண்மையை விரும்பிய இந்த நடுத்தர வர்க்கம் எப்படிப்பட்ட காப்பியையும் குடிக்கவோ, தனது விருந்தினர்களுக்குக் கொடுக்கவோ முடியாதல்லவா? நல்ல காப்பி எது, அதை எப்படிக் குடிக்க வேண்டும் என்றும் அவ்வர்க்கம் வரையறுத்தது. பிற பண்பாடுகளில் – காட்டாக, மேலைச் சமூகங்களில் – காப்பி வரையறுக்கப்பட்டதற்கும் தமிழ்நாட்டில் உண்டான அளவுகோல்களுக்கும் ஒரு தொடர்பும் இல்லை.

சிறந்த காப்பியை வேளைக்கு வேளை வறுத்து அரைக்கப் பட்ட காப்பிக் கொட்டையிலிருந்தே தயாரிக்க முடியும். இன்றளவும் பார்ப்பனர் வீடுகள் சிலவற்றில் இதற்கான கை இயந்திரத்தைப் பார்க்கலாம். சிக்கரி கலந்த காப்பியை மாற்றுக் குறைந்ததாகவே நடுத்தர வர்க்கத்தினர் கருதினர். புதுமைப்பித்தனின் கடவுளும் கந்தசாமிப் பிள்ளையும் ஓட்டலில் காப்பி குடித்தவாறு பேசும் காட்சி இங்கு நினைவிலுறுகின்றது.

> கடவுள் காப்பியை எடுத்துப் பருகினார். சோமபானம் செய்த தேவகளை முகத்தில் தெறித்தது. 'நம்முடைய லீலை' என்றார் கடவுள்.
>
> 'உம்முடைய லீலை இல்லைங்காணும், ஹோட்டல்காரன் லீலை. அவன் சிக்கரிப் பவுடரைப் போட்டு வைத்திருக் கிறான்; உம்முடைய லீலை எல்லாம் பில் கொடுக்கிற படலத்திலே' என்று காதோடு காதாய்ச் சொன்னார் கந்தசாமிப் பிள்ளை. சூசகமாகப் பில் பிரச்னையைத் தீர்த்துவிட்டதாக அவருக்கு ஓர் எக்களிப்பு.
>
> 'சிக்கரிப் பவுடர் என்றால் ..?' என்று சற்றுச் சந்தேகத்தோடு தலையை நிமிர்த்தினார் கடவுள்.
>
> 'சிக்கரிப் பவுடர்', காப்பி மாதிரிதான் இருக்கும்; ஆனால் காப்பி அல்ல; சில பேர் தெய்வத்தின் பேரைச் சொல்லிக் கொண்டு ஊரை ஏமாற்றி வருகிற மாதிரி' என்றார் கந்தசாமிப் பிள்ளை.

காப்பி என்பது தெய்வமாகவும் சிக்கரிக் கலப்பு என்பது பித்தலாட்டமாவும் நடுத்தர வர்க்கத்தினருக்குத் தென்பட்டிருக் கிறது! ஆனால் மெல்ல மெல்ல, காப்பியின் விலையேற்றத் தோடும் புதிதாக முகிழ்த்த சுவையுணர்வின் மாற்றத்தோடும் சிக்கரிக் கலப்பு என்பது தூய்மைவாதிகள் மட்டுமே வெறுக்கக் கூடிய ஒரு பொதுநடைமுறையாகிவிட்டது. "சிக்கரி என்று தெரியாது வாங்குகிறவர்கள் மட்டுமின்றி, தெரிந்தே வாங்கி காபிப் பொடியுடன் கலந்து உபயோகிப்பவர்களும் உண்டு"[35] என்ற நிலை விரைவில் ஏற்பட்டுவிட்டது.

காப்பியின் தொடக்க காலத்தைப் பற்றிக் குறிப்பிட்ட வ.ரா., "காப்பி குடி பழக்கம் அப்பொழுது கிடையாது. ஓரிரண்டு பணக்காரார்களின் வீட்டில் காப்பி இருக்கும். அதுவும், அவர் களுக்கு, சேர்மானம் சேர்க்கத் தெரியாது. கன்னங்கரேல் என்று கசண்டு மாதிரி காப்பி இருக்கும். இதைக் குடித்து, அவர்கள் நாக்கை நொட்டை விடுவார்கள்"[36] என்று எழுதுகிறார்.

நல்ல காப்பி எதுவென வரையறுத்த பார்ப்பன நடுத்தர வர்க்கம், பிறர் போடும் காப்பியைப் பழித்துக் கேலி செய்தது. ஒரு குறிப்பிட்ட ஓட்டலில் தரப்பட்ட காப்பியைப் பற்றிய வருணனை இது:

> 'கறுப்பும் வெளுப்புமாக (பாலும், டிகாக்ஷனும் ஒன்றோடொன்று கலக்க மறுத்துவிட்ட நிலை அது . . .) ஒரு திரவம்' வந்தது – வெந்நீரில் பால் மாதிரி எதையோ கலந்து, கறுப்பாக எதையோ விட்டு, சர்க்கரை மாதிரி இருந்த எதையோ தூவி கன்னாபின்னாவென்று செய்யப் பட்டது.[37]

சிறந்த காப்பி பசும்பாலில் மட்டுமே தயாரிக்க முடியும். இந்து/பார்ப்பனியச் சொல்லாடலில் பசுமாட்டிற்கு இருக்கும் முக்கிய இடத்தை இங்கு மனங்கொள்ள வேண்டும். எருமைப் பாலில் தயாரிக்கப்பட்ட காப்பி கேவலமாகக் கருதப்பட்டது.[38] கலப்படமில்லாத பசும்பாலில் தயாரிக்கப்பட்ட 'டிகிரி காப்பி' இன்றளவும் தஞ்சை, குடந்தை ஆகிய இடங்களில் பெயர்பெற்று விளங்குவதைக் காணலாம். பார்ப்பனியத்தின் தலைமையிடமான கும்பகோணத்தில் 'பசும்பால் காப்பி கிளப்' என்ற பலகை எங்கும் காணப்பட, பார்ப்பன மயமாக்கத்தின் விளிம்பிலுள்ள வடார்க்காடு மாவட்டத்தில் 'பீப் பிரியாணி கிடைக்கும்' என்ற விளம்பரங்கள் நிரம்ப உள்ள முரணை அ. மார்க்ஸ் சுட்டிக் காட்டியுள்ளார்.[39]

இவ்வாறு, புதிதாக வறுத்து அரைக்கப்பட்ட காப்பிப் பொடியின் முதல் டிகாஷனில், பசும்பால் கலந்து தயாரிக்கப் படுவதே சிறந்த காப்பி என்று வரையறுத்ததுடன், அதைச் 'சரியாக'க் குடிப்பது எப்படி என்றும் இந்த நடுத்தர வர்க்கம் வரையறுத்தது; 'சரியாக'க் காப்பி குடிக்கத் தெரியாத வர்க்கங் களைக் கேலியும் செய்தது. இத்தகையவர்கள் கிராமப்புறங்களில் இருந்ததாகவும் சொல்லப்பட்டது. இதற்கு இரண்டு எடுத்துக் காட்டுகளை கி. ராஜநாராயணன் வழங்குகிறார்.

> திருவாளர் மேயன்னா வீட்டில் அவர் காபி குடிக்கிற லெச்சணம் இதோ: சாப்பாடு முடிந்த கையோடு அதே கும்பாவில் . . . காபியை ஊற்றச் சொல்லி, கும்பாவோடு எடுத்துக் குடிப்பார். அந்தக் கும்பா ரண்டு லிட்டருக்கு மேலேயே கொள்ளும்! இப்படிக் கும்பாவோடு குடித்தால் தான் நிறைவு . . .
>
> திருவாளர் கீயன்னா வீட்டில் அவர் 'காபி' சாப்பிடுகிற 'அளகு' இதோ: . . . அவருடைய இல்லாளு ஒரு லோட்டாவில் . . . காபி கொண்டுவந்து வைக்கிறாள்.

பக்கத்தில் இன்னொரு லோட்டாவில் குளிர்ந்த தண்ணீரும் கொண்டுவந்து வைக்கிறாள்... காபி உள்ள லோட்டாவுக்குள் லேசாக விரலை விட்டுப் பார்க்கிறார். காபி சுடுகிறது. சூட்டைத் தணிக்க, கொஞ்சம் குளிர்ந்த தண்ணீரை அதில் விட்டு (!) திரும்பவும் விரலை விட்டுப் பார்க்கிறார்.

இன்னும் காபி சூடாகவே இருப்பதாகப் படுகிறது. மேலும் கொஞ்சம் தண்ணீர் ஊற்றுகிறார் காபியில். பாந்தமாகத் தெரிகிறது. காபியை எடுத்துக் குடிக்கிறார்.

காபியின் இந்தச் சூட்டைத் தணிக்கும் பழக்கம், அவருக்கு வெந்நீரில் பச்சைத் தண்ணீரைவிட்டு விளாவிக் குளிப்பதிலிருந்து வந்தது என்று தெரிந்துகொள்ளலாம்![40]

'நல்ல' காப்பியை, கொஞ்சம் கொஞ்சமாக, அதன் மணத்தையும் சுவையையும் உணர்ந்து குடிப்பது என்பது ஒருவரின் நாகரிகத்திற்கு அடையாளமாகியது. இப்படிக் குடித்த காப்பி கடைசியில் பழக்கமாகியது. காலை காப்பி என்பது தவிர்க்க முடியாத வழக்கமாகியது.

"காலமே எழுந்திருந்தேனா; எழுந்திருந்தவுடனே பல்லுத் தேச்சேன். தேச்சிட்டு ஓட்டலுக்குப் போய்க் காப்பி சாப்பிட்டேன்... ஆபீஸுக்குப் போனேன்... திரும்பி வந்தேன்... சாப்பிட்டேன். தூங்கினேன்... எழுந் திருந்தேன்..." இது அடுத்த வீட்டு அருணாசலத்தின் ஜீவிய சக்கரம்.[41]

என்று ஒரு சராசரி நடுத்தர வர்க்க மனிதனின் அன்றாட வாழ்க்கையில் காப்பி இடம் பெற்றுவிட்டது.

எட்டு மணிக்குள் வெந்நீர், காபி, பலகாரம் எல்லாம் எங்கள் வீட்டில் தயாராகிவிட வேண்டும். இல்லா விட்டால் வீடு 'திமிலோக'ப்பட்டுவிடும்... எட்டு மணிக்குக்கூடக் காபி கிடைக்கமாட்டேனென்கிறது. எவன் குடி கெடுவதென்று மண்ணெண்ணெயைக் குப்பி குப்பியாய்க் கொட்டுகிறாய்? அப்படிக் கொட்டியும் இன்னும் காபியைக் கண்டபாடில்லை. நான் எங்கேயா வது ஓட்டலில் சாப்பிட்டுவிட்டுப் போகிறேன். நீ சாவகாசமாய்க் காப்பிபோட்டுக் குடித்துக்கொண்டிரு என்று சகதர்மிணியிடம் ஆத்திரமாய் வார்த்தைகளைக் கொட்டிவிட்டு நான் ஆபீஸுக்குப் போன நாட்களும் உண்டு.[42]

என்று காப்பி குடிக்காத காலைகள் குடும்பத்தில் குழப்பத்தை விளைவிக்கத் தொடங்கின. "எனக்குக் காலை காப்பி இல்லா விட்டால் உலகமே பொருளாதார நெருக்கடியில் தவிக்கிற மாதிரி" என்பார் புதுமைப்பித்தன் (மணிக்கொடி, 7.10.1934). பழகிய காப்பியை விடமுடியாத சிக்கலும் ஏற்பட்டது. எனவேதான் வே. முத்துஸாமி அய்யர் என்பவர் காப்பிக்கும் கணிகைக்கும் சிலேடையாக

> **முன்னரெளி திற்பழக்கம் முற்றுவித்துச் சார்ந்தோரைத்**
> **தன்னடிமை யாக்கித் தளைப்படுத்தும் – பின்னர்ப்**
> **பிணிமல்கச் செய்விக்கும் பெற்றியால் பொல்லாக்**
> **கணிகையோடு காப்பியொப்பாங் காண்**

என்று எழுதினார்.[43]

காப்பி குடிக்காவிட்டால் தலைவலியும் உண்டானதாம். "பகல் ஒரு மணியானால் எனக்கு எப்படியாவது ஒரு கப் காப்பி சாப்பிட்டாக வேண்டும். காப்பியில்லாமல் தலைவலி வந்துவிட்டது"[44] என்று பலர் நொந்துகொண்டனர். அதிலும் முக்கியமாக எழுத்தாளர்களுக்குக் காப்பி ஓர் இன்றியமையாத கிரியா ஊக்கியாக அமைந்தது. மணிக்கொரு முறை 'அரை கப்' காப்பி சாப்பிடும் பத்திரிகை உதவி ஆசிரியரைப் பற்றி ஏ.கே. செட்டியார் குறிப்பிடுகிறார்.[45] " . . . கதை 'ஓடவில்லை'. காபி சாப்பிட்டுவிட்டு வந்து உட்கார்ந்தபோது மணி இரண்டு . . . காபி சாப்பிட்டதால் விருவிருப்பும் வேர்வையும் அதிகரித்திருந் தனவே தவிரக் கற்பனை ஓடவில்லை . . . காபி போதிய அளவு 'ஸ்ட்ராங்காக' இல்லை; அதுதான் குற்றம்"[46] என்று க.நா. சுப்ரமண்யம் தம் 'கதையின் கதை'யைப் பற்றிக் கூறுகிறார். இதைத்தான் மு. அருணாசலம்,

> எழுத்தாளர் ஒருவர் கதை எழுதிக்கொண்டே வருகிறார். ஓரிடத்துக்கு வந்ததும், கதை 'ஓட' மாட்டேனென்கிறது; . . . எழுத்தாளர் பார்க்கிறார். சூடாக ஒரு 'கப் காப்பி' தருவிக்கிறார். காப்பி உள்ளே போய் வேலை செய்கிறது; வயிற்றில் மட்டுமன்று, மூளையிலும் கூடத்தான். குழம்பியும் சோர்ந்தும் போயிருந்த அவருடைய மூளை, காப்பிக் குடி காரணமாக, தீவிரமாக வேலை செய்யத் தொடங்குகிறது; பேனாவும் ஓடுகிறதாம்! இப்படியெல் லாம் இக்காலத்துப் புதுத் தமிழ் எழுத்தாளர்கள் சொல்லுகிறார்கள், எழுதவும் எழுதுகிறார்கள்[47]

என்று கேலி செய்கிறார்.

இப்படிப்பட்ட காப்பி நடுத்தர வர்க்கக் குடும்பத்தில் விலக்க முடியாத இடத்தைப் பெற்றுவிட்டது. இதைப் பற்றி

எஸ்.வி.வி. தமக்கேயுரிய அசட்டு நகைச்சுவையோடு ஓர் ஆங்கிலக் கட்டுரை எழுதியுள்ளார். எப்போதும் துண்டுவிழும் குடும்ப பட்ஜெட்டைச் சரிக்கட்ட எஸ்.வி.வி.யும் அவர் மனைவியும் காப்பியை விட்டுவிடுவதென முடிவெடுக்கின்றனர். இதற்காக உடம்புக்கு நல்லது என்பது போன்ற சுகாதாரக் காரணங்களையும் சொல்லிக்கொள்கின்றனர். சில நாள்களி லேயே காப்பி இல்லாமல், அதனால் விளைந்த ஆற்றாமை யால் ஒருவர்மீது ஒருவர் காரணமின்றிச் சுள்ளென்று எரிந்து விழுகின்றனர். கடைசியில், அந்த நடுத்தர வர்க்கக் குடும்பத்திற்கு ஞானோதயம் பிறக்கின்றது.

> குடும்பச் செலவைக் குறைக்க விரும்பும் ஒவ்வொருவரும் ஏன் காப்பியிலிருந்து தொடங்குகிறார்கள் என்பது எனக்கு விளங்குவதில்லை. ஆனால் அப்படித்தான் நடக்கின்றது ... இந்த முயற்சியானது மனித உடலில் மூர்க்கமான, நாய்த்தன்மைகளைத் தூண்டிவிடுகிறது. கசப்பான அனுபவத்திற்குப் பிறகு, சிரத்தையாக நான் அறிவுறுத்து கிறேன்: எதுவும் செய்யுங்கள்; காப்பியை மட்டும் நிறுத்தி விடாதீர்கள். உணவைக் குறைக்கலாம்; கந்தை உடுத்தலாம்; ஆபீசுக்கு மூன்று மைல் நடந்து போகலாம்; ஆனால் காப்பியை மட்டும் தொந்திரவு செய்யாதீர்கள்.[48]

காப்பி என்ற உருவகம்

காப்பி ஒரு சிறந்த பானமாக மட்டுமல்லாமல் – லெவி ஸ்ட்ராஸ் கூறுவது போல் – சிந்திப்பதற்கு ஏற்ற ஒரு பொருளாகவும் விளங்கியது. 1930களிலும் 40களிலும் எழுதப்பட்ட கதைகளிலும் கட்டுரைகளிலும், சொல்லவந்த கருத்தை வலுவாகவும் அழுத்த மாகவும் உணர்த்துவதற்குக் காப்பி ஓர் உருவகமாகப் பயன் பட்டிருப்பதைக் காண முடிகிறது. இக்கட்டுரை நெடுகவும் பயன்படுத்தப்பட்டுள்ள சான்றுகளெல்லாம் இக்காலப் பகுதி யில் எழுதப்பட்டவை என்பதை வாசகர்களும் உணர்ந்திருப் பார்கள். பல்வேறு செய்திகள் காப்பியைக் கொண்டும் காப்பி யின் மூலமாகவும் உணர்த்தப்படுவது, தமிழ்நாட்டு நடுத்தர வர்க்கத்திடையே காப்பி பெற்றுவந்த / விட்ட பண்பாட்டு முக்கியத்துவததைக் காட்டுகின்றது.

எடுத்துக்காட்டாக, 'இன்றைய தமிழ் வசன நடை' பற்றிச் சர்ச்சைக்குரிய நூலை எழுதிய மு. அருணாசலம், செம்மையான ஆங்கிலம் உருவாகி இருநூற்றைம்பது ஆண்டுகளாகிவிட்ட நிலையில், ஆங்கில வசனம் எப்படி எழுதப்பட வேண்டும் என்ற ஆராய்ச்சி தேவையில்லை – "தினமும் இரண்டு வேளை நல்ல காப்பியாகப் போட்டுக் குடித்து வருபவன் 'காப்பி

போடுவதெப்படி?' என்ற ஆராய்ச்சியை ஏன் மேற்கொள்ளப் போகிறான்? காப்பி சாப்பிடப் புதிதாய்க் கற்றுக்கொள்பவன்தான் காப்பி போடுவதையும் கற்றுக்கொள்ள ஆரம்பிக்கிறான்"[49] என்று தம் நூலுக்கான நியாயத்தைக் காப்பியைக் கொண்டு முன் வைக்கிறார். அதே போல் மறுமலர்ச்சி எழுத்தாளர்களின் உவமையும் உருவகமும் மலிந்த நடையை, சத்தான உணவில்லாமல் காப்பியை மட்டும் குடித்துச் சாம்பிப்போன உடலோடு அவர் ஒப்பிடுகிறார்.[50]

கருத்துப்படங்களும் கேலிச்சித்திரங்களும் எவ்வாறு தமிழ் வாசகர்களால் முதலில் எதிர்கொள்ளப்பட்டன என்பதை,

> கேலிச்சித்திரங்கள் வரைவதில் தலைசிறந்தவர் காலஞ் சென்ற மாலி. 'மாலி, மாலி' என்று இப்போது எல்லோரும் கொண்டாடுகிறார்கள் அல்லவா? இவர் முதல்முதலில் படம் வரைய ஆரம்பித்த காலத்தில் இருந்த நிலையை கவனித்திருக்கிறேன். அந்தக் காலத்தில் இவர் படங்களை மிகச் சிலர்தான் ரசித்தார்கள். மற்றவரெல்லாம் அவ்வளவாக ரசிக்கவில்லை ... திரும்பத் திரும்ப 'மாலி' படத்தைப் பார்த்த பிறகே ஜனங்களின் மிரட்சி தீர்ந்தது. காலக்கிரமத்தில் அது பழக்கமாயிற்று. அப்புறம் வழக்கமாயிற்று. காபி சாப்பிடாவிட்டால் தலைவலி வருமே அதுபோல, கடைசிக் காலத்தில் 'மாலி' படம் பார்க்காமல் சில பேருக்குக் கண் பூத்தே போயிற்றாம்[51]

என்று தி.ஜ.ர. எழுதும்போது, இது தமிழ் மக்கள் கருத்துப் படங்களுக்குப் பழக்கப்பட்ட கதையா, காப்பிக்குப் பழக்கப் பட்ட கதையா என்று மயக்கம் ஏற்படுவது உண்மை.

தமிழில் கலைச்சொல்லாக்கம் பற்றிய விவாதத்திலும் காப்பி முக்கிய இடம்பெற்றது. இதே காலகட்டத்தில், அறிவியல் கலைச்சொற்கள் எந்த நெறிகளின்படி தமிழில் ஆக்கப்பட வேண்டும் என்ற விவாதம் நடந்தது. வடமொழி அடிப்படையில் இந்திய மொழிகள் முழுமைக்கும் பொதுவாகக் கலைச் சொற்கள் அமைய வேண்டும் என்று ஒரு பிரிவினர் வாதிட்டனர். தமிழியக்கம் சார்ந்த பிறர், தமிழின் தனித்தியங்கும் ஆற்றலையும், அதன் செவ்வியல் தன்மையினையும் முன் வைத்துத் தமிழ் வேர்ச்சொற்களினடியாகவே கலைச்சொற்கள் ஆக்கப்பட வேண்டும் என்று வாதிட்டனர். இவ்விரு பிரிவினருக்கும் இடையிலான விவாதங்களில் காப்பி அடிக்கடி தட்டுப்படுகிறது. தனித்தமிழ்ச் சொல்லாக்கங்கள் சாத்திய மில்லை என்று வாதிட்டவர்கள் "நடக்கக்கூடிய காரியமா சார்? காப்பிக்கு என்ன சார் தமிழ்?" என்று கேலி செய்ததாக

முருகு சுப்பிரமணியம் குறிப்பிடுகிறார்.[52] ('லைட் காப்பி', 'மீடியம் காப்பி', 'ஸ்ட்ராங் காப்பி', 'டபிள் ஸ்ட்ராங்' – இவற்றுக்குத் தமிழில் இன்றும் கலைச்சொற்கள் இல்லை என்று ஏ.கே. செட்டியார் எழுதுகிறார்.[53])

தமிழில் பிறமொழிச் சொற்களை வழங்கவேண்டுமென்று வாதிட்ட ராஜாஜி, தம் வாதத்திற்கு அரணாகக் கீழ்க்காணும் கற்பனை உரையாடலை முன்வைக்கிறார்.

> வசந்தன் நிமிர்ந்து உட்கார்ந்து, பேனாவை நாஜூக்காக வாயில் வைத்து மனைவியைப் பார்த்தவாக்காகக் காப்பியை உறிஞ்சினான்.
>
> 'சுமாராக இருக்கிறதா?' என்றாள் மனைவி.
>
> 'கொஞ்சம் சர்க்கரை ஜாஸ்தி' என்றான் வசந்தன்.
>
> 'நேற்று இவ்வளவேதான் போட்டேன். கம்மி என்றீர்களே?'
>
> 'நேற்றுக் காப்பிப் பொடி ஜாஸ்தியாயிருந்திருக்கலாம். அதனால் சர்க்கரையை எடுத்துக் காட்டவில்லை.'
>
> 'சரி, இனி எல்லாம் தராசில் நிறுத்துத்தான் நான் சமையல் வேலை செய்யவேண்டும்.'
>
> 'குஸ்திக்கு வரவேண்டாம். அம்மே! கேட்டதற்குப் பதில் சொன்னேன்.'

கணவனுக்கும் அவனுக்குக் காப்பி கொண்டுவந்து தரும் மனைவிக்கும் இடையிலான உரையாடலாக இது அமைந்திருக்கின்றது. அன்றாடம் நிகழும் இயல்பான ஓர் உரையாடலாக இது முன்வைக்கப்பட்டு, இதில் அரபு, பாரசீகம் எனப் பிறமொழிச் சொற்கள் இடம் பெறுகின்றன என்று ராஜாஜி சுட்டிக்காட்டுகிறார்.[54]

பிறமொழிச் சொற்களைத் தமிழில் ஏற்றுக்கொள்ள வேண்டும் என்று வாதிட்டவர்கள் 'காப்பி' என்ற சொல்லையே ஓர் எடுத்துக்காட்டாகக் காட்டினர். பிறமொழிச் சொற்களைத் தமிழில் வழங்கும்போது அவற்றைத் தமிழ் மரபுக்கேற்ப அமைத்துக் கொள்ள வேண்டும் என்று வாதிட்ட உ.வே. சாமிநாதையர், அதற்கு ஆதாரமாகக் காட்டிய சொற்களாவன: ஈரங்கி, உயில், பாதிரி, வங்கி, காப்பி![55]

இதனையே பெரியாரும்,

> நம் மொழியில் இல்லாத ஒரு கருத்தை, நம் மொழியில் ஏற்க வேண்டிய அவசியம் ஏற்படும்போது அக்கருத்துக் குண்டான வார்த்தைகளைத் தோற்றுவிப்பதில் நாம்

> மிக ஜாக்கிரதையாக பணியாற்ற வேண்டும். நாம் கண்டு பிடிக்கும் அல்லது உண்டாக்கும் வார்த்தை, நாம் கூற வேண்டிய கருத்தைத் தெளிவாகவும், விளக்கம் செய்வ தாகவும், சுலபமாக உச்சரிக்கக் கூடியதாகவும் இருக்க வேண்டும். உதாரணமாக, 'காப்பி' என்ற வார்த்தையை எடுத்துக்கொள்வோம். இப்போது நம்மில் பெரும் பாலோர்க்கு இந்தப் பானம் அவசியமாகிவிட்டது. நமது மொழியில் இதற்கு வார்த்தை கிடையாது. இப்போது அதற்கு வேறு வார்த்தை உண்டாக்குவதைவிட வழக்கி லிருந்து வரும் அதே வார்த்தையை நாம் தமிழில் ஏற்றுக் கொள்ளலாம்.

என்று காப்பியைக் கொண்டே தம் வாதத்தை முன்வைக்கிறார்.[56]

எனவே, காப்பி ஒரு சாதாரண விஷயமாக இல்லை. காப்பியின் பரவல் தமிழ்நாட்டு நடுத்தர வர்க்கத்தின் தொடர்ந்த கவனத்திற்கு இலக்காகி, அதன் சிந்தனையினையும் ஆட்கொண் டிருக்கிறது. தமிழ் – தமிழ்ப் பண்பு என்றால் என்ன, தமிழ் அடையாளம் என்பது யாது, நவீனத்தின் சவால்களுக்குத் தமிழ் மொழி முகங்கொள்வது எப்படி, பொதுத் தமிழ் எப்படி அமைய வேண்டும், கருத்துப்படங்கள் போன்ற புதிய வடிவங் களை எவ்வாறு எதிர்கொள்ள வேண்டும் என்பன போன்ற கேள்விகள் காப்பியின் ஊடாக விவாதிக்கப் பெற்றுள்ளன. காப்பி ஒரு வலிமையான உருவகமாக விளங்கியிருக்கிறது.

காப்பி ஓட்டல்

காப்பியின் மிக விரைவான பரவலோடு தமிழ்ச் சமூகத்தில் அதற்கு ஒரு நிறுவன அமைப்பும் ஏற்பட்டது. 'காப்பி ஓட்டல்' அல்லது 'காப்பி கிளப்' என்று பெயர்பெற்ற இந்நிறுவனம் 1920களிலிருந்து தமிழகமெங்கும் நிலைபெறத் தொடங்கியது. 'டிபன்' என்று சொல்லப்பட்ட சிற்றுண்டியோடு, காப்பியை மட்டும் (தேநீரை அன்று) பரிமாறிய இவ்விடுதிகள், அக்காலப் பகுதியில் தமிழ்நாட்டு அறிவாளர்களின் கவனத்தைப் பெற்றுள்ளது. "(சென்னை நகரத்தின்) ஒவ்வொரு மூன்றாவது வீடும் காப்பி ஓட்டலாகவோ சிகை அலங்காரக் கடையாகவோ உள்ளது என்று சொல்லப்படுகிறது. இதில் சிறிது மிகை இருக்கலாம்" என்று ஜி.ஏ. நடேசன் குறிப்பிட்டுள்ளார்.[57]

தம் சமகாலத்தை நுட்பமாக அவதானித்து, அதை எளிமையாகவும் சுவைபடவும் பதிவுசெய்த ஏ.கே. செட்டியார்,

> மனித சமூகத்துக்கு இன்றியமையாதவற்றில் காப்பி ஹோட்டலும் ஒன்று; . . . சிலருக்கு, தங்கள் வீட்டிலே

> மனைவியைச் சமாதானப்படுத்தி, நண்பர்களுக்கு விருந்தளிப்பது மிகவும் சிரமமான காரியம். அப்பேர்ப் பட்டவர்கள் காப்பி ஹோட்டலில்தான் தஞ்சம் அடைகிறார்கள்.
>
> காப்பி ஹோட்டல் வெறும் ஹோட்டல் அன்று . . . நகரத்திலே அது வியாபாரிகள் வியாபார ஒப்பந்தங்களை முடிக்கும் இடம். கூலிவேலை செய்கிற தொழிலாளியும் பள்ளிக்கூடம் செல்கிற மாணவனும் மணிக்கொரு முறை 'அரை கப்' காப்பி சாப்பிடும் பத்திரிகை உதவி ஆசிரியனும் காப்பி ஹோட்டலைத்தான் நம்பியிருக்கிறார்கள். வீட்டுச் சாப்பாட்டில் வெறுப்புண்டாகி வாரத்துக்கொருமுறை குடும்பத்தினரோடு ஹோட்டலுக்கு வந்து சாப்பிடுகிற வர்கள் உண்டு. விருந்துக்குச் சென்று போதுமான உணவு கிடைக்கப் பெறாததால் ஹோட்டலுக்கு வருபவர்களும் உண்டு. வாழ்க்கை முழுவதும் ஹோட்டலிலேயே சாப்பிடு கிறவர்களும் இருக்கிறார்கள்.
>
> வீட்டிற்குத் திடீரென்று யாராவது விருந்தினர் வந்து விட்டால் என்ன செய்வது?[58]

என்று தமிழ்ச் சமூகத்தில் காப்பி நிறுவனமயப்பட்டுவிட்டதை விவரிக்கிறார். இந்த விரிவான வருணனையில் ஒரு முக்கியச் செய்தி விடுபட்டுள்ளது. இத்தகைய ஓட்டல்களெல்லாம் பார்ப்பனர்களால் நடத்தப்பட்டன என்பதோடன்றி, பொது மக்கள் மனத்திலே அவை பார்ப்பனர்களோடு இணைத்தும் பார்க்கப்பட்டன என்பதே. "பிராமணரால் ஏற்படுத்தப்பட்ட பஹிரங்கக் கள்ளுக்கடை"[59] என்று அக்காலத்து நகைச்சுவை அகராதி ஒன்று கூறுகிறது. "அய்யர்! ஒரு கப் காப்பி கொண்டு வா!" என்பது அங்கு எப்போதும் கேட்கும் ஒலியாக இருந்தது.[60] சொல்லப்போனால், அவை பொதுவாக 'பிராமணாள் ஓட்டல்' என்றே அழைக்கப்பட்டன. இன்றளவும். தமிழ்நாட்டின் சிறு நகரங்கள் சிலவற்றில் இப்பெயர் தாங்கி, சாயம் மங்கியும் சில சமயங்களில் தார்ப்பூசி அழிக்கப்பட்டுமுள்ள பலகைகளைக் காணலாம். 'காங்கிரஸே தமிழைக் காத்தது' என்று காங்கிரஸ் ஏடான 'பாரததேவி' எழுதியபோது, அதன் பார்ப்பனச் சார்பாளர்களைச் சுட்டக் 'காப்பிக்கடை முண்டங்கள்' என்று பாரதிதாசன் எழுதியதும் இங்கே கருதத்தக்கது.[61] இதே அளவு காட்டத்தோடு, 'அஞ்சாநெஞ்ச'னும் பின்வருமாறு எழுதுகிறார்:

> ஐயர்மார்கள் காபி கிளப் வைக்கக் கிளம்பிவிட்டார்கள் . . . இந்த வேலை அவ்வளவு கஷ்டமில்லை. முதலும் அதிக மாகத் தேவையில்லை. அதிகமான புத்தியும் தேவை யில்லை . . .

> காபி கிளப்பில் இருக்கிற ஆசாமிகள் காலையில் மூஞ்சி கூடக் கழுவுகிறதில்லை. பல்விளக்கிறதெல்லாம் நடுப் பகலில்தான். சந்தியாவந்தன சங்கதி சொல்ல வேண்டிய தில்லை. ஆசாரம் கொலை பண்ணப்படுகிற இடம் காபி கிளப்தான் . . . வாயில் கவ்விக்கொண்டு காபியைக் குடித்துவிட்டு கறுப்புத் துரைமார்கள் கீழே சட்டியையும் குவளையையும் வைத்துவிடுவர். உடனே திவ்யமான ஐயரொருவர் வருவார். தோளில் ஒரு கரிபிடித்த துண்டு இருக்கும். அதை எடுத்து அந்த நாற்காலியில் சிந்தியிருக்கும் எச்சற்காப்பியை . . . அழுத்தமாகத் தேய்த்து விட்டுத் தோளிற் போட்டுக் கொள்வார்.[62]

இவ்வாறு, காப்பி மட்டுமல்லாமல் காப்பி விடுதியும்கூடப் பார்ப்பனர்களோடு இனங்காணப்பட்டது. இவ்விடுதிகளில் இருந்த பார்ப்பனர்கள் ஆதர்ச பிராமணர்களாக இல்லாமை, நவீனத்தைப் பார்ப்பன நடுத்தர வர்க்கம் எதிர்கொண்ட முறையில் இருந்த இருதலை நிலையைக் காட்டுவதாகக் கொள்ள லாம். இந்தக் காப்பி விடுதிகள் சுகாதாரக் கேடானவை; ஊழியர்கள் அழுக்குப் பிடித்தவர்கள்; கலப்படப் பாலும் நோய்க் கிருமிகளும் மிகுந்தவை என்று பலபட, ஓயாமல் கண்டிக்கப்பட்டதைப் பரக்கக் காண முடிகின்றது.[63] நகரங் களில் நவீன வாழ்க்கைமுறை ஏற்படுத்திய சிக்கல்களைச் சமாளிப்பதில் ஏற்படும் பண்பாட்டு நெருக்கடியையும் இக்குற்றச் சாட்டுகள் காட்டுகின்றன.

சாதி ஒழுங்கின் உடைவைப் பற்றிய கவலையைச் சுகாதாரம் என்ற சொல்லாடலுக்குள் நுவல முற்பட்ட நடுத்தர வர்க்க அறிவாளர்கள் பலர் இருக்க, சிலர் இதனை வேறு வகையாகவும் பார்க்க முனைந்தனர். முன்னர்க் குறித்த நகைச் சுவை அகராதி, “வறட்டுப் பிராமண ஆசாரத்தை உடைத் தெறிய இறைவனாலனுப்பப்பட்ட தூத”னாகக் காப்பி விடுதி யைக் குறிப்பிடுகிறது.[64] ஜி.ஏ. நடேசன் ஒருபடி மேலே சென்று, “எவ்வளவு அமைதியாக, ஆனால் எவ்வளவு செயலூக்கத்தோடு இந்தக் காப்பி விடுதிகள் சாதி வேற்றுமையைச் சமப்படுத்தி விட்டன! கல்வியோ சட்டங்களோ இந்த வேலையை இவ்வளவு விரைவாகச் செய்திருக்க முடியுமா?”[65] என்று பெருமையடித்துக் கொண்டார். இந்தப் பெருமை பாராட்டலுக்குப் பின்னே ஒளிந்திருந்த உண்மை ஒன்றுண்டு; இந்த விடுதிகளில் பார்ப்பனர்களுக்கென்றே தனியாக இட ஒதுக்கீடு இருந்தது. குருகுலங்களிலேயே சாதி வேற்றுமை இருந்தபோது, உணவு விடுதிகளைப் பற்றிக் கேட்பானேன்! காப்பி விடுதிகளில் சாதி வேற்றுமை பாராட்டக்கூடாதென்று 1933இல் பொள்ளாச்சி

நகர்மன்றம் புது விதி கொண்டுவந்தபோது, தனிநபர் சுதந்திரத்தில் தலையிடக் கூடாது என்று பி.எஸ்.சிவசாமி அய்யர் வாதாடி இருக்கிறார்.⁶⁶ ஆகவேதான் அயோத்திதாசப் பண்டிதரும்,

> இந்தியன் நாஷனல் காங்கிரஸ் கமிட்டியாரும் பிராமணரென்போர் வைத்துள்ள காப்பி ஓட்டல்களைக் கவனித்தார்கள் இல்லை போலும். யாவராயிருப்பினும் துட்டுகொடுத்தாலே காப்பிக் கொடுப்பார்களன்றி துட்டுகொடாமல் காப்பி கொடுக்கமாட்டார்கள். அவ் வகை துட்டு கொடுத்து தங்கள் தாகத்திற்குக் காப்பி கேட்கும் கிறிஸ்தவர்கள், பஞ்சமர்கள், மகமதியர்கள் இம் மூவகுப்பாருக்கும் அவ்விடத்தில் உள்ளே வரக் கூடாதென்று தங்கள் ஓட்டல் முகப்பில் பலகையில் எழுதித் தொங்க வைத்திருக்கின்றார்கள்⁶⁷

என்று கருத்துரைத்து, இவர்கள் கையில் சுயராஜ்யம் கொடுத்தால் ஊருக்குள்ளே குழாய் நீரையும் பெறமுடியாதவாறு பலகை வைத்துவிடுவார்களோ என்ற அச்சத்தையும் அவர் வெளிப் படுத்தியுள்ளார். சுயமரியாதை இயக்கம் வலுவாக இயங்கத் தொடங்கிவிட்ட காலத்திலுங்கூட

> சர்வகுண்டித் தீர்த்தம்போல் வழங்கும் காப்பிக் கடையில் கூடச் சமத்துவம் கிடையாது. அங்கும் 'பிராமணன்' 'சூத்திரன்' பலகை தொங்கிக்கொண்டு, 'பஞ்சமனும் பெருவியாதிக்காரனும் நாயும் உள்ளே பிரவேசிக்கக் கூடாது' என்கின்ற அறிவிப்புப் பலகை வெளியில் வைக்கப் பட்டும் இருக்கிறது⁶⁸

என்று பெரியார் கடிந்தெழுதும் நிலை இருந்தது.

1940களில் இந்தப் பிரிவு நீக்கப்பட்ட பிறகும், விடுதிகளின் பெயர்களில் 'பிராமணாள்' என்ற பெயர் எஞ்சி இருப்பதைக் கண்டித்துப் பெரியார் ஓர் இயக்கம் நடத்தினார். இரயில்வே நிலைய உணவகங்களில் இருந்த பிரிவினையும் பெரியாரின் போராட்டங்களுக்குப் பிறகே மறைந்தன. 1950களின் தொடக்கத்தில் சென்னைத் திருவல்லிக்கேணி 'முரளி கஃபே' எதிரில் அவர் நடத்திய போராட்டம் புகழ்பெற்றது.

> சாதியின் அனுபவ ஆதிக்கமெல்லாம் பெரிதும் உணவி னாலேதான் வரையறுக்கப்படுகிறது; சாதியை ஒழிக்க வேண்டுமென்கிறவர்கள், அந்த உணவுத் தன்மையில்தான் ஒழிக்கப் பாடுபட வேண்டும். அப்படியிருக்க, எதற்காக உணவு விடுதியில் சாதிப்பெயர் போட அரசாங்கம் அனுமதிக்க வேண்டும்⁶⁹

என்ற பெரியாரின் கேள்வி ஆழ்ந்த மானுடவியல் நுட்பம் செறிந்தது.

காப்பி x தேநீர்

காப்பி பற்றிய எந்தக் கதையும் தேநீரைப் பற்றிப் பேசாமல் நிறைவுபெற முடியுமா? தமிழ்நாட்டு – பார்ப்பன – நடுத்தர வர்க்கத்தின் பண்பாட்டு அடையாளமாகக் காப்பி கட்டமைக்கப் பட்ட அதே அசைவியக்கத்தின் மறுபுடையாக, காப்பியின் பிறிதாக (Other) தேநீர் கட்டமைக்கப்பட்டது. காப்பியும் அதன் நுகர்வோரும் யாராக இல்லையோ அவர்களோடு தேநீரும் அதைப் பருகுவோரும் இனங்காணப்பட்டனர்.

நகர்சார்ந்த பாட்டாளி வர்க்கத்தோடு தேநீர் தொடர்பு படுத்தப்பட்டது. இந்தியத் தேயிலையின் பயன்பாட்டை அதிகப்படுத்துவதற்காக நிறுவப்பட்ட 'தேயிலைச் சந்தை விரிவாக்க வாரிய'த்தின் (Tea Market Expansion Board) விளம்பரங் களெல்லாம் நகர்சார்ந்த உழைக்கும் மக்களை நோக்கியனவாகவே அமைந்துள்ளன. (இத்தகைய விளம்பர வாசகங்களை எழுதுபவர் புதுமைப்பித்தனின் 'ஒருநாள் கழிந்தது' சிறுகதையின் முருகதாசர் என்பது நினைவில் கொள்ளத்தக்கது.) "குறைந்த விலை! நிறைந்த குணம்!"[70] என்று கூவியது ஒரு விளம்பரம். மலிவான விலை என்பது தேநீரைப் பாட்டாளி வர்க்கப் பானமாக முன் வைப்பதற்குக் காரணமாகச் சொல்லப்பட்டது. "ஒரு பைசா செலவில் ஐந்து குவளை பருகலாம்" என்றும் ஒரு விளம்பரம் ஆசை காட்டியது.[71]

> தொழிலாளர்களுக்கு, இந்திய தேத்தண்ணீரைவிட, உயர்ந்த பானம் வேறில்லை. விலை மிகவும் மலிவு. ஒரு தம்பிடிதான் ... நீங்கள் களைப்படைந்திருக்கும் சமயத்தில், உங்களுடைய களைப்பை நீக்கி, அதிக சுகத்தைக் கொடுக்கும் பானம், இந்தியத் தேயிலையே. கோடான கோடி இந்திய தொழிலாளர்களுக்கு சந்தோஷத்தையும், சுறுசுறுப்பையும் கொடுக்கும் பானம் இந்திய தேயிலையே.
>
> குறைந்த விலை   ஒரு தம்பிடி ஒரு கப்பு[72]

இதே வாரியம் வெளியிட்ட ஒரு தொடர் விளம்பரம், ஒரு தீயணைப்புப் படைவீரர் தேநீர் குடிக்கும் படத்தைக் கொண்டுள்ளது. "சாயாதான் அவனுக்கு உயிர்" என்கிறது விளம்பர வாசகம். இந்த விளம்பர வரிசையில் ஒரு மாலுமியும் இடம்பெற்றுள்ளார்.[73]

வட இந்தியாவில் சாதி, வர்க்கம் ஆகியவற்றுக்கு அப்பாற் பட்ட பானமாக விளங்கிய தேநீர், இன்றளவும்கூடத் தமிழகத்தில்

உழைக்கும் மக்களின் பானமாக விளங்குவதைக் காணலாம். 1940களையொட்டி இந்த நிலைமை நிறுவனமயப்படுத்தப்பட்டு விட்டது என்று சொல்லலாம். காட்டாக, சென்னையின் பின்னி ஆலைகளின் நிர்வாகம், இந்தியத் தேயிலைச் சந்தை விரிவாக்க வாரியத்துடன் இணைந்து, ஆலைத் தொழிலாளர்களுக்கு நாலணா மாதக் கட்டணத்தில் நாளுக்கு ஒரு குவளை தேநீர் வழங்கியுள்ளது.[74] தமிழகமெங்கும் – சென்னை, கோவை, மதுரை, தூத்துக்குடி, திருச்சி – இருந்த தொழிற்சாலைகளில் தொழிலாளர்களுக்குத் தேநீர் மட்டுமே வழங்கப்பட்டது என்று தொழிற்சட்ட நிர்வாக ஆண்டறிக்கை (1943) அறிவிக்கின்றது. 'மவுண்ட் ரோடு மகாவிஷ்ணு'வான 'இந்து' நாளேடு மட்டுமே தன் அச்சகத்தில் காப்பி வழங்கியிருக்கின்றது.[75]

இந்தப் பின்னணியில், தமிழக நடுத்தர வர்க்கம் தேநீரைப் பாட்டாளி வர்க்கத்தோடு – முக்கியமாக, நகரத்து ரிக்ஷாக்காரர்களோடு – இனங்கண்டதில் வியப்பில்லை. இன்றளவும் இந்தப் பிரிவினை நிலவுவதைக் காணலாம். தெருவோரத்திலுள்ளவை எல்லாம் 'டீக்கடை' என்றுதானே அழைக்கப்படுகின்றன. தலைவலி, காய்ச்சல் என்னும்போது மட்டுமே காப்பியையும் பிற சமயங்களிலெல்லாம் தேநீரையும் குடிக்கும் தொழிலாளர் வர்க்கத்தினரைப் பார்க்கலாம். நடுத்தர வர்க்கம் ஓட்டல்களுக்குச் செல்கின்றது. 'காப்பி' என்ற முன்னொட்டு இல்லாமல் வெறும் ஓட்டல்களாக அவை விளங்குகின்றன. சிற்றுண்டியைத் தவிரத் தேநீரல்லாமல் காப்பி மட்டுமே அங்குப் பெரும்பாலும் பரிமாறப்படுகின்றது. நல்ல தேநீரை ஓட்டலில் குடிக்க விரும்புவோர் பெரும்பாலும் முஸ்லிம்கள் நடத்தும் மிலிட்டெரி ஓட்டல்களை நாடுகின்றனர். இதனால்தான் "நீ என்னடா சுத்த பைத்தியக்காரனாக இருக்கிறாய்!" என்று சொல்லுவதைப் போல், "நீ என்னடா, பார்ப்பான் கடையில் டீ குடிக்கிறவனாக இருக்கிறாய்!" என்பாராம் புதுமைப்பித்தன். இதை நினைவுகூரும் கு. அழகிரிசாமி, "ஐயர் கடையில் காபியும், முஸ்லிம் கடை நாயர் கடைகளில் டீயும் குடிக்க வேண்டும் என்பது அவர் கருத்"தென விளக்கம் அளிக்கிறார்.[76]

முடிவுரை

அலைகடலுக்கு அப்பாலிருந்து வந்த காப்பி முதலில் ஐரோப்பியர் பருகும் பானமாக விளங்கியது. பத்தொன்பதாம் நூற்றாண்டின் இறுதியிலிருந்துதான் தமிழக மக்கள் அதைப் பருகத் தொடங்கினர். தொடக்கத்தில் இதற்குப் பெரும் எதிர்ப்புக் கிளம்பியது. உடல் நலத்துக்கு ஊறு விளைவிப்பது, அந்நியப் பண்பாட்டை நுழைத்துத் தமிழ்/இந்தியப் பண்பாட்டைச்

சீரழிக்க வல்லது, முக்கியமாகத் தேசத்தின் நாட்டுப்புறங்களையும் பெண்களையும் கெடுக்கக்கூடியது என்ற பாங்கில் அமைந்த விமரிசனங்கள், பார்ப்பனர் மேலாண்மையோடு அமைந்த நடுத்தர வர்க்கம் காப்பியைக் கைவயப்படுத்தியதன் மூலம் அடங்கத் தொடங்கின. 1920கள் முதல் 1940கள் வரை – காப்பி தமிழகப் பண்பாட்டில் நிலைபெற்ற காலகட்டம் – பல்வேறு சொல்லாடல்களில் அது இடம் பெற்றது. குடிப்பதற்குரிய பானமாக மட்டுமல்லாமல், சிந்திப்பதற்குரிய பொருளாகவும் அமைந்த காப்பி, ஓர் உருவகமாய்ப் பலவற்றையும் துலக்கம் பெறவைத்தது. காப்பி ஓட்டல் என்ற அமைப்போடு அது நிறுவனமயமாக்கமும் பெற்றது. இதன் மறுபுடையாகத் தேநீர் என்பது பாட்டாளி வர்க்கப் பானமாக அடையாளப்படுத்தப் பட்டது.

சான்றுக் குறிப்புகள்

1. *ஆனந்த விகடன்*, 24 அக்டோபர் 1943.
2. தி. க. சண்முகம், *எனது நாடக வாழ்க்கை*, வானதி பதிப்பகம், சென்னை, 1986, (மு. ப. 1972), ப. 66.
3. தி.ஜ.ர., *பொழுதுபோக்கு*, கலைமகள் காரியாலயம், சென்னை, 1953 (மு. ப. 1942). இந்நூற் கட்டுரைகள் 1930களின் பிற்பகுதியில் *ஹனுமான்* இதழில் எழுதியவை.
4. George Watt, *The Commercial Products of India*, London, 1908; ஏ.கே. செட்டியார், *குடகு*, குமரிமலர் காரியாலயம், சென்னை, 1967, ப. 121; பி. ஜி. எல். சாமி, *போதையின் பாதையிலே*, வாசகர் வட்டம், சென்னை, 1978, ப. 159; Claudia Roden, *Coffee*, Penguin, Harmondsworth, 1981; K.T. Achaya, *Indian Food : A Historical Companion*, Oxford University Press, Delhi, 1994, ப. 229–30. மேலும் காண்க: Irfan Habib, *The Agrarian System of Mughal India, 1556 – 1707*, Asia Publishing House, Bombay, 1963, p.46.
5. S. Muthiah, *A Planting Century : The First Hundred Years of the United Planters' Association of Southern India, 1893-1993*, Affiliated East–West, New Delhi, 1993.
6. *தமிழன்*, 17 ஆகஸ்டு 1910; ஞான. அலாய்சியஸ் (ப – ர்), *அயோத்திதாசர் சிந்தனைகள்*, I, நாட்டார் வழக்காற்றியல் ஆய்வு மையம், பாளையங்கோட்டை, 1999, ப. 273.

7. *Madras District Gazetteers : Tanjore, Madras, 1906, p.65.*
8. *Tinnevelly District Gazetteer, Madras, 1917, p.105.*
9. மு. அருணாசலம், *நிழலருமை வெய்யிலிலே, சக்தி,* சென்னை, 1944, ப. 28.
10. 'அஞ்சாநெஞ்சன்', *நமது பலசரக்குக் கடை, காரைக்குடி,* துன்மதி ஆண்டு, ப. 78.
11. கி. ராஜநாராயணன், *கரிசல்காட்டுக் கடுதாசி,* அன்னம், சிவகங்கை, 1991, ப. 73.
12. சூளை முனிசாமி முதலியார், *இங்கிலேண்டு காப்பிக்கும் இண்டியன் பழயதுக்கும் நேர்ந்த சண்டைச் சிந்து,* சூளை, சென்னை, 1914. இதே போன்ற மற்றொரு வெகுஜனப் பாட்டுப் புத்தகம்: கும்பகோணம் ஜி. இராமச்சந்திரன், *காப்பிக்கும் பழையதுக்கும் சண்டை, தேத்தண்ணீர் மத்திசம்,* சென்னை, 1918 (இரண்டாம் பதிப்பு).
13. 'ராக்கி', 'ஒரே ஒரு கப் காப்பி', *சக்தி,* பிப்ரவரி 1947.
14. *கிராம ஊழியன்,* 16 மார்ச் 1947, விளம்பரம்.
15. 'காப்பிக்குடியின் கேடு', *லோகோபகாரி,* 21 ஜூன் 1928.
16. *தமிழர் நேசன்,* டிசம்பர் 1923.
17. 'காப்பி ஹோட்டல்களின் சீர்கேடான நிலைமை', *நவசக்தி,* 15 ஜூன் 1927.
18. *தமிழர் நேசன்,* டிசம்பர் 1923.
19. 'அஞ்சாநெஞ்சன்' *நமது பலசரக்குக்கடை,* ப. 18
20. பி.ஸ்ரீ, *நான் அறிந்த தமிழ் மணிகள்,* வானதி, சென்னை, 1971, ப. 69. காந்தியின் சீடர்கள் காப்பி குடிக்கலாமா என்று சீண்டலாகக் கேள்வி கேட்கும் அளவுக்குக் காப்பி பற்றிய கண்டனம் காந்தியச் சொல்லாடலோடு இணைந்திருந்தது. 'யாதரா மார்க்கம்', *மணிக்கொடி,* 15 செப்டம்பர் 1937.
21. ஸ. ராஜாராம், 'ஸ்திரீ புருஷர்களின் அன்யோன்யமதி கமாவதெப்படி?' *Stri-Dharma,* ஜூன் 1926.
22. மறைமலையடிகள், *மக்கள் நூறாண்டு உயிர் வாழ்க்கை,* சைவ சித்தாந்த நூற்பதிப்புக் கழகம், சென்னை, 1976, ப. 205-6 (மு.ப. 1933).

23. *'Of Tamil Women', Young India,* 25 ஆகஸ்டு 1921.

24. *Stri-Dharma,* ஜுன் 1926.

25. 'காப்பிக்குடியின் கேடு', *லோகோபகாரி,* 21 ஜுன் 1928. (இதேபோன்ற விமரிசனத்தை *ஊழியன்,* 11 ஆகஸ்டு 1925 இதழிலும் காணலாம்.)

26. மேலது.

27. மறைமலையடிகள், *மக்கள் நூறாண்டு உயிர் வாழ்க்கை,* ப. 206.

28. 'அஞ்சாநெஞ்சன்', *நமது பலசரக்குக் கடை,* ப. 78; மேலும் காண்க, ஏ.கே. செட்டியார், *குடகு,* ப. 122; பி.ஜி.எல். ஸ்வாமி, *போதையின் பாதையிலே,* ப. 156–7

29. *சுதேசமித்திரன்* (வாரப்பதிப்பு), 7 நவம்பர் 1943.

30. க.நா. சுப்ரமண்யம், *விமரிசனக் கலை,* நர்மதா, சென்னை, 1984 (மு.ப. 1959), ப. 120.

31. *கலைமகள்,* தொகுதி 2 (1932 – 33), ப. 1165.

பகடி இலக்கியக்காரர்களைக் காப்பி மிகவும் கவர்ந்திருக்கிறது. பாரதியின் வசன கவிதையின் அமைப்பில் நையாண்டி பாரதி (வல்லிக்கண்ணனின் புனைபெயர்) எழுதிய பகடியின் ஒரு சிறு பகுதி இதோ (*கிராம ஊழியன்,* 1 மார்ச் 1945):

**காப்பி இனிது. அதில் கலந்துள்ள எல்லாம்
இனிமையுடையது.
காப்பிப் பொடி இனிது. சர்க்கரை இனியது. பால் இனியது.
பால் இனிது. காப்பி நன்று.
பாலும் காப்பியும் சேர்ந்தே இனிமையுடைத்து.
அது அமுதம். அது ஜீவசத்து.
சோர்வுக்கு எமன். தூக்கத்திற்கு விழிப்பு. விழிப்புக்கு
இனிமை**

காப்பி நன்று. அது வாழ்க!

32. கி. ராஜநாராயணன், *கரிசல்காட்டுக் கடுதாசி,* ப. 75.

33. வத்ஸலா, *சுயம்,* ஸ்நேகா, சென்னை, 2000, ப. 7 (ஞானக்கூத்தன் அணிந்துரை).

34. ஏ.கே. செட்டியார், *குடகு,* ப. 125.

35. *சூறாவளி,* 25 ஜுன் 1939; மேலும் காண்க, S. Muthiah, *A Planting Century,* ப. 126.

36. *ஆனந்த விகடன்*, 24 அக்டோபர் 1943.

37. *சக்தி*, பிப்ரவரி 1947.

38. *நவசக்தி*, 2 நவம்பர் 1923.

39. அ. மார்க்ஸ், *உடைபடும் புனிதங்கள்*, விடியல், கோயம்புத்தூர், 1997.

40. கி. ராஜநாராயணன், *கரிசல்காட்டுக் கடுதாசி*, ப. 74.

41. தி.ஜ.ர., *பொழுதுபோக்கு*, ப. 1.

42. மேலது, ப. 168.

43. வே. முத்துஸாமி அய்யர், *தனிப்பாக் கோவை*, மதுரை, 1919, ப. 115.

44. சிட்டி, 'ஒரு கப் காப்பி', *மணிக்கொடி*, 29 செப்டம்பர் 1934. ஏ.ஜே. கார்டினர், ஹிலேர் பெலாக் பாணியில் எழுதப்பட்ட இந்த நகைச்சுவைக் கட்டுரையை ஓர் உயர்ந்த இலக்கியக் கட்டுரையாக *கலா மோஹினி* (15 ஆடி, சித்ரபானு) பின்னாளில் பாராட்டி எழுதியது. மேலும் காண்க: 'நகர சஞ்சாரம்: காப்பி இலக்கியம்', *சிவாஜி*, 18 மே 1947.

45. ஏ.கே. செட்டியார், *உலகம் சுற்றும் தமிழன்*, சென்னை, 1957, ப. 125 (பத்தாம் பதிப்பு); 'காப்பி ஹோட்டல்' கட்டுரை முதலில் *ஆனந்த விகடனில்* (24 அக்டோபர் 1943) வெளிவந்தது.

46. *கதையின்கதை*, கலைமகள், சென்னை, 1957, ப. 6 – 7. (1942இல் பல்வேறு எழுத்தாளர்கள் தம் எழுத்தனுபவங்கள் பற்றி எழுதிய கட்டுரைகள்.)

47. மு. அருணாசலம், *நிழலருமை வெய்யிலிலே*, சென்னை, 1944.

48. S.V.V., *Soap Bubbles and More Soap Bubbles*, Madras, 1988, p.98 (I ed.1946).

49. மு. அருணாசலம், *இன்றைய தமிழ் வசன நடை*, சென்னை, 1945, ப. 18.

50. மேலது, ப. 67.

51. தி.ஜ.ர., *யோசிக்கும் வேளையிலே*, சென்னை, 1952, ப. 39 – 40.

52. 'தனித்தமிழ் ஏன்', *முல்லை*, இதழ் எண் 4 (1946).

53. ஏ.கே. செட்டியார், *குடகு*, ப. 125.

54. *ராஜாஜி கட்டுரைகள்*, சென்னை, 1955, ப. 12–3.

55. உ.வே. சாமிநாத அய்யர், *நல்லுரைக் கோவை 2*, சென்னை, 1991, ப. 53. இக்கட்டுரை 1933இல் சென்னையில் நிகழ்ந்த தமிழன்பர் மாநாட்டுத் தலைமையுரையாகும்.

56. வே. ஆனைமுத்து (ப – ர்), *பெரியார் ஈ.வே.ரா. சிந்தனைகள் 2*, சிந்தனையாளர் மன்றம், திருச்சி, 1974, ப. 922.

57. G.A. Natesan, 'Changing Times', *Indian Review*, ஆகஸ்டு 1938.

58. ஏ.கே. செட்டியார், *உலகம் சுற்றும் தமிழன்*, ப.125–6.

59. *நவசக்தி*, 29 அக்டோபர் 1926.

60. *சக்தி*, பிப்ரவரி 1947.

61. *குயில்*, 15 ஆகஸ்டு 1948.

62. 'அஞ்சாநெஞ்சன்', *நமது பலசரக்குக் கடை*, ப. 79.

63. 'காப்பி ஹோட்டல்கள் : ஜனங்களுக்கு ஏற்படும் கெடுதல்கள்', *நவசக்தி*, 2 நவம்பர் 1923; 'காப்பி ஹோட்டல்களின் சீர்கேடான நிலைமை', *நவசக்தி*, 15 ஜுன் 1927; சு.அ. இராமசாமிப் புலவர், *இலாகிரிப் பொருள்களா? எமதூதர்களா?*, சென்னை, 1955, ப. 26.

64. *நவசக்தி*, 29 அக்டோபர் 1926.

65. *Indian Review*, ஆகஸ்டு 1938.

66. *காந்தி*, 6 நவம்பர் 1933.

67. *அயோத்திதாசர் சிந்தனைகள்*, ஐ, ப. 273.

68. *குடிஅரசு*, தலையங்கம், 3 ஜுலை 1938; வே. ஆனைமுத்து (ப – ர்), *பெரியார் ஈ.வெ.ரா. சிந்தனைகள்*, ப. 1783–4.

69. மேலது, ப. 1849.

70. *மணிக்கொடி*, 2 பிப்ரவரி 1936.

71. *Stri-Dharma*, ஆகஸ்டு – செப்டம்பர் 1935.

72. மணிக்கொடி, 2 பிப்ரவரி 1936.
73. சுதேசமித்திரன் (வாரப் பதிப்பு), 23 மே 1943; 21 நவம்பர் 1943.
74. அரசாணை எண் 1527, பொதுப்பணி (தொழிலாளர்), 30 ஜூலை 1943, சென்னை அரசாங்கம்.
75. அரசாணை எண் 2092, பொதுப்பணி, 22 ஜூலை 1944, சென்னை அரசாங்கம்.
76. கு. அழகிரிசாமி, *நான் கண்ட எழுத்தாளர்கள்*, சென்னை, 1988, ப. 102 (மு.ப. 1961).

இக்கட்டுரையின் ஆங்கில வடிவம் கே.என். பணிக்கர் வாகமனில் (கேரளம்) ஏற்பாடு செய்த பண்பாட்டுப் பயிலரங்கில் முதலில் அளிக்கப்பட்டது. அதன் பிறகு, ஐதராபாத், திருநெல்வேலி, பாரீஸ், இலண்டன், சிகாகோ, நியுயார்க் ஆகிய இடங்களில் பல்கலைக்கழகக் கருத்தரங்குகளில் முன்வைக்கப்பட்டது. பலருடைய கருத்துரைகள் கட்டுரையைச் செப்பம் செய்வதற்கு உதவியிருக்கின்றன.

இதன் சுருங்கிய வடிவம் காலச்சுவடு (30), ஜூலை – ஆகஸ்டு 2000 இதழில் வெளிவந்தது.

~~

புகையிலை: பயன்பாடும் பண்பாடும்

இந்திய வரலாற்றின் முக்கியமானதொரு கட்டம் போர்த்துக்கீசியர், ஒல்லாந்தர், ஆங்கிலேயர், பிரெஞ்சு நாட்டினர் முதலான வெள்ளையர் வருகையுடன் தொடங்குகிறது. இவர்களோடு ஏற்பட்ட தொடர்பினால் இந்தியச் சமூகத்தின் பல்வேறு தளங்களும் தாக்கம் பெற்றன. அரசியலி லும் பொருளாதாரத்திலும் இத்தாக்கம் பெருமள வுக்கு ஆராயப்பட்டுள்ளது எனலாம். ஆனால் சமூகப் பண்பாட்டுத் துறைகளில் இவ்வாய்வு விரிவாக மேற்கொள்ளப்பட்டுள்ளது என்று சொல்ல முடியாது.[1]

திரைகடலோடித் திரவியம் தேடிவந்த வெள்ளையரோடு இந்திய மண்ணுக்குப் பல புதிய பொருள்களும் தொழில்நுட்பமும் உடன் வந்தன. இன்று அன்றாடப் பொருள்களாகி விட்டவற்றுள் பல, சென்ற சில நூற்றாண்டு களுக்குள்தான் தமிழகத்துக்குள் நுழைந்தன என்று சொன்னால் நம்புவது கொஞ்சம் சிரமமாக இருக்க லாம். நிலக்கடலையும், அதிலிருந்து பெறப்படும் கடலை எண்ணெய்யும், உருளைக்கிழங்கும், மிளகா யும், அன்னாசிப்பழமும் இத்தகைய புதுப்பொருள் களே. இதைக் கவனத்தில் கொண்டால், வரலாற்று நாவல் எழுதும் ஜெயமோகனின் விஷ்ணுபுரச் சத்திரத்தில், ஐரோப்பியர் வருகைக்குப் பல நூற்றாண்டுகளுக்கு முன்னரே மிளகாய் உண்ணும் காலவழு ஏற்பட்டிராது.

ஆ.இரா. வேங்கடாசலபதி

தமிழகத்தின் பொருண்மைப் பண்பாட்டை (material culture) ஆராயும் ஆர்வம் அண்மையில் ஏற்பட்டுள்ளது மகிழ்ச்சி தரும் செய்தி. தொ.பரமசிவனின் 'அறியப்படாத தமிழகம்' (1997) நூல் இவ்வகையில் முக்கியமானது. உப்பு, எண்ணெய், உரல், உலக்கை, தேங்காய் எனத் தமிழரின் அன்றாடப் பயன்பாட்டுப் பொருள்களைப் பற்றிய வரலாற்று நோக்கோடு இயைந்ததொரு பண்பாட்டுப் பார்வையைத் தொ.பரமசிவன் வழங்கியுள்ளார்.

இந்தப் பின்னணியில், தமிழ்ப் பண்பாட்டில் புகையிலை உட்செரிந்த கதையைக் காண்போம்.

'வந்த புகையிலை'

சுருட்டு, சிகரட்டு, பீடி, மூக்குப்பொடி எனப் பல்வேறு வடிவங்களிலும், வெற்றிலையோடும் இன்றைக்கு மக்களில் பெரும்பாலானோர் புகையிலையைப் பயன்படுத்துகின்றனர். வெறும் புகையிலையை வாயில் குதப்புவோரும் உண்டு.

வெள்ளையர் வாயிலாகத்தான் புகையிலை இந்தியாவுக்கு வந்தது. ஐரோப்பியர் அமெரிக்கக் கண்டத்தைப் பதினைந்தாம் நூற்றாண்டின் இறுதியில் 'கண்டுபிடித்த'போது புகையிலை யையும் முதன்முதலாகக் கண்டனர். போர்த்துக்கீசியர் வரவால் பதினேழாம் நூற்றாண்டுத் தொடக்கத்தில், அக்பரின் ஆட்சிக் காலத்தில் இந்தியாவுக்குப் புகையிலை வந்தது.[2] தென்னாட்டைப் பொறுத்தவரை பதினாறாம் நூற்றாண்டின் கடைப்பகுதியிலேயே திருநெல்வேலிப் பகுதியில் புகையிலை அறிமுகப்படுத்தப்பட்டு விட்டது.[3] 1618ஆம் ஆண்டளவில் பிஜாபூர், கோல்கொண்டா பகுதிகளில் குறிப்பிடத்தக்க அளவுக்குப் புகையிலை பயிர் செய்யப்பட்டு வந்ததாகத் தெரிகிறது.[4]

பத்தொன்பதாம் நூற்றாண்டின் முதல் இரு ஆண்டுகளில் சென்னையிலிருந்து மைசூர், கர்நாடகம், மலபார் ஆகிய பகுதிகளில் பயணம் மேற்கொண்ட பிரான்சிஸ் புக்கானன், கர்நாடகத்திலும்,[5] மலபார், கோயம்புத்தூர் பகுதிகளிலும்,[6] மைசூர் சமத்தானத்திலும்[7] பரந்த அளவில் புகையிலை பயிர் செய்யப்பட்டு வந்ததாகக் குறிப்பிடுவார். மதுரை, திருச்சி,[8] நெல்லை[9] ஆகிய பகுதிகளிலும் புகையிலை சிறப்பாகப் பயிர் செய்யப்பட்டு வந்தது. அழகன்குளம், பரத்தைவயல், காங்கேயம், யாழ்ப்பாணம் ஆகியவற்றைப் புகையிலை சிறப்பாக விளையும் இடங்களாகப் 'புகையிலை விடு தூது' ஆசிரியர் குறிப்பார்.[10]

புகையிலைப் பயிரின் விரிவாக்கத்திற்குச் சில புறக்காரணி களும் நிலவின. வெள்ளையராட்சிக் காலத்தில் நிலத்தீர்வை

தானியமாகவன்றிப் பணமாகக் கட்டவேண்டிய நிலைமை ஏற்பட்டது. மேலும் இங்கிலாந்து நாட்டின் தொழிற்சாலைகளுக்குத் தேவையான கச்சாப் பொருளை விளைவிக்க வேண்டியதன் காரணமாகவும் உணவுப்பயிர்களையன்றி, சந்தையில் விற்கத் தகுந்த பருத்தி முதலான பணப்பயிர்களை விளைவிக்க வேண்டியதாயிற்று. இதனால் புகையிலையைப் பயிரிடுவதும் மிகுந்தது. புகையிலை பயிரிடல் ஏற்றுக்கொள்ளப்பட்ட பின்னரும் சாகுபடியும் உற்பத்தித் திறனும் குறைவாகவே இருந்தன. விளைவை அதிகப்படுத்தும் முயற்சியாகப் புதிய வகைப் புகையிலைச் செடிகளும் கொண்டுவரப்பட்டன. 1870ஆம் ஆண்டளவில் சைதாப்பேட்டை அரசாங்கப் பண்ணையில் செய்யப்பட்ட சோதனைகளும் தோல்வியே அடைந்தன.[11]

மேலும், இந்தியப் புகையிலைக்குரிய சந்தை உள்நாட்டுச் சந்தையாகவே விளங்கியது. இங்கிலாந்து நாட்டுச் சந்தையில் அதனை வாங்குவாரில்லை. இந்திய, ஐரோப்பிய மக்களுக்கிடையே இருந்த சுவை வேறுபாடே இதற்கு அடிப்படைக் காரணம். காரமும் கடுமையான மணமும் மிக்க புகையிலையினையே நம் மக்கள் விரும்பிப் பயன்படுத்தினர். ('காரமும் காயக் கடுமையும்' மிக்க 'மோகப்பயிர்' எனப் புகையிலையைப் 'புகையிலை விடு தூது' ஆசிரியர் கூறுவார்.) ஐரோப்பியரின் சுவையுணர்வு மென்மையை அவாவிற்று. வெள்ளையரோடு ஏற்பட்ட பழக்கத்தினால் இந்தியச் செல்வர் மட்டும், சில நறுமணப் பொருள்களோடு சேர்த்து இந்தியப் புகையிலையைப் பயன்படுத்தினர். ஐரோப்பியரின் பயன்பாட்டுக்கென உயர்வகைப் புகையிலை இறக்குமதி செய்யப்பட்டது.[12]

புகையிலையின் தன்மையை முடிவுசெய்வதில் அதன் இனவகை, விளைமுறை ஆகியன ஆற்றும் பங்கோடு, அது பண்படுத்தப்படும் முறையும் மிக முக்கியமானது. சரியாகப் பண்படுத்தப்படாத புகையிலை தன் முழுத்தன்மையையும் வெளிக்காட்டாது. புகையிலைச் சாகுபடி செய்த பெரும்பான்மையான உழவர்கள் வணிகரிடம் கடன்பட்டு நின்றனர். அறுவடை செய்ததும் புகையிலையைச் சந்தைக்கு எடுத்துச் செல்ல விரைந்த வணிகர், புகையிலை பண்படுவதற்கு வேண்டிய காலநேரத்தைத் தரவில்லை. இதன் காரணமாகவும் தென்னிந்தியப் புகையிலை தரமானதாக இல்லை என்று சொல்லப்பட்டது.[13]

புகையிலை பயிரிடுவதில் நம்மவர்க்கு முன்னனுபவம் இல்லையென்பதாலும், உழவுத் தொழில்நுட்பத்தில் பின்தங்கி இருந்தமையாலும் அத்துறையிலும் வெள்ளையரின் மேலாண்மையே நிலவிற்று; இது இனவடிவத்திலும் வெளிப்பட்டது.

புகையிலை பயிரிடல் பற்றி 1880ஆம் ஆண்டில் வெளிவந்த சிறு நூல் ஒன்று இதனைத் தெளிவாகக் காட்டும். "புகையிலையைப் பயிரிடுகிறதிலும், பதம் பண்ணுகிறதிலும் இருபது வருஷத்திற்கு அதிகமாக இந்தியாவிலும் அமெரிக்காவிலும் அநுபோகம்" பெற்ற வெள்ளைத்துரை ஒருவர், "சுதேசிகளான சிநேகிதர்களில் அநேகருடைய ஏவுதலினாலே" அச்சிறு நூலை எழுதியுள்ளார்.14 அத்துரைக்கும், இராமசாமி நாயுடு, முனிசாமி முதலி என்போர்க்கும் இடையே நிகழும் உரையாடலாக இந்நூல் அமைக்கப்பட்டுள்ளது. புகையிலையைப் பயிர்செய்யும் முறைகள் இவ்வுரையாடல் வாயிலாகச் சொல்லப்படுகின்றன. அரசியல், சமுதாயம், பண்பாடு, தொழில்நுட்பம் ஆகியவற்றில் மட்டுமன்றி இனரீதியாகவும் வெள்ளையரின் மேலாண்மை நிலவியமை தெளிவாகப் புலப்படுகின்றது. "நீர் சொல்கிறதெல்லாம் சத்தியம், ஆகிலும் எங்கள் குடிகள் அதிக அறிவீனர்களாயிருக்கிறார்களென்று மறந்துவிடுகிறீர். அப்படியிருந்தாலும் இச்சங்கதிகளையெல்லாம் அவர்களுக்கு விளங்கச் சொல்லும் போது, புகையிலையைப் பயிரிடுவதற்குத் தகுதியான இந்த ஒழுங்கை கையாளுவார்கள் என்கிறதைக் குறித்துச் சந்தேகமில்லை" என நூலிறுதியில் முனிசாமி முதலியின் வாயிலாகச் சொல்லப்படும்போது வெள்ளையரின் இன 'மேன்மை' அழுத்தமாகக் கூறப்பெறுகின்றது.15

புகையிலை வருவாய்

விதை முதலான இடுபொருள்களைக் குத்தகைதாரர்களுக்கு வழங்கி, புகையிலையைப் பயிரிடச் செய்து, விளையுளைத் தங்களுக்கு மட்டுமே விற்கும்படிப் போர்த்துக்கீசியர் கட்டாயப்படுத்தினர் என்று சு.கதிர்வேல் குறிப்பிடுகிறார்.16

புன்செய் நிலத்திலும் வீட்டுத் தோட்டத்திலும் புகையிலை பயிர்செய்யப்பட்டபொழுது வழக்கமான தீர்வை விதிக்கப்பட்டது என்றும், நெல் விளைச்சலுக்குரிய நன்செய் நிலத்தில் பயிர் செய்தால் விளைவில் பாதியை (ஏகபோக முறைப்படி) அரசுக்குக் கொடுத்துவிட வேண்டும் என்றும் புக்கானன் குறிப்பிடுகிறார்.17

புகையிலைமீது விதிக்கப்பட்ட வரியின் மூலமாகவும் அரசாங்கத்துக்கு மிகுந்த வருவாய் கிட்டியது. புகையிலையை உட்கொள்வோர் அதிக எண்ணிக்கையில் இருந்த மலபார், கர்நாடகப் பகுதிகளிலிருந்து மேலும் அதிக வருவாய் பெறுவதற்காக ஏகபோக முறை 1803ஆம் ஆண்டு தொடங்கப்பட்டது. இதன் மூலமாக ஆண்டொன்றுக்கு 4,00,000 ரூபாய்க்கும் மேலாக வருவாய் கிடைத்தது. 1847–1850ஆம் ஆண்டுகளில் 31,85,259

ரூபாய் வரும்படி கிட்டியது. இந்த ஏகபோக முறையில் புகையிலைக் கொள்முதல் முழுவதும் அரசாங்கத்தின் கைகளில் இருந்தது. உரிமங்கள் வழங்கப்பட்டுத் தனி வணிகர் மூலமாக வாடிக்கையாளர்க்குப் புகையிலை விற்கப்பட்டது. இதனால், வாடிக்கையாளர் புகையிலை வாங்கும்போது 700% முதல் 800% வரை விலை அதிகரித்தது. இவ்வாறு கொள்முதல் விலைக்கும் சில்லறை விலைக்கும் இடையே பெரும் வேறுபாடு நிலவியதால் கள்ளக்கடத்தல் மிகுந்தது. மேலும், நிர்வாகச் சிக்கல்களும் செலவுகளும் அதிகரித்ததோடு, ஊழல் மலிவதற்கும் இம்முறை தோதாக அமைந்தது. மாவட்ட ஆட்சியாளரின் காசாளர் காசி செட்டி என்பார் ஒருவர் மட்டுமே 50,000 வராகன் ஊழல் செய்தமை கண்டுபிடிக்கப்பட்டது என்றால், எந்த அளவுக்குப் புகையிலை ஏகபோகமுறை அரசாங்கத்துக்கு ஆதாயம் தருவதாக இருந்தது என்பது விளங்கும். இச்சிக்கல் களைச் சரிசெய்யும்முகமாக 1827இல் இம்முறை சீர்திருத்தப் பட்டது; என்றாலும் அவற்றைச் சீர்செய்ய இயலாமல் 1853இல் ஏகபோகமுறை முழுவதும் ஒழிக்கப்பட்டது.[18]

புகையிலை வருவாய் அதிகரித்தமை, மக்கள் புகையிலையை அதிக அளவில் பயன்படுத்தி வந்ததைக் காட்டுகிறது. இத்துணை வருவாய் கிடைத்தும் அரசாங்கத்துக்கு நிறைவு இல்லை. ஏகபோகமுறை செயற்பட்ட நாற்பது ஆண்டுகளில் மலபார் மக்கள்தொகை 50% பெருகியிருந்தாலும், புகையிலை வருவாய் 1% மட்டுமே அதிகப்பட்டிருந்ததை எண்ணிக் கவலைப்பட்டது.[19]

பண்பாட்டு உட்செரிப்பு

இவ்வாறு தென்னாட்டுக்குள் நுழைந்த புகையிலையை நம் மக்கள் எப்படி எதிர்கொண்டனர், அன்றாட வாழ்க்கையோடு எவ்வாறு அது இணைந்தது – அதாவது, நம் பண்பாட்டோடு எவ்வாறு உட்செரிந்தது என்பன மிக முக்கியமான செய்திகள். பண்பாட்டோடு முழுவதும் உட்செரிக்கப்பட்ட பொருள்கள் தமிழ்ப் பெயர்களைப் பெற்றுவிடுகின்றன. அவை காரணப் பெயர்களாகவே இருக்கின்றன. மிளகாய், உருளைக்கிழங்கு, புகையிலை என்பன இதற்கு நல்ல எடுத்துக்காட்டுகள். இவை காரணப்பெயர்களாக அமைந்தமைக்குக் காரணம் பாமர மக்களால் இச்சொல்லாக்கங்கள் செய்யப்பட்டமையே ஆகும்.[20]

புகையிலையைப் பொறுத்தவரை புகைக்கப் பயன்படும் இலை என்பதால் புகையிலை எனப் பெயர்பெற்றது. சுருட்டிப் புகைக்கப்படுவதால் சுருட்டு எனப்பட்டது.[21] காயவைத்து,

இடிக்கப்பட்டுத் தூளாக்கப்படும் புகையிலைத்தூள் மூக்கிற்குள் போடப்படுவதால் மூக்குப்பொடி எனப்பட்டது.

புகையிலை நம் மக்களிடம் அறிமுகமானபோது எப்படி அது வரவேற்கப்பட்டது என்று அறியச் சரியான சான்று எதுவும் இல்லை. ஆனால் மேலே குறித்தவாறு புகையிலைக்குக் காரணப்பெயர் அமைந்துள்ளமை மக்களிடம் அது பிணைந்து விட்டதைக் காட்டுகிறது. மேலும் புகையிலை வரி மூலமாக அரசாங்கத்துக்கு ஏராளமான நிதி கிடைத்தது என்பதும் புகையிலை பரவலாகப் பயன்படுத்தப்பட்டதைக் காட்டுகிறது. குறிப்பாக மேற்கு மலைத் தொடரை ஒட்டிய பகுதிகளான மலபார், கர்நாடகம் ஆகிய இடங்களில் புகையிலைப் பயன்பாடு மிகுதியாக இருந்தது எனத் தெரிகிறது. "ஈரப்பதம் மிக்க மலபார் பகுதி வானிலையின் காரணமாகப் புகையிலை என்பது அன்றாட வாழ்வின் இன்றியமையாத தேவையாக விளங்குகிறது. புகையிலையைப் பயன்படுத்தாதோரே இல்லை எனும் அளவுக்கு நிலைமை உள்ளது" என அக்கால அதிகாரி ஒருவர் கூறுவார்.[22]

கர்நாடகப் பகுதிகளில் புகையிலைப் பழக்கத்தைப் பற்றி புக்கானன் பின்வருமாறு கூறுவார்: "கர்நாடகத்தின் கீழ்ப்பகுதி களிலும் மேல்பகுதிகளிலும் மூக்குப்பொடி பயன்படுத்தும் பழக்கம் வங்காளத்தைவிட அதிகம். சொல்லப்போனால் வேறு எந்த நாட்டிலும் இந்த அளவுக்கு இப்பழக்கம் இல்லை. ஆனால், புகைபிடிக்கும் பழக்கம் கேவலமாக எண்ணப்படு கிறது. முஸ்லிம்களைத் தவிரப் பிறர் 'ஹுக்கா'வை அறியார். புகையிலையைச் சுருட்டிக் கீழ்நிலை மக்கள் சுருட்டுப் பிடிக்கின் றனர். ஆனால் பிராமணனொருவன் புகைபிடித்தால் சாதியி லிருந்து விலக்கி வைக்கப்படுவான். சூத்திரரிடையேயும்கூட செல்வம் மிக்கோர் புகைபிடிப்பது ஏற்றுக்கொள்ளப்படுவ தில்லை."[23] புக்கானனின் இக்கூற்று புகையிலையின் பயன்பாடு, அதன் பண்பாட்டு உட்செரிப்பு என்ற இரண்டு செய்திகளை யும் ஒருங்கே சுட்டிக்காட்டுகிறது.

பண்பாட்டு உட்செரிப்பு நிகழ்ந்தால் அது அச்சமூகத்தின் தலையாய பண்பாட்டுச் சின்னங்களான கலை இலக்கியங் களில் வெளிப்படும். அதே வேளையில், கலை இலக்கியத்தில் வெளிப்படுவதாலும் பண்பாட்டு உட்செரிப்பு நிகழ்கிறது; இவ்விருவழிப் போக்கினால் இவ்வுட்செரிப்பு செம்மை அடைகிறது. புகையிலை, பண்பாட்டோடு உட்செரித்துக் கொள்ளப்பட்டமைக்குச் சான்றாகப் பிற்காலத் தமிழ் இலக்கிய மான தனிப்பாடல்களில் அதனைப் பற்றிப் பல செய்யுள்கள்

உள்ளன. சிற்றிலக்கிய வகையில் ஒன்றான தூது வடிவத்திலும் 'புகையிலை விடு தூது' என்றவொரு சிறு நூல் உள்ளது.

சீராருந் திருநெடுமால் ஆனிரைப்பின்
  புகையிலைக்காம் பெடுத்துக் கொண்டான்
வாராரும் முலையுமைசேர் அரனேசம்
  புகையிலையில் வசிப்ப தானான்
சீராரும் அக்கினிக்குப் புகையிலையே
  யென்றாற்பின் சீவன் போகும்
பேராரும் புகையிலையின் பெருமைதனை
  யெவராலும் பேசொணாதே[24]

என்ற தனிப்பாடலில் புகையிலை, மும்மூர்த்திகளோடு இணைத்துச் சமத்காரமாய்ப் பாடப்படும்போது உட்செரிப்பு எவ்வகை எதிர்ப்புணர்வும் இன்றி அனைவராலும் ஏற்றுக் கொள்ளப்படுமன்றோ? இதனால்தானே,

அரியை மருவும் அளைநெய்யும் உண்ணும்
உருவொன் றிலையி னுறங்கும் – சரதமலர்
வாக்கிற் கலையின் வளர்மதுரை மால்வரையில்
மூக்குப் பொடிமுகுந்த னாம்[25]

என முகுந்தனுக்கும் மூக்குப்பொடிக்கும் சிலேடை கூறப்படு கின்றது.

எதுப்பாளை யத்தோரை ஈடழிக்கும் செவ்வேள்
புதுப்பாளை யத்துப் பொடியை – மதுப்பூந்தார்த்
தேவர்களும் சித்தர்களும் செஞ்சடையான் ஆதியராம்
மூவர்களும் கொள்வர் முகந்து[26]

எனப் புதுப்பாளையத்துப் பொடியைத் தேவரும் சித்தரும் மும்மூர்த்தியரும் முகரும்போது அற்ப மானிடர் அதைப் பயன்படுத்தத் தடையென்ன?

ஊசிக் கழகு முனைமழுங் காமை யுயர்ந்தபர
தேசிக் கழகிந் திரிய மடக்க றெரிகலன்சேர்
வேசிக் கழகின் னிசைபல நூல்கற்ற வித்வசனர்
நாசிக் கழகு பொடியெனக் கூறுவர் நாவலரே[27]

என்ற தனிப்பாடலும் புகையிலையைப் பண்பாட்டோடு இணைக்கும் பணியைச் செய்கிறது.

இத்தனிப்பாடல்களுக்கெல்லாம் மேலாக, 18ஆம் நூற்றாண்டின் பிற்பகுதியிலும் 19ஆம் நூற்றாண்டின் முற்பகுதி யிலும் வாழ்ந்த சீனிச் சர்க்கரைப் புலவர் புகையிலையையே பாடுபொருளாகக் கொண்டு 'புகையிலை விடு தூது' என்ற தூது நூலைப் பாடியுள்ளார். தலைவன் – தலைவி பிரிவைப்

பாடுபொருளாகக் கொண்டு கடவுளர், புரவலர் ஆகியோர் மீது தூதுப் பிரபந்தம் பாடுவதே மரபு. தூது சென்றுவரும் பொருள்கள் மயில், கிளி, குயில், தோழி, நெஞ்சம், தென்றல் முதலான பத்தே என 'இரத்தினச் சுருக்க'ச் செய்யுள் கூறும். ஆனால் பதினெட்டாம் நூற்றாண்டளவில் இம்மரபு மாறியது. மாறிவரும் புறவுலகச் சூழல்களுக்கு ஏற்பப் பணம், தந்தி, செருப்பு, கழுதை முதலானவற்றைத் தூதுப் பொருளாகக் கொண்டு இசையாகவும் வசையாகவும் சில தூதுகள் பாடப்பட்டன.[28]

அவ்வகையில் புகையிலை விடு தூதும் புதுமைமிளிரும் படைப்பாகத் திகழ்கிறது. பழனிமலை முருகக் கடவுளின்மீது பாடப்பட்டுள்ள இந்நூலின் 59 கண்ணிகளில் 53 கண்ணிகள் புகையிலையின் பெருமைகளையே பேசுவதால், புகையிலையைச் சிறப்பிப்பதற்காகவே இந்நூல் பாடப்பெற்றிருக்க வேண்டுமெனத் தம் பதிப்புரையில் உ.வே. சாமிநாதையர் குறிப்பிடுவார்.

நூலின் தொடக்கத்தில், திருமாலுக்கும் (கண்ணிகள் 1 – 4), சிவபெருமானுக்கும் (5– 8), பிரமனுக்கும் (9 – 11), தமிழுக்கும் (12 – 15) எனத் தனித்தனியே புகையிலைக்குச் சிலேடையாகப் பதினைந்து கண்ணிகள் பாடப்பெறுகின்றன. 'வந்த புகையிலை யின் மாமகத்துவங்கள்' அதன் பின்னர் கூறப்படுகின்றன. 'வந்த புகையிலை' எனப் புலவர் குறிப்பிட்டாலும், அதன் பெயர்க் காரணத்துக்குப் புராணக் கதையொன்றைப் புனைகிறார். மும்மூர்த்தியருக்கிடையே தம்முள் யார் பெரியவர் என்ற வாதம் எழுந்தது. அதைத் தீர்ப்பதற்கெனத் தேவர் அவைக்குச் சென்றனர். இவ்வழக்கைப் பின்னர் தீர்ப்போம்; முதலில் ஒவ்வொருவருக்கும் ஒரு பத்திரப் பொருள் தருவோம் எனச் சிவனுக்குக் கூவிளமும், திருமாலுக்குப் பைந்துளவும், பிரமனுக்குப் புகையிலையும் தேவர்கள் தந்தனர். சிவனிடம் கொடுத்த கூவிளத்தைக் கங்கை கொண்டுபோயிற்று. திருமாலிடம் கொடுத்த பத்திரமாகிய திருத்துளவு பாற்கடலில் அமிழ்ந்தது. தேவர்கள் பத்திரப் பொருளைத் திருப்பிக் கேட்டபொழுது சிவனும் திருமாலும் அவற்றைத் தர இயலவில்லை. பிரமன் மட்டும் 'நமது பத்ரம் போகையிலையென்று புகன்'றார். இவ்வாறு போகையிலை என்று பிரமன் கூறியதே புகையிலை என மருவியதாகக் கதை கூறப்படுகின்றது. மேலும், இதனால் புகையிலை 'பிரம்ம பத்ரம்' எனவும் பெயர் பெறுமாம் (17 – 26).

அடுத்து, 'காரமும் காயக் கடுமையும்' மிக்க புகையிலையின் பண்புகள் விதந்தோதப்படுகின்றன. 'பூராயமான பொருளை வெளிப்படுத்தும் சாராயந்தானுனக்குத் தம்பியோ' என வினவி,

புகையிலையை 'மோகப் பயிர்' என்றும், 'தாகப் பயிரான சஞ்சீவி' எனவும் ஆசிரியர் புகழ்கிறார். அதனுடைய சுவையை வெற்றிலையே அறியும் என, 'கூரும் தகையிலையன்றோ தெரியுந்தானுன்னருமை' எனவும் புகழ்கிறார். 'நண்ணிய மாதவத்தோர் நாடோறுந் தேடுகின்ற புண்ணியமான புகையிலை', 'வர்த்தகர்க்கு லாபமும் நம்புவிடர்கட்குச் சல்லாப மும் காட்டும் நயக்கார'னெனவும் ஆசிரியர் சொல்லத் தவற வில்லை. 'வெட்டுண்டு பின்னே வெயிலிற் கிடந்து ... கட்டுண்டு' வருமெனப் புகையிலை பண்படுத்தப்படும் முறையும் சுட்டப் படுகின்றது. 'குறுகுறுத்துத் தும்முங் குணத்துடனே பின்னும் கிறுகிறுப்பதென்ன கெறுவம்' எனப் புகையிலையின் மயக்கந் தரும் சுவை விளக்கப்படுகின்றது. புகையிலை விளையும் பகுதிகளாகப் பரத்தை வயல், காங்கேயம், யாழ்ப்பாணம், அழகன்குளம் ஆகியன குறிக்கப் பெற்றுப் புகையிலையின் மகத்துவங்கள் ஒருவாறு சொல்லி முடிக்கப்படுகின்றன (27–53). இறுதியாகப் பழனி ஆண்டவர்க்குச் சொல்லப்பட வேண்டிய செய்தி சுருக்கமாகக் கடைசி ஆறு கண்ணிகளில் கூறப்படுகின்றது.

புகையிலையின் பண்பாட்டு உட்செரிப்புக்குச் சான்றாகப் பல தனிப்பாடல்களையும், ஒரு தூது நூலையும் கண்டோம். ஆனால், சமூகத்தின் அனைத்துப் பிரிவு மக்களையும் இவ் விலக்கியங்கள் பிரதிபலிக்கின்றன எனக்கொள்ள முடியாது.

தனிப்பாடல்கள் பிறந்த சமூகச் சூழலை இங்கு நாம் கருத்தில் கொள்ள வேண்டும். நிலவுடைமைச் சமூகம் சிதைந்து வந்த காலகட்டத்தில் நிலக்கிழாரையும் குறுநில மன்னரையும் அண்டித் தனிப்பாடல் புலவர் வாழ்ந்தனர். வேளாண்மைத் தொழில்நுட்பம் தேக்கமுற்று, அரசியல் நிலையின்மை நிலவிய காலத்தில் இப்புரவலர் தம்மால் கைவயப்படுத்திக்கொள்ள முடிந்த நிலவுற்பத்தி உபரியைக் கொண்டு சுகபோகிகளாய் வாழ்ந்துவந்தனர். இவர்களைச் சார்ந்து வாழ்ந்த புலவர்கள் அவர்களின் இச்சைகள், கீழான விருப்புகள் ஆகியவற்றுக்கு ஏற்பப் பாடல்கள் இயற்றினர். யமகம், திரிபு, சிலேடை முதலான சமத்காரச் செய்யுள்களும், கணிகையர் முதலான போகப் பொருள்களைப் பற்றிய தனிப்பாடல்களும் எண்ணில. இவ்வகையில் புதியதொரு போகப் பொருளாக வந்த புகையிலையைப் பற்றியும் புலவர் பாடியதில் வியப்பென்ன?[29]

புகையிலையைப் பொறுத்தமட்டில் புரவலர் – புலவர் ஆகியோர்க்கிடையே நிலவிய உறவை அறியச் சிறந்த சான்று ஒன்று உண்டு. பத்தொன்பதாம் நூற்றாண்டின் இறுதியிலும் இருபதாம் நூற்றாண்டின் முதல் பத்து ஆண்டிலும் வாழ்ந்த பாலவநத்தம் நிலக்கிழாரும், நான்காம் மதுரைத் தமிழ்ச்

சங்கத்தை நிறுவியவருமான பாண்டித் துரைத் தேவர் எழுதிய தனிப்பாடல் வருமாறு:

ஓசிப் பொடியென் றொருநாள் உனக்களித்தால்
நீசற்றும் அச்சமின்றி நித்தநித்தம் – யாசித்(து)
அடிக்கடிசும் மாவந் தலட்டுகிறாய் சீச்சீ
பொடிக்கொடுப்ப தில்லையினிப் போ.[30]

பரந்துபட்ட பாமர மக்களிடம் புகையிலைப் பழக்கம் எந்த அளவுக்கு இருந்தது? புகையிலையைப் பற்றிய நாட்டார் பாடல்களும் கதைகளும் இக்கட்டுரையாசிரியர் பார்வைக்குக் கிடைக்கப்பெறவில்லை. புகையிலை பற்றிய விடுகதைகள் சில மட்டுமே காணக் கிடைத்தன.

ஆதியிலே பச்சை நிறம் கிளியும் அல்ல
அதன் பின்னே கருப்பு நிறம் காகமும் அல்ல
நித்தநித்தம் கொழுந்துவிடும் கொடிக்காலும் அல்ல
தலைகீழாய்த் தொங்கும் வவ்வாலும் அல்ல
வரிசையாய்க் கால் சுமக்கும் பந்தலும் அல்ல
– அது என்ன ?[31]

பச்சை நிறமாயிருக்கும் திருமாலல்ல;
பலகாலும் கொழுந்து கிள்ளும் கொடிக்காலல்ல
வைத்த கல் சுமந்திருக்கும் மனிதன் அல்ல
வாரையில் தலைகீழ்த் தொங்கும் வௌவால் அல்ல
உச்சியிலே பூ முடிக்கும் பொண்ணுமல்ல
உண்மையாய் இக்கதையை விடுவிப்பீரே[32]

இவை போன்ற விடுகதைகள் சில, புகையிலை என விடை வரத்தக்கனவாய் அமைந்துள்ளன.

பன்னிரண்டு வருஷ வேளாண்மை ஒன்று,
ஆறுமாச வேளாண்மை ஒன்று
மூன்றுமாச வேளாண்மை ஒன்று
அன்றே நட்டு அன்றே அறுக்கும் வேளாண்மை ஒன்று
எல்லாம் ஒரு களத்தில் அடிபடவேண்டும்[33]

பாக்கு, வெற்றிலை, புகையிலை, சுண்ணாம்பு என விடை வரத்தக்க இவ்விடுகதை, புதியதாக வந்த புகையிலைக் காலங் காலமாகப் பயன்பட்டு வந்த வெற்றிலையோடு இணைந்து விட்டதைக் காட்டுகின்றது.[34] மேலும், அடித்தள மக்கள் நாட்டார் தெய்வங்களை வழிபடும்போது சாராயம், இறைச்சி முதலானவற்றோடு புகையிலையையும் படையலாக்குகின்றனர் என்பது இங்கே மனங்கொள்ள வேண்டிய செய்தி.[35] சித்த மருத்துவப் பொருட்பண்பு நூல், புகையிலையைப் பற்றிய தெளிவான நிலைப்பாடு சித்த மருத்துவத்துக்கு இல்லாமையைக் காட்டு

கிறது. இசிவு நோய், கட்டி, வீக்கம், பல்வலி, கரப்பான், சொறி, சிரங்கு, மலச்சிக்கல் முதலானவற்றுக்குப் புகையிலை யைப் பயன்படுத்தலாம் எனக் கூறும் அதே வேளையில்,

> மருந்தை முறித்துவிடும் வாய்வறளச் செய்யும்
> திருந்து பலவீனஞ் சேர்க்கும் – பொருந்துபித்தம்
> உண்டாக்கும் விந்தழிக்கும் ஓது புகையிலைக்
> கண்டார்க்கும் ஆகாது காண்

என 'அகத்தியர் குணபாட'ச் சூத்திரத்தைக் காட்டிப் புகையிலை யின் தீமையை விளக்கும்.[36] 'புகையிலை அப்பியாசம் நீக்கிவிடுவதே சகலத்திற்கும் நல்லது' எனப் பிறிதொரு 'குணபாடம்' அமைதி கூறும்.

புகையிலை முதன்முதலில் அக்பரின் அரசவையில் அறிமுகமானபோது, அதனைக் குறித்து அரசவை மருத்துவரிடம் அக்பர் கருத்து கேட்டாராம். தம்முடைய மருத்துவ நூல்களில் புகையிலை பற்றிச் செய்தி ஒன்றுமில்லை என்றும், எனவே அக்பர் அதைப் பயன்படுத்தக் கூடாது என்றும் அவர்கள் கூறியதை இங்கு எண்ணிப்பார்க்கலாம்.[37] இவ்வாறு, தனிப் பாடல்களிலும், நாட்டார் வழக்காற்றியலிலும் மருத்துவ நூல் களிலும் காணக்கிடக்கும் செய்திகள் புகையிலை நம் பண்பாட்டோடு நன்கு உட்செரிந்துவிட்டதைக் காட்டுகின்றன. ஆனால் எந்த வகையான எதிர்ப்பும் இன்றி உட்செரிப்புகள் நிகழ்ந்துவிடுவதில்லை. புகையிலையைப் பொறுத்தவரை பார்ப்பனர் அதைப் பயன்படுத்துவது அனாசாரமாகக் கருதப் பட்டது என்ற புக்கானனின் சிறுகுறிப்பு ஒன்றைத் தவிர வேறு செய்திகள் நமக்குக் கிடைக்கவில்லை.

ஆசார அனுட்டானங்களைத் துளியும் பிசகில்லாமல் கடைப்பிடிக்கும் பார்ப்பனரில் சிலர், 'சீமைக் காய்கறிகள்' என ஆங்கிலேயர் காலத்தில் வந்த சிலவகைக் காய்கனிகளை ஒதுக்கி, அவற்றைப் பயன்படுத்தாது உள்ளனர். (இவ்வொதுக்கல் கறாராக இருப்பதில்லை. தக்காளி, உருளைக்கிழங்கு போன்றவற்றுக்கு இவ்விலக்கு இல்லை!) மேலும் திவசம், சிராத்தம் போன்ற சடங்குகளில் பலகாலமாக வழங்கிவரும் காய்கனிகளே பயன்படுத்தப்படுவதைக் காணலாம். இத்தகைய சடங்குகளில் பயன்படுத்துவதற்குத் தடை செய்யப்பட்ட வகைகள் அனைத்தும் வெள்ளையர் காலத்தனவேயாக இருப்பதைக் காணலாம்.[38]

புகையிலையைப் பொறுத்தமட்டில் இத்தகைய கேள்வி எழுவதற்கே வாய்ப்பில்லை. அதன் அடிப்படை இயல்பு

காரணமாக மேட்டிமையினரின் எந்தச் சடங்கிலும் அதற்கு இடமில்லை.

ஒழுக்கவியலின் அடிப்படையில் புகையிலைப் பழக்கத்தைக் கண்டிக்கும் போக்கு சென்ற நூற்றாண்டின் இறுதியிலிருந்து தான் தொடங்கியுள்ளது.[39] புகையிலைப் பழக்கம் மிகுதியாகப் பரவத் தொடங்கியதும், சென்னை போன்ற நகரங்களில் இப்பழக்கம் எல்லாத் தரப்பினர், வயதினர் இடையேயும் தொற்றிக்கொண்டதும் இப்போக்குக்குக் காரணமாக இருக்கலாம்.

ஓலிகடல் உடுத்த பாரினில் திங்கள்
ஒன்றில் மும்மாரி உண்டென்பார்
மலிபுகழ்ச் சென்னையினில் தினம் இரண்டு
மாரி கண்டேன் இருபோதும்
புலிபுரை மாந்தர் வாயினில் கவ்வு
புகையிலைச் சுருளில் புகைதீ
கலிகளக் காறல் தொனி உமிழ் நீர்மே
கம் மின்னல் இடிமழை கடுக்கும்[40]

எனச் சென்னை நகரில் மாதம் மும்மாரி பெய்யவில்லையாயினும், புலியையொத்த அந்நகர மக்கள் பிடிக்கும் புகையிலைச் சுருட்டினால் புகைமேகமும், தொண்டைக்காறல் இடியும், உமிழ்நீர் மழையும் ஏற்பட்டனவென்று புலவர் ஒருவர் பாடுகின்றார்.

மற்றொரு புலவர்,

ஓசைக்குக் கேடு ஒருகுலைப்பூப் பூத்தாலோ
ஊசிக்குக் கேடு நுனியொடித்தால் – நாசிக்குக்
கேடாகும் ஐயையோ கெட்டதூள் அஃதை நீ
நாடாதே சொன்னேன் நலம்[41]

என, ஊசிக்கு அழகு முனைமழுங்காமை, பரதேசிக்கு அழகு இந்திரியம் அடக்கல், வேசிக்கு அழகு இன்னிசை, நாசிக்கு அழகு பொடி எனப் பிறிதொரு பாவலர் புகையிலையின் பெருமை பாராட்டியதைப் புரட்டிப்போட்டுப் புகையிலையைக் கண்டிக்கிறார்.

இந்நூற்றாண்டின் தொடக்கத்தில புகையிலைக் கண்டனம் தேசிய இயக்கக் கருத்தியலோடு இணைந்துகொண்டது. தென்னகத்தின் முதல் தேசியத் தலைவர் எனத்தக்க வ.உ.சி., தமது 'மெய்யறம்' எனும் நீதி நூலில் 'மயக்குவ விலக்கல்' எனவோர் அதிகாரத்தையே அமைத்துள்ளார்.[42] அன்றைய சென்னை மாகாணத்தின் முதன்மையான அரசியல் நாளேடாகத் திகழ்ந்த 'சுதேசமித்திர'னில் 'பொடியும் சுருட்டும்'

என்ற தலைப்பில் புகையிலையின் கேடு விரித்துரைக்கப்பட்ட கட்டுரையொன்று என் பார்வைக்குக் கிட்டியது.[43]

'மாருதி' எனும் இதழில் புகையிலையைப் பற்றிய கண்டனம் வெளிப்படையான தேசியக் கருத்தியல் விமரிசனமாக அமைந்துள்ளது : "(புகையிலை) காட்டுத்தீபோல் பாரத தேசத்தில் குமரி முதல் ஹிமய பர்வதம் வரை எங்கும் பரவிவிட்டது. இது பரவின வேகந்தானென்ன! காற்றைப்போல் பரவி, இந்தியர்களின் ஆயுளையும் ஊக்கத்தையும் இரத்தத்தையும் கூற்றைப்போல உறிஞ்சி, ஆண்மையில்லாப் பேடிகளைப் போல் ஆட்டுவிக்கிறது. ஐயோ! பட்டணங்களில் பகலிலும் கொள்ளிவாய்ப் பிசாசு ஞாபகம் வந்துவிடுகிறது. நாட்டுப் புறத்திலும் இது புகுந்துவிட்டது. ஆங்கிலம் பயிலும் மாணவர்கள் 100க்கு 90 பேர் ஜேபியில் ஸிகரெட் பெட்டியும் நெருப்புப் பெட்டியும் இல்லாமலிரார். இதுதான் நாகரிகம் – தற்கால அநாகரிகம்."[44]

பாஞ்சாலங்குறிச்சியின் வீர சரித்திரத்தை இயற்றிய ஜெகவீர பாண்டியனார் தமது 'இந்தியத் தாய்நிலை' எனும் நூலில், ஆங்கிலேயரிடமிருந்து நாம் கற்றுக்கொண்ட புகையிலைப் பழக்கத்தைப் பின்வருமாறு கண்டிக்கிறார்:

பொடி போடாதே

மூக்கிலே பொடி ஏற்றி மூளையிலே
மிடி ஏற்றி முடமாக
வாக்கிலே புகையேற்றி வழியெல்லாம்
நகை ஏற்றி வசையே ஏறி
நாக்கிலே பொய்யேற்றி நாண் ஒன்றும்
ஏறாமல் நாசமான
போக்கிலே போகின்ற புலையாட்டம்
ஒழிவதென்றோ புகல்வாய் அம்மா[45]

புகைகுடியாதே

பொடி நாடி எவ்வழியும் பொடியனாய்ப்
போகின்றாய்! புகையை நாடி
விடி நாளும் காணாமல் வெந்தவிந்து
சாகின்றாய்![46]

ஆனால், ஒழுக்கவாதிகளின் போதனைகளை முறைமீறுவ தென்பதே அடித்தள மக்களின் வழி. புகைபிடிப்பதைக் கடுமை யாகக் கண்டித்த காந்தியடிகளின் பெயரிலேயே அவர்கள் சிகரெட் பிடிக்கலாயினர். "என்னுடைய உத்தரவில்லாமலேயே பலர் தங்கள் வியாபாரத்துக்கு எனது பெயரை உபயோகித்து

வருகின்றனர். இந்த மாதிரி எவ்வளவோ காரியங்கள் செய்யப் படுவதில் எனக்கு ரொம்ப அவமானத்தைத் தருவது சிகரெட்டு களுக்கு என் பெயரை வைத்து வியாபாரம் செய்துவருவது தான்" என காந்தியடிகளே நொந்துகொள்ளும் நிலைமைக்குத் தள்ளப்பட்டார்.[47]

முடிவுரை

வெள்ளையரின் வருகையோடு இந்தியாவுக்குப் பல புதிய பொருள்கள் அறிமுகமாயின. பல புதிய காய்கனி வகைகளோடு புகையிலையும் தென்னாட்டில் அடியெடுத்து வைத்தது. பணச்சந்தையின் உருவாக்கத்தோடு புகையிலையின் பயிராக்க மும் விரிவடைந்தது. இதன் மூலமாக அரசாங்கத்துக்குக் கொழுத்த வருவாய் கிட்டியது. புகையிலைப் பழக்கம் செல்வம் மிக்கோரிடம் முதலில் ஏற்பட்டது. தனிப்பாடல்களும் தூதுப் பிரபந்தமும் இதைக் காட்டுகின்றன. அடித்தள மக்களிடமும் இப்பழக்கம் பரவியது. அவர்களுடைய வழக்காறுகளிலும் சடங்குகளிலும் புகையிலை முக்கிய இடம்பெற்றது.

புதிய பொருள்கள் பண்பாட்டோடு எப்படி உட்செரி கின்றன என்பது பற்றிய செய்திகள் ஆராயப்பட்டன. மேட்டுக் குடியினரின் கலை இலக்கிய வடிவங்களில் இடம்பெற்ற புகையிலை பண்பாட்டோடு உட்செரிந்தது. புராணச் செய்தி களோடும் கடவுளரோடும் இணைத்துப் பேசப்பட்டதாலும் இது எளிதாயிற்று. நாட்டார் வழக்காறுகளும் பாமர மக்களோடு புகையிலை இணைந்துவிட்டதைக் காட்டுகின்றன.

காலம் செல்லச்செல்லப் புகையிலைப் பழக்கம் எல்லாத் தரப்பினரிடையேயும் வயதினரிடையேயும் பரவியது. இதனால், ஒழுக்கத்தை வற்புறுத்துவோரின் கண்டனத்துக்கு உள்ளாயிற்று. தேசிய இயக்கத்தின் வளர்ச்சியோடு இவ்வொழுக்கவியல் நோக்கும் அதனுடன் சேர்த்துக்கொள்ளப்பட்டது.

அண்மைக்காலத்தில் இச்சிக்கல் பேருருவம் எடுத்துள்ளது. தனிமனித மனவியல், சமூக மனவியல் என்பவற்றோடு இது தொடர்புடையதாயினும், சிகரெட் உற்பத்தி பன்னாட்டு முதலாளிகள், உள்நாட்டுப் பெருமுதலாளிகள் ஆகியோர் கைவயம் உள்ளதால் இச்சிக்கல் அரசியலிலிருந்து பிரித்துப் பார்க்க முடியாததாகிவிட்டது. அடிப்படைச் சமூக மாற்றம் ஏற்பட்டாலே ஒழிய இச்சிக்கல் தீரப்போவதில்லை. அதுவரை, வானொலி தொலைக்காட்சி ஊடகங்களில் முழங்கும் எச்சரிக்கையும், மருத்துவர் – சமூக சேவை நிறுவனங்களின் போதனைகளும் புண்ணுக்குப் புனுகு தடவுவதாகவே அமையும்.

சான்றுக் குறிப்புகள்

1. வடநாட்டைப் பொறுத்தவரை இவ்வாய்வு, அசன் ஜான் கைசர் என்பாரால் மிகச் சிறப்பாக மேற் கொள்ளப்பட்டுள்ளது. Ahsan Jan Qaisar, *The Indian Response to European Technology and Culture (A.D. 1498 - 1707), OUP, Delhi, 1982.* புகையிலை பற்றிய சுவையான தொரு வரலாற்றுக்குக் காண்க : V.G. Kiernan, *Tobacco : A History, Hutchinson Radious, London, 1991.*

2. J.E.O' Connor, *Report on the Production of Tobacco in India,* 1873, ப. 9.

3. S. Kadhirvel, 'Portuguese colonial impact on agriculture and trade : the Tamil coast', in N.R. Ray (ed.), *Western Colonial Policy,* Vol.II, Calcutta, 1983, p. 322; Sanjay Subrahmanyam, *The Political Economy of Commerce : Southern India, 1500-1650,* Cambridge, 1990, ப. 28, 55.

4. A.J. Qaisar, ப. 118–119. முகலாய ஆட்சிக் காலத்தில் புகையிலைப் பயிர் விரைவாகப் பரவியதையும், அதைப் பயன்படுத்தும் வழக்கம் பரவலானதையும் இர்பான் ஹபீப் குறிப்பிடுகிறார் (Irfan Habib, *The Agrarian System of Mughal India, 1556–1707,* Asia Publishing House, Bombay, 1963, pp. 45, 81, 94).

5. Francis Buchanan, *A Journey from Madras through the Countries of Mysore, Canara and Malabar, London, 1807* (AES reprint, 1988), Vol. I, p. 52.

6. Buchanan, II, p. 256.

7. Buchanan, III, p. 386.

8. C.D. Maclean (ed.), *Glossary of the Madras Presidency,* Madras, 1893 (AES reprint, 1982), p. 689.

9. O' Connor, p. 26.

10. உ.வே. சாமிநாதையர் (ப – ர்), *புகையிலை விடு தூது,* சென்னை, 1956, கண்ணி எண். 50 – 52.

11. O'Connor, p. 14.

12. மேலது, ப. 89–90.

13. மேலது, ப. 28.

14. *Planting and Manufacturing of Tobacco for the use of the Native Planters in Southern India in English and Tamil, Higginbothams & Co., Madras, 1880,* முகவுரை.

15. மேலது, ப. 15. இந்நூலின் பச்சையான இனவாதப் போக்குக்கு மேலும் சில மேற்கோள்காட்ட விரும்பு கிறேன்.

 (கேள்வி): அமெரிக்காவிலுள்ள நிகிரோவானவன் அதிக உழைப்பாளியாயிருக்கிறானா? எங்களிடத்திலுள்ள கூலியாட்கள் அவனைப் போல் வேலை செய்ய... கூடியவர்களா?

 (விடை): நிகிரோவானவர் செய்யும் வேலை அவ்வளவு உங்களாட்கள் செய்வார்களோ மாட்டார்களோ வென்று என்னால் சொல்ல முடியாது. இது மாத்திரம் எனக்குத் தெரியும். நிகிரோவானவன் உங்களாட்கள் செய்கிற வேலைக்குப் பத்துபங்கதிகமாகச் செய்வான். அதற்கு ஏற்ற கூலியையும் பெற்றுக்கொள்வான் (ப. 6).

 (கேள்வி): துரையே... இத்தேசத்திலுள்ள கூலியாட்கள் அறிவில் நிகிரோவானவனுக்கு நிகராயிருக்கிறார் களா, இவர்களுக்கும் அவனுக்கும் உண்டான பேதாபேதங்களைக் காட்டிவிடும்.

 (விடை): உங்களாட்கள் புத்தியிலும் அறிவிலும் நிகிரோவைப் பார்க்கிலும் மேலானவர்கள்; ஆகிலும் அவனைப் போல் உழைக்கமாட்டார்கள். அவன் இறைச்சி, ரொட்டி, காய்களைச் சாப்பிடுகிறவன். இதனிமித்தம் உங்களாட்களைப் பார்க்கிலும் அதிக பலமுள்ளவனும் வேலை செய்யக் கூடியவனுமாயிருக்கிறானென்று எண்ணுகிறேன் (ப. 7).

16. *S. Kadhirvel,* ப. 322.

17. *Buchanan, III,* ப. 441.

18. புகையிலை வருவாய் பற்றிய செய்திகளுக்கு B.S. Baliga, *'History of Tobacco Revenue', Studies in Madras Administration, Vol. I, Madras, 1960,* ப. 271–307; ஊழல் பற்றி அறிய, *'Abuse of Tobacco and Salt Monopoly', History of Freedom Movement, R VIII, S. No.9/1, National Archives of India.*

19. *Board's Consultations Nos. 4-5, dated 22 September 1845,* மேற்கோள் *B.S. Baliga,* ப. 293.

20. இவ்வாறு காரணப் பெயர்கள் அமைவதன் நுட்பத்தை எனக்கு உணர்த்தியவர் த. கோவேந்தன்.

21. 'Cheroot' எனும் ஆங்கிலச் சொல் 'சுருட்டு' எனும் சொல்லிலிருந்து பெறப்பட்டது என்பது சுவையான செய்தி: Oxford Dictionary of English Etymology, 1966; Yule & Burnell, Hobson-Jobson, 1902.

22. 'Abuse of Tobacco and Salt Monopoly'.

23. Buchanan, I, ப. 52.

24. தனிப்பாடல் திரட்டு, நான்காம் பகுதி, கழகம், சென்னை, 1964, பாடல் எண் 850.

25. மேலது, மூன்றாம் பகுதி, பா. எண் 584.

26. தண்டபாணி சுவாமிகள், தனிப்பாடல் திரட்டு, 1968, பாடல் எண் 247.

27. உ.வே.சா., முகவுரை, ப. VII

28. 'பண விடு தூது', 'தந்தி விடு தூது' பற்றிய சிறப்பான அறிமுகக் கட்டுரைகளுக்குக் காண்க: ரகுநாதன், சமுதாய இலக்கியம், மீனாட்சி புத்தக நிலையம், மதுரை, 1980.

29. தனிப்பாடல்கள் பிறந்த சமுதாயச் சூழலை அறிய: தமிழன்பன், தனிப்பாடல் திரட்டு – ஓர் ஆய்வு, பாப்லோ பாரதி பதிப்பகம், சென்னை, 1987, இயல் 6.

30. தனிப்பாடல் திரட்டு, மூன்றாம் பகுதி, பாடல் எண் 101.

31. ச. வே. சுப்பிரமணியன் (ப – ர்.), தமிழில் விடுகதைகள், உலகத் தமிழ் ஆராய்ச்சி நிறுவனம், சென்னை, விடுகதை எண் 233.

32. மேலது, எண் 1771.

33. மேலது, எண் 1879.

34. வெற்றிலை பற்றிய பல செய்திகள் கொண்ட நூல்: மா. சந்திரமூர்த்தி, வரலாற்றில் வெற்றிலை, தமிழ்நாடு தொல்பொருள் ஆய்வுத் துறை, 1977. தமிழ் இலக்கியத்தில் தாவரங்களைப் பற்றிய செய்திகளுக்கு ல. சண்முக சுந்தரம், தமிழும் தாவரமும், தென்காசி, 1970.

35. இச்செய்தியை ஓர் உரையாடலின்போது எனக்கு உணர்த்தியவர் ஆ. சிவசுப்பிரமணியன்.

36. *பொருட்பண்பு நூல் – பயிர் வகுப்பு*, தமிழக அரசு வெளியீடு, 1969.
37. A.J. Qaisar, ப. 119.
38. இச்செய்தியை எனக்குச் சுட்டிக்காட்டியவர் திரு. ப. சுப்பிரமணியன், இயக்குநர், வளர்ச்சி ஆய்வுப் பயிற்சி மையம், சென்னை.
39. காண்க: சு.அ. இராமசாமிப் புலவர், *இலாகிரிப் பொருள்களா? எமதூதர்களா?*, பிரேமா பிரசுரம், சென்னை, 1955, ப. 43–59; பி.ஜி.எல். ஸ்வாமி, *போதை யின் பாதையில்*, வாசகர் வட்டம், சென்னை, 1978, ப. 102–156.
40. *தனிப்பாடல் திரட்டு*, மூன்றாம் பகுதி, பாடல். எண் 27
41. *தனிப்பாடல் திரட்டு*, நான்காம் பகுதி, பாடல். எண் 157
42. வ.உ. சிதம்பரம் பிள்ளை, *மெய்யறம்*, 1917, ப. 10.
43. *சுதேசமித்திரன்*, 27 ஜூலை 1916.
44. *மாருதி*, 1 (1), அக்டோபர் – நவம்பர் 1926.
45. ஜெகவீரபாண்டியன், *இந்தியத் தாய் நிலை*, 1955, ப. 133.
46. மேலது, ப. 134.
47. *சுதந்திரச் சங்கு*, 14 செப்டம்பர் 1931.

இக்கட்டுரை நாவாவின் ஆராய்ச்சி இதழ் 32இல் (ஜூலை 1989) வெளிவந்தது. இக்கட்டுரை அமைப்புக்குப் பெரிதும் உதவியவர் எம்.எஸ்.எஸ். பாண்டியன். இலக்கியச் சுவையுணர்வு நோக்கில் கு. அழகிரிசாமி எழுதிய 'புகையிலையும் இலக்கியமும்' என்ற தொடர் கட்டுரையை (*சக்தி*, விரோத ஆண்டு, கார்த்திகை, மார்கழி, மாசி, பங்குனி , 1949–1950 இதழ்களில் வெளியானவை; இப்பொழுது கு. *அழகிரிசாமி கட்டுரை கள்*, தேன்மழைப் பதிப்பகம், சென்னை, 1991 நூலில் தொகுக்கப்பட்டுள்ளன) பின்னரே பார்க்கக் கிடைத்தது. இதனையும், அங்கு விலாஸ் எம்.வி. முத்தையா பிள்ளை *வாழ்க்கை வரலாறு* (ஆசிரியர்: என். விவேகானந்தன், வெளியீடு : நானா பதிப்பகம், மதுரை, 1989) நூலையும் வாசகர் கவனத்திற்குக் கொண்டுவருகிறேன்.

~~

'நமக்குத் தொழில் கவிதை'
பாரதியின் எழுத்து வாழ்க்கை

'நமக்குத் தொழில் கவிதை, நாட்டிற்குழைத்தல், இமைப்பொழுதுஞ் சோராதிருத்தல்' என்று பாரதி, விநாயகர் நான்மணி மாலையில் பாடினான். தனது வாழ்நாள் முழுமையும் எழுத்தையே நம்பி வாழ்ந்தவன் பாரதி. எட்டயபுரம் ஜமீனின் அவைப்புலவனாகத் தன் வாழ்க்கையைத் தொடங்கிய பாரதி, மதுரை சேதுபதிப் பள்ளியில் தமிழாசிரியராகப் பணியாற்றிய சிலமாத காலத்தைத் தவிர எழுத்தையே தன் வாழ்க்கைக் குரிய தொழிலாகக் கொண்டான். இருபதாண்டுக் கால எழுத்து வாழ்க்கையில் கவிதை, கதை, கட்டுரை, மொழிபெயர்ப்பு என ஏறத்தாழ இருபது நூல்களை எழுதினான். ஒரு நாளேட்டுக்கு உதவி ஆசிரியராகவும், வேறொரு நாளிதழுக்கும் இரண்டு வார இதழ்களுக்கும் மாத இதழ் இரண்டனுக்கும் ஆசிரியராகவும் பணியாற்றினான். பாரதியினுடைய வாழ்நாளில் அவனுடைய நூல் எதுவும் இரண்டாயிரம் படிகளுக்கு மேல் அச்சானதாகத் தெரியவில்லை. அவற்றின் விலையும் ஒரு ரூபாய்க்கும் குறைவே. தன்னுடைய நூல்கள் பலவற்றைத் தானே வெளியிட்டான். தன் வாழ்நாளின் இறுதியில், தான் எழுதிய நாற்பது நூல்களைப் பத்தாயிரம் படிகளாக அச்சிட்டு வெளியிடும் பெருந்திட்டத்தைக் கொண்டிருந்தான்.[1] இவ்வாறு எழுத்தையே தொழிலாகக் கொண்டிருந்த பாரதி, வறுமை

ஆ.இரா. வேங்கடாசலபதி

யிலேயே வாழ்ந்து மறைந்தவன் என்பது தமிழுலகில் திரும்பத் திரும்பச் சொல்லப்பட்ட பாடம். இருபதாம் நூற்றாண்டின் தொடக்கத்தில் தமிழ் எழுத்தாளன் ஒருவன், அதிலும் தமிழையே தகுதிப்படுத்தியதாகப் பாரதிதாசனால் பாராட்டப் பெற்ற, தமிழ் இலக்கிய உலகால் அங்கீகரிக்கப் பட்ட மகாகவி தன் எழுத்தை நம்பி வாழ்க்கையை நடத்த முடியாமல் போனது ஏன் என்ற கேள்வி எழுகின்றது. 'மூன்று லட்ச ரூபாய்களைக் கொடுத்து, அழகான வீட்டில் உட்காரவைத்து, ஐந்து ஆட்களை அமர்த்தி, நூலாக எழுதித் தள்ளு என்றல்லவா சொல்லியிருக்க வேண்டும் பாரதியிடம்.'[2]

இதற்கு விடை காணப் பாரதி வாழ்ந்த தமிழகம், தமிழ்ப் பதிப்புத் துறையின் அமைப்பு, தன்மை, அக்காலத்து வாசகர்களின் சமூக வர்க்கப் பான்மை முதலானவற்றை ஆராய வேண்டும். இவற்றைத் தெளிவுபடுத்திக்கொண்டால் பாரதியின் நூல் வெளியீட்டு முயற்சிகளின் வணிகத் தோல்வியைப் புரிந்துகொள்ளலாம்.

1

ஐரோப்பாவில் நவீன அச்சுத் தொழில்நுட்பம் கண்டுபிடிக்கப் பட்ட ஒரு நூற்றாண்டளவிலேயே தமிழகத்துக்கும் அது அறிமுகமாகி விட்டது. இருப்பினும் அச்சுத் தொழில்நுட்பம் தமிழ்ச் சமூகத்தில் வேரூன்றுவதற்கு முந்நூறாண்டுகள் தேவைப் பட்டன. காலனியாதிக்கமும், கிறித்தவ சமயப் பணியாளர் களும் இதற்குப் பெருங்காரணங்கள். 1835இல் சார்லஸ் மெட்காஃபின் சட்டத்திற்குப் பிறகே இந்தியர்கள் அச்சகங்கள் ஏற்படுத்திக்கொள்வதற்கு உரிமை ஏற்பட்டது. அக்காலம்வரை திருக்குறள், அவ்வையார், இலக்கண வினா விடை போன்ற நூல்களே அச்சிடப்பட்டு வந்தன. குமரகுருபரர், சிவஞான முனிவர், சுவாமிநாத தேசிகர் போன்ற காலனியாதிக்கத்துக்கு முந்தைய தமிழ் அறிவாளர்களின் நூல்களெல்லாம், அச்சுப் பொறிகள் தமிழகக் கரையினை அடைந்த பின்னும் ஓலைச் சுவடியாகத்தான் இருந்தன. 'இலக்கண விளக்க'த்தைச் சி.வை. தாமோதரம் பிள்ளைதான் அச்சேற்றினார். பாரதியின் காலத்தில்தான் சிவஞான மாபாடியம் நூலுருப் பெற்றது. 'தமிழிலே நல்ல பழக்கமுடைய எல்லோரும் நெடுங்காலமாக இது எப்போது வெளியாகுமோவென்று, யூத ஜாதியார் மேஸையாவின் வரவுக்குக் காத்திருப்பதுபோலக் காத்துக் கொண்டிருந்தார்கள். தமிழ் பாஷையிலே மிகுந்த பயிற்சியில்லாத நாம்கூட இளமை முதலாக "ஐயோ, சிவஞான முனிவர் செய்திருப்பதாகச் சொல்லப்படும் ஆதி திராவிட மஹா

பாஷ்யம் என்ற அரிய நூலைத் திருவாவடுதுறை ஆதீனத்தார் உலகறியாமல் மூடி வைத்திருக்கின்றார்களாமே? இது எத்தனை அருமையுடையதாயிருக்குமோ? எப்போதுதான் வெளிவருமோ?" என்று பலமுறை பெருமூச்செறிந்திருக்கிறோம்... இந்த நூல் நாம் எதிர்பார்த்திருந்ததற்குச் சிறிதேனும் பெருமையிலே குறைவுபடாது விளங்குகிறது'[3] என்று சிவஞான மாபாடிய அச்சுப் புத்தகத்தை வரப்பெற்றதும் வியப்புடனும் அவையடக்கத் துடனும் வரவேற்றான் பாரதி.

பத்தொன்பதாம் நூற்றாண்டின் பின்பாதியில் நூல்கள் எவ்வாறு வெளியிடப்பட்டன?[4] பதிப்பகம் என்ற நிறுவனமே அக்காலத்தில் இல்லை. (இன்று புரிந்துகொள்ளப்படும் பொருளில் 'படைப்பாளி' அல்லது 'எழுத்தாளர்' என்பவரும் இல்லை.) நூலாசிரியரே (பெரும் பாலும் இவர் முற்காலத்துப் பிரதிகளைப் பதிப்பிடும் பதிப்பாசிரியர்) கையெழுத்துப்படியை அச்சகத்தில் ஒப்படைத்து நூலை அச்சிட்டு, 'ஜனோபகாரமாக' 'பிரசித்தம்' செய்வார். காலனிய அரசாங்கத்தின் பார்வையில் அச்சக உரிமையாளரே அச்சிடப்படுவனவற்றுக்குப் பொறுப் பானவர். நூல் விற்பனை பதிப்பாசிரியரையே பெரிதும் சாரும் என்றாலும் அச்சுக்கூடத்திற்கும் அதில் பங்கு இருப்பதுண்டு. நூல் தயாரிப்புக்கான செலவுகளுக்குப் பொருள் திரட்டுவது நூலாசிரியரின் வேலை. இதில் பெரும்பான்மை ஏதேனும் ஒரு புரவலரைச் சாரும். இப்புரவலர் ஜமீன்தாராகவோ மடாதிபதியாகவோ இருப்பார். காலப்போக்கில் (19ஆம் நூற்றாண்டின் இறுதியில்) புரவலர்களின் சமூக அடித்தளம் மாற்றம் பெறத் தொடங்கியதும் ஜமீன்தார்கள், சமய மடங்கள், சுதேச சமஸ்தான உயரலுவலர்கள் தவிரக் காலனியாதிக்கத்தின் பரவலுக்குப் பின் உருவான புதிய சமூகப் பிரிவினராகிய தாசில்தார்கள், வணிகத்தில் செல்வம் ஈட்டிய தனவணிகச் செட்டியார்கள், நீதிபதிகள், நவீன அதிகாரவர்க்கத்தினர் ஆகியோர் இலக்கிய உற்பத்திக்குப் பொருளாதரவு நல்கத் தலைப்பட்டனர். இக்காலகட்டத்தில்தான் நூல் வெளியீட்டுக்குக் கையொப்பம் (சந்தா) பெறும்முறை வழக்குக்கு வந்தது. நூல் வெளிவருவதற்கு முன்பே அதனுடைய படிகளுக்கு முன்பணம் செலுத்தியோ, இத்தனை படிகள் வாங்கிக்கொள்வதாக உறுதியளித்தோ பொருளாதரவு தரும் முறை கையொப்பம் எனப்பட்டது. 19ஆம் நூற்றாண்டின் இறுதியில் தனிப் புரவலர் களின் ஆதரவு குறைந்து, கையொப்பமுறை பெருவழக்குக்கு வந்தது.[5] காலனியாதிக்கப் பொருளியல் அமைப்பின் வேர்கள் தமிழ்ச் சமூகத்தின் இடையில் பரவி வந்ததை இது காட்டுகிறது. இக்கால கட்டத்துப் புரவலர்கள் பலரும் புதிய அரசமைப்பில்

ஆதாயம் பெற்ற சமூகப் பிரிவினராகவோ, அவ்வமைப்பினால் உருவான புதிய வர்க்கங்களாகவோ இருந்தனர் என்பது மனங்கொள்ள வேண்டிய செய்தி.

மகாவித்துவான் மீனாட்சிசுந்தரம் பிள்ளையின் நூல்கள் எல்லாம் திருவாவடுதுறை மடம் மற்றும் பிற தாசில்தார்கள், செட்டியார்கள் ஆகியோரின் ஆதரவுடனேயே வெளிவந்தன. தமிழ்ப் பதிப்பியலின் முன்னோடியான சி.வை. தாமோதரம் பிள்ளையின் 'கலித்தொகை' புதுக்கோட்டை சமத்தான திவான் அ. சேஷையரின் உதவியோடும், அவருடைய 'சூளாமணி'ப் பதிப்பு இரங்கூனில் தொழில் செய்தவர்கள், அரசாங்க ஊழியர்கள் ஆகியோரின் கையொப்பத் தொகை யோடும் வெளிவந்தன. உ.வே.சாமிநாதையரின் 'சீவக சிந்தாமணி' (1887) பலரின் கையொப்பத் தொகை கொண்டே வெளியிடப் பட்டது. அவரது 'மணிமேகலை' (1898) பாலவநத்தம் ஜமீன்தார் பாண்டித்துரைத் தேவரின் பொருளுதவி பெற்றது. இக்காலப் பகுதியில் செட்டியார்கள் இத்தகைய தரும காரியங்களில் ஈடுபட்டதற்குத் தென்கிழக்கு ஆசியாவில் காலனியாதிக்கம் நுழைந்ததையொட்டி இவர்கள் செய்த தரகுவணிகத் தொழில் களில் கிடைத்த பெரும் ஆதாயம் பொருண்மை அடிப்படையாக விளங்கியது.

மேலே குறித்தவாறு புரவலரின் செல்வாக்கும் சமூக அடித்தளமும் 19ஆம் நூற்றாண்டின் கடைசியில் மாறி வந்தன. பொன்னுசாமி தேவர் (1837–1870) சந்திரசேகர கவிராஜரின் 'தனிப்பாடல் திரட்டு'க்கு முழுப் பொருளுதவி செய்தார்.[6] ஆறுமுக நாவலரின் நூல்கள் பலவற்றுக்கும் முழு ஆதரவு நல்கினார். நாவலரின் 'திருக்குறள் பரிமேலழகருரை', 'திருக்கோவையார் உரை', 'இலக்கண விளக்கச் சூறாவளி', 'தருக்க சங்கிரகம்' ஆகியனவற்றுக்குப் பொன்னுசாமி தேவரே புரவலர். அவர்தம் மகனான பாண்டித்துரைத் தேவரும் தந்தைவழி நடக்கத் தலைப்பட்டார். உ.வே. சாமிநாதையர், மு.ரா. கந்தசாமி கவிராயர் முதலானோரின் நூல்கள் அவருடைய ஆதரவைப் பெற்றன. ஆனால், 19ஆம் நூற்றாண்டின் இறுதியில் இந்நிலை மாறியது. ஜமீன்தார்கள், சமய மடங்களின் பொருள்நிலை குன்றியது. தனிப் புரவலர் இலக்கிய உற்பத்திக்கு முழு ஆதரவு நல்குவது கடினமானதாக மாறியது. 1901இல் மதுரைத் தமிழ்ச் சங்கம் நிறுவி, அதன்வழித் தமிழ் வளர்ச்சிக்குத் துணைபுரிய வேண்டிய நிலை பாண்டித்துரைத் தேவருக்கு ஏற்பட்டது. இதில் பெத்தாச்சி செட்டியார் முதலான புரவலர் களின் துணையும் தேவைப்பட்டது. இருப்பினும், விரிந்து வளர்ந்து, ஜனநாயகத் தன்மைகளைப் பெற்றுவந்த தமிழ் இலக்கிய உற்பத்திக்கு இவ்வாதரவு போதுமானதாக இல்லை.

1880கள் தொடங்கி ஒரு கால் நூற்றாண்டுக் காலம் பிரபுக்கள், சமய மடங்கள் உதவியோடு தமிழ்ப் பதிப்புப் பணியில் முனைப்புடன் செயல்பட்ட உ. வே. சாமிநாதையர் 1906இல் அரசாங்கத்தின் பொருள் ஆதரவை வேண்டி விண்ணப்பிக்க வேண்டியவரானார்[7] என்பது புரவலர் மூலமாக இலக்கிய உற்பத்திக்கு ஆதரவு தேடும் முறை காலாவதி ஆகி வந்ததைக் கோடிட்டுக் காட்டுகிறது என்றே சொல்ல வேண்டும்.[8] இச்சமயத்தில்தான் பாரதி தமிழ் இலக்கிய உலகில் காலடி எடுத்துவைத்தான்.

புரவலரின் ஆதரவோடு நூல்கள் வெளிவந்து கொண்டிருந்த காலத்தில் எத்தனை படிகள் அச்சிடப்பட்டன, அவை எவ்வாறு விநியோகிக்கப்பட்டன, அவற்றை யார் படித்தார்கள் என்பதை யும் தெரிந்துகொள்ள வேண்டும். தமிழ்ப் பதிப்புத் துறையின் வலு அல்லது வலுவின்மையைப் புரிந்துகொள்வதற்கு இது பயன்படும். அக்காலப்பகுதியில், இன்றுள்ளதைவிடவும் வாசகர் களின் எண்ணிக்கை குறைவாகவும் வாசகர் வட்டத்தின் பரப்பும் சமூக அடித்தளமும் மிகக் குறுகியதாகவும் இருந்தன. 1865இல் தமிழ் நூல் அட்டவணையைத் தயாரித்த ஜான் மர்டாக், அச்சுச் செலவுகள் 500 படிகளுக்கெனவே கணக்கிடப் பட்டன என்று கூறுவதிலிருந்து தமிழ் நூல்கள் சராசரியாக 500 படிகள் அச்சிடப்பட்டன என்று துணியலாம்.[9] உ.வே. சாமிநாதையரின் சிந்தாமணிப் பதிப்பு 500 படிகளே அச்சிடப் பட்டது. பாரதி சாற்றுக்கவி அளித்த 'வருண சிந்தாமணி'யும் 500 படிகளே அச்சிடப்பட்டது. வெ. சாமிநாத சர்மாவின் முதல் நூலான 'கௌரீமணி' 1000 படிகளாக அச்சிடப்பட்டது. 1908இல் வெளிவந்த 'சிந்தனைக் கட்டுரைகள்' நூலை 1500 படிகள் அச்சிட்டதாகவும், அவற்றை விற்பதற்கு 17 ஆண்டுகள் ஆயினவென்றும், அவையும்கூட அவ்வளவு 'விரைவாக' விற்றுத் தீர்ந்ததற்கு இலங்கைப் பள்ளி இடைநிலை மாணவர்களுக்குப் பாடநூலாக வைத்ததே காரணம் என்றும் அதன் ஆசிரியர் மறைமலையடிகள் கூறியுள்ளார்.[10]

இவ்வாறு அச்சுப் படிகளும், அவற்றைப் படிப்போரும் எண்ணிக்கையில் குறைவாகவே இருந்தனர். மொத்தத்தில் புத்தக வெளியீடு ஒரு தொழிலாக வளரவில்லை. அவ்வாறு தொழிலாக வளராமையால் விநியோக அமைப்பும் சீராக வளரவில்லை. இது பற்றித் தக்க சான்றுகள் கிடைக்கவில்லை என்றாலும் இதனை ஓரளவு உய்த்துணர முடிகின்றது. நூல்கள் கடைத்தெருவில் விற்கப்பட்டனவென்றும், வெளியிடுவோர் தங்கள் நூல்களை மட்டுமே விற்றனர் என்றும், எல்லா நூல்களை யும் ஒருங்கே பெறுவதற்குரிய கடைகள் இல்லை என்றும் மர்டாக் எழுதியுள்ளார். மேலும், தெருத்தெருவாக எடுத்துச்

சென்று நூல்களை விற்போர் இருந்தனர் என்றும், அவர்கள் கடைத் தெருக்களிலும், பண்டிகை நாள்களில் கோயில்களிலும் சென்று விற்பனை செய்தனர் என்றும் மர்டாக் சொல்கிறார். ஆனால் இவ்வாறு விற்கப்பட்டவை எத்தகைய நூல்கள் என்பதை அவர் சுட்டவில்லை.[11] பெரும்பான்மையும் அவை நடுத்தர வர்க்கத்தினர் வெறுத்து, ஏளனம் செய்த அல்லியரசாணி மாலை, நல்லதங்காள் கதை முதலான 'குஜிலி' நூல்களாகவும் 'பெரிய எழுத்து'ப் புத்தகங்களாகவும் இருந்திருக்க வேண்டும். இங்கு நம் கவனம் அவற்றைப் பற்றியதல்ல. 'கற்றோர்' விரும்பிய 'சுத்த'ப் பதிப்புகளைப் பற்றியே நாம் இங்குப் பேசுகிறோம்.

இவற்றின் விநியோகத்துக்கு அஞ்சலே தக்க முறையாக விளங்கியதாகத் தெரிகிறது. இந்நூல்களுக்கான விளம்பரங்க ளெல்லாம் 'தபால் செலவு தனி' எனக் குறிக்கின்றமை, அஞ்சலே விநியோக அமைப்பாகக் கொள்ளப்பட்டதைச் சுட்டுகிறது. புத்தக மதிப்புரைகள்கூடத் தபால் செலவைத் தனியே குறிப்பிடு கின்றன. இவ்வாறான விநியோக அமைப்பின் வலுவின்மை நூல் விலையைப் பாதித்தது. விநியோகச் செலவு நூல் விலையில் சேரவில்லை. இதன் காரணமாக நூல்களின் விலை மிகக் குறைவாக இருந்தது.

பாரதியின் 'கண்ணன் பாட்டு'க்கு முன்னுரை எழுதிய வ.வே.சு. ஐயர் இதனைப் பின்வருமாறு குறிப்பிடுகின்றார்:

> இந்நூலைத் தமிழுலகம் ஆதரித்துத்தான் இரண்டாவது பதிப்பு வெளிவருகிறது. ஆனால் ஹரீந்திரநாத சட்டோபாத்தியாயர் எழுதிய ஆங்கிலக் கீர்த்தனைகளின் விலை மூன்று ரூபாயாக இருக்க, அளவில் அந்நூலில் குறையாததும், சுவையில் அதற்கு இணையாக இருப்பது மான இந்நூலின் முதற்பதிப்புக்கு, காகிதம் ஏறி விற்ற காலத்தில், பதிப்பாசிரியர் விலை கால் ரூபாயாகக் குறிக்க வேண்டியிருந்தது என நினைக்கும்போது, நாட்டில் தமிழபிமானம் வெளிப்படையாக விளங்கவில்லை என்றாவது ஒப்புக்கொள்ள வேண்டும். முன்காலத்தில் ஆசிரியர்களுக்கு அரசர்கள் ஏராளமான பொருள் உதவி செய்து, அவர்கள் மனதைச் சிறிய விசாரங்கள் பீடிக்காமல் காத்துவந்து, அவர்களுடைய ஆற்றல் நாளுக்கு நாள் அதிகரிக்கும்படி செய்துவந்தார்கள். தற்காலத்தில் கல்வியபிமானமுள்ள பொது ஜனங்கள்தாம் அக்காலத்து அரசரின் ஸ்தானத்தை வகிக்கிறார்கள். இவர்கள் தங்கள் அபிமானத்தை விலையைப் பொருட்படுத்தாமல் நூல்களின் யோக்கியதையைக் கருதி ஆதரித்துத்தான் காட்ட முடியும்.[12]

இலக்கிய உற்பத்தியின் பொருண்மை அடிப்படை மாறி விட்டதைக் குறிப்பிடும் வ.வே.சு. ஐயரின் மேற்கோள், குறைந்த நூல் வாசகர் எண்ணிக்கையும் குறைந்த விலையும் எழுத்தையே தொழிலாகக் கொள்வதற்கு இருந்த தடைகளாகச் சுட்டுகிறது.

பாரதியும் அவனையொத்த பிற நடுத்தரவர்க்கப் படைப் பாளிகளும் யாரை நம்பி எழுதினார்கள், அல்லது அவர்தம் வாசகர்களுடைய வர்க்கப் பின்னணி என்ன என்ற கேள்வி அடுத்து எழுகிறது. பாரதி தன் மறைவுக்குச் சிறிது காலத்திற்கு முன் எழுதிய ‘சென்னை மாகாணத்தில் அரசியல் வளர்ச்சி’ என்ற முற்றுப் பெறாத ஆங்கிலக் கட்டுரையில் நடுத்தர வர்க்கம், வணிகர்கள், நிலக்கிழார்கள், பள்ளியாசிரியர்கள், சிறு வியாபாரிகள், வழக்குரைஞர்கள், எழுத்தர்கள் ஆகியோரைப் படிக்கின்ற வர்க்கங்கள் எனக் குறிப்பிடுகிறான்.[13] இவர்களை நம்பியே பாரதியின் இலக்கிய வாழ்வும் தேசிய இயக்கத்தைச் சார்ந்த அரசியல் வாழ்வும் அமைந்திருந்தன. இவ்வர்க்கம் தான் பாரதியைக் கைவிட்டுவிட்டது என்பதை அவனுடைய சோக வாழ்க்கை காட்டுகிறது. இதற்குரிய காரணத்தை அவ்வர்க்கத்தின் பிறப்பு, வளர்ச்சி, பண்பு ஆகியனவற்றைக் கொண்டு அறிய வேண்டும்.

இந்திய நடுத்தர – முதலாளிய வர்க்கம் பிரித்தானிய காலனியாதிக்கம் இந்தியச் சமூகத்தில் ஏற்படுத்திய சமூக மாற்றத்தின் விளைவாகத் தோன்றியது. இச்சமூக மாற்றம் மேற்கத்திய சமூகத்தில் ஏற்பட்டதைப் போன்ற முழுமையான, முற்போக்கான மாற்றமாக அமையவில்லை. ஐரோப்பாவில் ஏற்பட்ட முதலாளிய வளர்ச்சி, நிலவுடைமைச் சமூகத்தின் அனைத்துக் கூறுகளையும் தவிடுபொடியாக்கிப் புதிய சமுதாயத்தைச் சமைத்தது. இப்புரட்சிகர மாற்றத்தோடு மேலெழுந்த முதலாளிய வர்க்கம் கருத்தியல் தளத்திலும் தனது மேலாண்மையை நிலைநாட்டியது. முதலாளிய வர்க்கத் தின் அறிவாளர்கள் இச்சமூக மாற்றத்தோடு நெருங்கிய, உயிர்ப்பாற்றல் மிக்கதொரு உறவைக் கொண்டிருந்தனர். இவ்வுயிர்ப்பாற்றல் அவர்களுடைய படைப்புகளிலெங்கும் மிளிர்ந்தது; முதலாளிய – நடுத்தர வர்க்கங்களின் ஆதரவையும் பெற்றது.

இந்தியச் சமூகத்தில் காலனியாதிக்கத்தால் ஏற்பட்ட மாற்றங்கள் இத்தகைய புரட்சிகரத் தன்மைகளை உடையதாய் இல்லை. ஆதிக்க நாட்டைச் சார்ந்த பொருளாதாரத்தைக் கொண்டிருந்த குடியேற்ற நாடுகளில் முதலாளியத் தொழில் வளர்ச்சி ஏற்படவில்லை. இங்குச் சிறு தொழில்களும், ஆதிக்க நாட்டின் தொழில் வளர்ச்சிக்குத் தேவையான தோட்டத்

தொழில்களும் சுரங்கத் தொழில்களுமே வளர்ந்தன. இதனால் முளைவிட்ட முதலாளிய வர்க்கம் புரட்சிகரத் தன்மைகளைக் கொண்டதாக இருக்கவில்லை. தேவைப்படும் போதெல்லாம் நிலவுடைமைச் சமூகத்தின் சார்பாளர்களோடு சமரசம் செய்து கொள்வதே இவ்வர்க்கத்திற்குச் சாதகமானதாக இருந்தது. ஆகவே, சமூகத்தில் அடிப்படை மாற்றங்கள் எவையும் நிகழாமை யால் அறிவாளர்களும் உயிர்ப்பாற்றல் மிக்கவராகத் திகழ வில்லை என்பதோடு அவர்களுக்குத் தக்க ஆதரவை வழங்கும் வலுமிக்கதாக முதலாளிய – நடுத்தர வர்க்கமும் விளங்கவில்லை.

பாரதியின் எழுத்து வாழ்க்கையினை இப்பின்னணியில் இனிக் காண்போம்.

2

பாரதியின் வாழ்க்கை எட்டயபுரம் ஜமீனில் தொடங்குகிறது. இன்றைக்கு நமக்குக் கிடைக்கப்பெறும் பாரதியின் முதல் படைப்பு அவனது பதினைந்தாம் வயதில் (1897) எட்டயபுரம் ஜமீன் பிரமுகர் வெங்கடேசுர எட்டப்பனுக்குக் கல்வி கற்கப் பொருளுதவி வேண்டி எழுதப் பெற்றதாகும்.[14]

செந்தமிழ்த் திருமொழி சிறிது மாதரிப்பவர்
இன்மையின் இந்நாள் இனிதுகற் பவர்க்கு
நன்மை பயவாது நலிந்திட, மற்றைப்
புன்மொழி பலவும் பொலிவுறலாயின;
. . . . என் தந்தையார்
என்னையும் புறமொழிகற்க வென்றியம்புவர்.
என்னையான் செய்குவ தின்றமிழ் கற்பினோ
பின்னை ஓருவரும் பேணார் ஆதலின்
கன்னயா னம்மொழி கற்கத் துணிந்தனன்.

என்று தமிழ் படித்தால் காசுபேராது என்ற ஓர்மையுடனேயே பாரதி தமிழுலகில் காலெடுத்து வைத்துள்ளான். தமிழின் முதல் நவீனக் கவிஞனாக மலர்ச்சிபெற்ற பாரதியின் இலக்கிய வாழ்க்கை புரவலரை நாடிப் பாடிய பாடலோடு தொடங்குவது முரணணி மிக்கது. இத்தகைய முரணணிகளுக்குப் பஞ்சமே இல்லை என்பதை அவனது பின்னாளைய வாழ்க்கையும் புலப்படுத்தவே செய்கின்றது.

திருநெல்வேலியிலும் காசியிலும் கல்வி பயின்ற பின்னர் 1903இல் எட்டயபுரம் மீண்ட பாரதி, ஜமீன்தாரின் அவைப் புலவராகப் பணியாற்றினான். குட்டி ஜமீன்தாருடன் உரையாடு வதும், காமச் சுவை ததும்பும் பாடல்களைப் பற்றிப் பேசுவதும், ‘யமகம், திரிபு, பசுமூத்ர பந்தம், நாகபந்தம், ரதபந்தம், தீப்பந்தம்

முதலிய யாருக்கும் அர்த்தமாகாத நிர்ப்பந்தங்களைக்[15] கட்டுவதுமே அக்காலத்துக் கவிராயர்களுக்குத் தொழிலாக இருந்தது. இவ்வாழ்க்கை புதுநெறி காட்டிய புலவனாக உருப்பெறவிருந்த பாரதிக்கு உவப்பானதாக இல்லை என்பதற்குச் 'சின்ன சங்கரன் கதை'யில் வெளிப்படும் குத்தலும் கிண்டலும் போதிய சான்று களாகும். ஜமீன் வேலை ஏற்படுத்திய வெறுப்பும் கசப்புமே பாரதி எட்டயபுரத்தை நீங்கியதற்குக் காரணம் என்று சொல்லப் படுகிறது. எது எப்படியிருப்பினும் பாரதியின் இலக்கிய வாழ்க்கை ஒரு புரவலரின் ஆதரவில் தொடங்கியது என்பது தெளிவு.

அதன் பின்னர் பாரதி சில காலம் மதுரைச் சேதுபதிப் பள்ளியில் தமிழாசிரியனாயிருந்தான். ஜி. சுப்பிரமணிய ஐய்யரால் இனங்காணப்பட்டு 1904 நவம்பரில் 'சுதேசமித்திரன்' நாளேட்டில் உதவி ஆசிரியராகப் பணியேற்றுச் சென்னையில் குடியமர்ந்தான். செய்தி அறிக்கைகளை மொழிபெயர்ப்பதும் செப்பனிடுவதும் அவனது தலையாய கடமையாயின. 1905ஆம் ஆண்டின் நடுப்பகுதியில் 'தமிழ் நாட்டு மாதர்களின் அபிவிருத்தியே நோக்கமாக வெளியிடப்படும் மாதாந்தரப் பத்திரிகை' சக்கரவர்த்தினிக்கு ஆசிரியரானான். இவ்விதழில் இடையிடையே கட்டுரை, கதைகளோடு சில பாடல்களையும் வெளியிட்டான். வங்கப் பிரிவினை அறிவிப்பைத் தொடர்ந்து 1905ஆம் ஆண்டளவில் வலுப்பெற்ற சுதேசிய இயக்கத்தோடு பாரதியின் எழுத்தும் வேகம் பெற்றது. அச்சமயம் மண்டையம் குடும்பத்தார் தொடங்கிய 'இந்தியா' வார இதழுக்கு ஆசிரியப் பொறுப்பைப் பாரதி ஏற்றான். இந்தக் காலப் பகுதியில், பாரதியைப் புதுநெறி காட்டிய புலவனாகக் கண்ட பாரதிதாசன் குறிப்பிடுவதுபோல்,

கலம்பகம் பார்த்தொரு கலம்ப கத்தையும்
அந்தாதி பார்த்தோர் அந்தாதி தன்னையும்
மாலை பார்த்தொரு மாலை தன்னையும்
காவியம் பார்த்தொரு காவியந் தன்னையும்
வரைந்து சாற்றுக்கவி திரிந்து பெற்று
விரைந்து தன்பேரை மேலே எழுதி
இருநூறு சுவடி அருமையாய் அச்சிட்ட[16]

காலம்போய் 'நாமிருக்கும் நாடு நமதென்பதறிந்தோம் – இது நமக்கே உரிமையாம் என்பதறிந்தோம்' என்று பொதுமக்களை யும் உளப்படுத்திப் பாடும் நிலை வந்தது. இந்த நிலையைக் கருத்தியல்ரீதியாகச் சாத்தியப்படுத்தியதில் பாரதிக்குப் பெரும்பங்குண்டு.

இக்காலப்பகுதியில் சென்னைக் கடற்கரை முதலான இடங்களில் நடைபெற்ற சுதேசியக் கூட்டங்களில் பாரதி

பாடிய பாடல்கள் ‘சுதேசமித்திர’னிலும் ‘இந்தியா’விலும் வெளிவந்தன. இதற்கென அவனுக்குத் தனியே ஊதியம் வழங்கப்பட்டதா என அறியக் கூடவில்லை.

இப்பின்னணியில்தான் பாரதியின் முதல் நூல் 1907இன் பிற்பகுதியில் வெளிவந்தது. ‘வந்தே மாதர மென்போம்’, ‘எந்தையும் தாயும்’, ‘மன்னுமிமய மலை’ ஆகிய மூன்று பாடல்கள் கொண்ட ‘ஸ்வதேச கீதங்கள்’ என்ற நான்கு பக்க வெளியீடு வி. கிருஷ்ணசாமி ஐயரின் பொருளுதவியோடு பதிப்பிக்கப்பட்டு இலவசமாகப் பரப்பப்பட்டது. விரிந்ததொரு வாசகர் வட்டத்தை அடைய வேண்டும் என விழைந்த பாரதியின் முதல் நூல் உ.வே. சாமிநாதையர் போன்ற மரபுரீதியான இலக்கிய உற்பத்தியாளர்களுக்குப் புரவலராக விளங்கிய ஒருவரின் ஆதரவோடு வெளிவந்ததை மனங்கொள்ள வேண்டும்.

இக்காலப் பகுதியில் புரவலரை நம்பி நடக்கும் இலக்கிய உற்பத்தி காலாவதியாகி வந்தது என்று முதற் பகுதியில் குறிப்பிட்டோம். எனவே பாரதி என்ற கவிஞனுக்கும் கிருஷ்ணசாமி ஐயர் என்ற புரவலருக்கும் இடையே சிக்கல்கள் ஏற்பட்டதில் வியப்பில்லை. புரவலரை நம்பி வாழும் புலவன் புரவலரின் தேவைக்கெல்லாம் தலையாட்டுபவனாக இருப்பது இன்றியமையாதது. ஜனநாயக அடிப்படையிலான அரசியல் இயக்கத்தின் கவிஞனாக வளர்ந்துவந்த பாரதி அவ்வாறு தொண்டூழியம் செய்பவனாக இருக்க இயலவில்லை. எனவேதான், தம்மைத் தேசியவாதியாகக் காட்டிக்கொண்டு அதே வேளையில் அரசாங்கம் வழங்கிய உயர்நீதிமன்றப் பதவியைக் காங்கிரஸ் மிதவாதத் தலைவரான வி. கிருஷ்ணசாமி ஐயர் ஏற்றுக்கொண்ட பொழுது, ‘எதிர்க்கிறாயா, துணை செய்கிறாயா?’ என்ற தலைப்பில் ஒரு தலையங்கம் எழுதினான்.

> சுமார் ஒன்றரை வருஷத்துக்கு முன், மயிலாப்பூரில், உமது வீட்டிலே ஓர் ஸ்வதந்திர பக்தருடன் நீர் சம்பாஷணை செய்துகொண்டிருந்த காலத்தில், மிக உருக்கத்துடன், ‘உம்மைப் போலவே நாங்களும் ஸ்வதந்திர தாகமுடையவர்களாகத்தானிருக்கிறோம். உமக்கு இந்த நாட்டிலுள்ள பக்தி எங்களுக்கு முண்டு. நமது உபாயங்கள் வேறு, நமது லக்ஷ்யமொன்றுதான். இது பற்றி நாம் பரஸ்பர விரோதம் பாராட்டலாகாது’ என்று நீங்கள் சொல்லிய வார்த்தை நினைப்பிருக்கிறதா? அந்த ஸ்வதந்திர தாகந்தான் இப்போது உம்மை ஹைகோர்ட்டு ஜட்ஜ் வேலையை ஒப்புக்கொள்ளும்படி தூண்டிவிட்டதோ? சீச்சி! வி. கிருஷ்ணஸ்வாமி ஐயரே என்ன வார்த்தை

காணும் சொல்லிவிட்டீர்? . . . ஐயோ, வி. கிருஷ்ணஸ்வாமி ஐயரே, என்ன ஜன்மமெடுத்து விட்டீர்![17]

புரவலரை நம்பிப் புலவர் வாழும் காலம் மாறிவிட்ட தென்பதை இது புலப்படுத்துகின்றது. எழுத்தாளன் ஒருவன், அல்லது குறைந்த பட்சம் பாரதியைப் போன்ற எழுத்தாளன் புரவலருக்குக் கட்டுப்பட்டுத் தொழிற்படவியலாத நிலை ஏற்பட்டுவிட்டது. குட்டி ஜமீன்தார்கள், பிரபுக்கள், மடாதிபதிகள் – இவர்களுக்கல்லாது இவர்களினும் விரிந்த வாசகர் வட்டத்துக்கென எழுதும் நிலை உருவாகத் தொடங்கி இருந்தது. புரவலருக்கு ஏற்றவாறு எழுதுவதற்கு இது தடையாக இருந்தது.

தமிழகத்தில் சுதேசி இயக்கம் தன் உச்சத்தை அடைந்த 1908ஆம் ஆண்டின் முற்பகுதியில் பாரதி மூன்று நூல்களை – 'சுதேச கீதங்கள் – முதற் பாகம்', 'புதிய கட்சியின் கொள்கைகள்', 'எங்கள் காங்கிரஸ் யாத்திரை' – வெளியிட்டான். சுதேசி இயக்கத்தின் மீதான அடக்குமுறை வலுப்பட்டு வ.உ.சி., சுப்பிரமணிய சிவா, சுரேந்திரநாத் ஆர்யா, கிருஷ்ணசாமி சர்மா ஆகியோர் சிறைப்பட்ட பின்னர், பாரதி புதுச்சேரியில் புகலிடம் தேடினான். அங்குச் சென்ற பின்னரும் 'இந்தியா' இதழில் தொடர்ந்து பணியாற்றினான். அதோடு 'விஜயா,' 'கர்மயோகி', 'சூர்யோதயம்' ஆகிய இதழ்களிலும் தொழிற்பட்டு வந்தான். ஆனால் 1910ஆம் ஆண்டில் கொண்டுவரப்பட்ட புதிய அஞ்சல் சட்டத்தின்படி 'இந்தியா'வும் 'விஜயா'வும் பிரிட்டிஷ் இந்தியாவில் நுழைவது தடைசெய்யப்பட்டன.[18] தமிழ்நாட்டு வாசகர்களையே நம்பி வெளிவந்த இந்த இதழ்கள் இதன் விளைவாக நின்றுபோயின. பிரிட்டிஷ் தொழிற்கட்சித் தலைவர் இராம்சே மக்டனால்டுக்கு 1914இல் பாரதி எழுதிய ஆங்கிலக் கடிதத்தில் குறிப்பிட்டவாறு, 'புதுச்சேரிக்கு வந்ததி லிருந்து எந்தவொரு பத்திரிகையிலும் பொறுப்பு வகிக்காமல், என் பெயரில் எழுதும் கட்டுரைகளுக்கு மட்டும் ஊதியம் பெற்று சுயேச்சை பத்திரிகையாளனாக'[19]ப் பாரதி வாழ்ந்து வந்தான்.

1909–10ஆம் ஆண்டுகளில் கவிதைகள் இரண்டும் கதைகள் இரண்டுமாய் நான்கு நூல்களைப் பாரதி வெளியிட்டான். அவற்றுள் 'கனவு' என்ற தன்வரலாறும் 'ஆறிலொரு பங்கு' என்ற கதை நூலும் அரசால் தடை செய்யப்பட்டன.[20] முப்பெரும் பாடல்களில் ஒன்றான 'பாஞ்சாலி சபத'த்தின் முதல் பகுதி 1912இல் வெளிவந்தது. அதற்கடுத்த ஆண்டு 'புதிய ஆத்திசூடி' வெளிவந்தது. 1914இல் 'மாதா மணி வாசக'மும் 'பொன்வால் நரி' என்ற ஆங்கில நூலும் வெளியாயின.

இவற்றோடு பாரதியின் நூல் வெளியீடுகள் ஒரு கட்டத்தை எட்டுகின்றன. தென்னாப்பிரிக்காவிலிருந்து வெளிவந்த 'மாதா மணிவாசகம்' நீங்கலாகப் பிற நூல்கள் அனைத்தையும் பாரதியே வெளியிட்டான். இக்கட்டத்தின் தொடக்கத்தில்கூடப் பாரதி புரவலரின் ஆதரவை எதிர்நோக்கி இருந்திருக்கிறான். 'கனவு' (1910) நூலின் முன்னுரையில் 'அச்சு நேர்த்தியாக விழாதிருப்பது எனது பிழையன்று. நமது நாட்டுச் செல்வர்களின் பிழை' என்று புரவலரின்மீது பழிபோடுகிறான். அதேபோல், 'பாஞ்சாலி சபத'த்தின் (1912) காணிக்கையிலும்

> தமிழ் மொழிக்கு அழியாத உயிரும் ஒளியும் இயலுமாறு இனிப் பிறந்து காவியங்கள் செய்யப்போகிற வரகவி களுக்கும், அவர்களுக்குத் தக்கவாறு கைங்கரியங்கள் செய்யப்போகிற பிரபுக்களுக்கும் இந்நூலைப் பாதகாணிக்கையாகச் செலுத்துகிறேன்

என்று புலமைத் தொழிலுக்குப் புரவலரின் தேவையை வற்புறுத்துகிறான்.

இதற்கு எதிர்ப் புடையாக, யாருக்கு எழுதுகிறோம் என்பதைப் பொறுத்தமட்டில் ஒரு முக்கிய மாற்றம் பாரதியின் கண்ணோட்டத்தில் ஏற்படுகின்றது.

> இச்சிறிய செய்யுள் நூல் விநோதார்த்தமாக எழுதப் பட்டது . . . இதன் இயல் தலைவன் கூற்றெனப்படும் – . . . இப்புதிய வழி தமிழறிந்த மேலோர்கள் அங்கீகரிக்கத் தக்கதுதானா என்று பார்வையிடும் பொருட்டுச் சிறிய நூலொன்றை முதலில் வெளியிடுகிறேன். இதனைப் பதம் பார்த்து மேலோர் நன்றென்பாராயின், இவ்வழியிலே வேறு பல வெளியாக்குவேன்

என்று 'கனவு' நூலின் முன்னுரையில் மேலோரை ஒரு முறைக்கு இருமுறையாகச் சுட்டி அவர்களையே நூலின் வாசகராக முதன்மைப்படுத்துகிறான். பலகால் மேற்கோள் காட்டப்பட்ட 'பாஞ்சாலி சபதம்' முன்னுரையில் பாரதியின் நிலைப்பாடு மாறுவதைப் பார்க்க முடிகின்றது.

> எளிய பதங்கள், எளிய நடை, எளிதில் அறிந்துகொள்ளக் கூடிய சந்தம், பொதுஜனங்கள் விரும்பும் மெட்டு இவற்றினையுடைய காவியமொன்று தற்காலத்தில் செய்து தருவோன் நமது தாய் மொழிக்குப் புதிய உயிர் தருவோனாகின்றான். ஓரிரண்டு வருஷத்து நூற்பழக்க முள்ள தமிழ் மக்களெல்லோருக்கும் நன்கு பொருள் விளங்கும்படி எழுதுவதுடன் காவியத்துக்குள்ள நயங்கள் குறைவுபடாமலும் நடத்துதல் வேண்டும்,

என்று புதியதாக எழுதப் படிக்கக் கற்ற புதிய வர்க்கத்தினர் – புதியதாகக் கட்டமைக்கப்பட்ட 'பொது ஜனங்கள்' – இவர்களுக்கெனத் தன் நூல்களைப் பாரதி படைக்கத் தொடங்குகிறான்.

1914இல் 'பொன்வால் நரி'யின் வெளியீட்டுக்குப் பிறகு, 1917இல் பரலி சு.நெல்லையப்பர் பாரதியின் நூல்களை வெளியிடத் தொடங்கும்வரை வேறு நூல் எதுவும் வெளிவரவில்லை. இவ்விடைப்பட்ட காலத்தில்தான் தமிழ்நாட்டில் புத்தகத் தொழில், எழுத்தாளர் நிலை ஆகியனவற்றைப் பற்றிக் கூர்மையான கருத்துரையைப் பாரதி முன்வைக்கின்றான்.[21] அதன் முக்கியத்துவத்தைக் கருதி விரிவாக மேற்கோள் காட்டுவோம். 'தமிழ் நாட்டிலே புஸ்தகப் பிரசுரம்' என்ற தலைப்பில் பாரதி கூறுவது வருமாறு:

> பிரசுரத் தொழிலை ஒரு வியாபாரமாக நடத்தும் முதலாளிகள் வெளிப்படவில்லையாதலால் சங்கடம் நீங்காமலிருக்கிறது. புதிய புஸ்தகங்களைப் படித்துப் பார்த்து, 'பயன்படுமா படாதா'வென்று தீர்மானம் செய்ய வேண்டும். 'நன்றாக விலையாகுமா விலையாகாதா' என்பதை ஊகித்தறிய வேண்டும். ஆசிரியரிடமிருந்து புஸ்தகத்தை முன் விலையாகவோ, வேறுவித உடன்பாடாகவோ வாங்கிக்கொண்டு தாம் கைம்முதல் போட்டு அச்சிட்டு லாபம் பெறவேண்டும். இந்த வியாபாரத்தை நமது தேசமுதலாளிகள் தக்கபடி கவனியாமலிருப்பது வியப்பை உண்டாக்குகிறது. புஸ்தகங்கள் வெளிவரத்தான் செய்கின்றன. பெருந்தொகையான ஜனங்கள் வாங்கிப் படிக்கத்தான் செய்கிறார்கள். ஒரு ஒழுங்கான பிரசுர வியாபாரம் நடந்தால் ஜனங்களுக்கு நல்ல புஸ்தகங்கள் கிடைக்கும். இப்போது அச்சிடப் பணமுள்ளவர் எழுதும் புஸ்தகங்களே பொது ஜனங்களுக்குக் கிடைக்கின்றன ... மேன்மேலும் ஊக்கத்துடன் நடத்தினால் பிரசுர வியாபாரத்தில் நிறைய லாபம் உண்டாகுமென்பதில் சந்தேகமில்லை

என்று பகுத்தாய்ந்து, இப்பின்னணியில் 'தமிழ் நாட்டிலே புஸ்தகம் எழுதுவோரின் நிலைமை இன்னும் சீராகவில்லை' என 'நூலாசிரியர் பாட்'டை விளக்குகின்றான்.

> இக்காலத்தில் தமிழ் நூலாசிரியர் படுங்கஷ்டங்களை ஈசனே தீர்த்துவைக்க வேண்டும். உண்மையான கவிதைக்குத் தமிழ்நாட்டில் தக்க மதிப்பில்லை. இங்கிலீஷ் பாஷையிலிருந்து கதைகள் மொழிபெயர்த்துப் போட்டால் பலர் வாங்கி வாசிக்கிறார்கள். அல்லது, இங்கிலீஷ்

முறையைத் தழுவி மிகவும் தாழ்ந்த தரத்தில் பலர் புது நாவல்கள் எழுதுகிறார்கள்; அவர்களுக்குக் கொஞ்சம் லாபமேற்படுகிறது. தமிழில் உண்மையான இலக்கியத் திறமையும் தெய்வ அருளும் பொருந்திய நூல்கள் எழுதுவோர் ஒரு சிலர் தோன்றியிருக்கிறார்கள்; இவர்களுடைய தொழிலை அச்சிடுவாரில்லை; அச்சிட்டால் வாங்குவாரில்லை. அருமை தெரியாத ஜனங்கள் புதிய வழியில் ஒரு நூலைக் காணும்போது அதில் ரஸமனுபவிக்க வழியில்லை... ஜமீன்தார்கள் மீதும், பிரபுக்கள்மீதும் 'காமா சோமா' என்று புகழ்ச்சியில் பாட்டுக்கள் பாடினால் கொஞ்சம் ஸம்மானம் கிடைக்கிறது... ஆகையால், இங்கிலீஷ் படித்த தமிழ் மக்கள் – முக்கியமாக, வக்கீல்களும் பள்ளிக்கூடத்து வாத்தியார்களும் – தமது வாக்கிலும் மனதிலும் தமிழரசி கொலுவிருக்கும்படி செய்து வணங்க வேண்டுமென்றும், அதுவே இப்போதுள்ள ஸ்திதியில் தமிழ் வளர்ப்புக்கு மூலஸாதனமாகுமென்றும்

பாரதி, புரவலர்க்கும் சந்தைக்கும் இடையே எழுத்தாளர்கள் தத்தளிப்பதைச் சுட்டிக் காட்டுகின்றான். அவனது மனம் மக்களையும் சந்தையினையும் நோக்கியே சாய்கின்றது. 'ஸங்கீத விஷயம்' என்ற புகழ்பெற்ற கட்டுரையில் பாரதியின் சாய்வு துலக்கமாக வெளிப்படுகின்றது.

இப்போது உலக முழுவதிலுமே ராஜாக்களையும் பிரபுக்களையும் நம்பி வித்தை பழகும் காலம் போய் விட்டது. பொது ஜனங்களை நம்ப வேண்டும். இனிமேல் கலைகளுக்கெல்லாம் போஷணையும் ஆதரவும் பொது ஜனங்களிடமிருந்து கிடைக்கும். அவர்களுக்கு உண்மையான அபிருசி உண்டாக்கிக் கொடுப்பது வித்வான்களுடைய கடமை. பிறகு, நல்ல போஷணை கிடைக்கும். ஒரு பிரபு மாதம் ரூபாய் 100 கொடுப்பான். ஊர் சேர்ந்தால் தலைக்குக் கால் ரூபாயாக வசூல் பண்ணி மாதம் 1000 ரூபாய் கொடுக்கும். ஊரையே யஜமானனாகக் கொள்ளவேண்டும்.

ஊர்தான் ராஜா. இந்த ராஜாவுக்கு ஆரம்பத்திலே கொஞ்சம் ஞானம் அளித்துப் பழக்கங்கொடுத்தால் வித்தைகளுக்கு எவ்விதமான குறைவும் ஏற்படாது.

இவ்வாறு காலம் மாறி, புரவலர்களின் வலுக்குறைந்து, பொதுமக்கள் என்றதொரு புது உருவாக்கம் நிகழ்ந்து வருவதைப் பாரதி நன்குணர்ந்து மக்களின்மீது நம்பிக்கை வைக்கத்

தலைப்படுகின்றான். இதற்குப் பொருண்மைக் காரணங்கள் தவிரக் கருத்தியல் நிலைப்பாடும் முக்கியமானது. பாரதியின் 'காக்கை இலக்கணம் கற்ற கதை'யிலும்கூட 'நான் குடியரசுக் கட்சியைச் சேர்ந்தவன். ராஜ சபையில் வாங்கும் சன்மானங்கள் எனக்கு அவசியமில்லை'[22] என்று ஆண் காக்கை கருத்தியல் காரணத்திற்காகப் புரவலரின் ஆதரவை நிராகரிக்கிறது.

மூன்றாண்டு இடைவெளிக்குப் பிறகு பரலி சு. நெல்லையப்பர் மூலமாகப் பாரதியின் நூல்கள் வெளிவரத் தொடங்குகின்றன. 'கண்ணன் பாட்டு', 'நாட்டுப் பாட்டு', 'பாப்பா பாட்டு', 'முரசு' ஆகிய நான்கு நூல்களும் 1917இல் வெளிவந்தன.

முதல் உலகப் போர் முடிந்ததும், 1918 நவம்பரில் பத்தாண்டுக் காலக் கரந்துறை வாழ்க்கையை முடித்துக்கொண்டு புதுவையி லிருந்து பிரிட்டிஷ் இந்தியாவுக்குள் நுழைந்த பாரதி கைது செய்யப்பட்டான். கடலூர் சிறையில் காவல்துறையின் துணை இன்ஸ்பெக்டர் ஜெனரலைச் சந்தித்த பின்னர், ஒரு குறிப்பிட்ட காலத்துக்கு அரசியலில் ஈடுபடுவதில்லை என்ற உறுதிமொழியை அளித்துச் சிறையிலிருந்து பாரதி மீண்டான்.[23] அதன் பின்னர் தன் மனைவி செல்லம்மாவின் சொந்த ஊராகிய கடையத்துக்குச் சென்றான். சிறை மீண்ட ஒரு வாரத்திற்குள் நூல் வெளியீடு தொடர்பாக நெல்லையப்பருக்குப் பாரதி எழுதிய கடிதம் (21 டிசம்பர் 1918) கிடைக்கப் பெறுகின்றது. தன் படைப்புகளை வெளியிட வேண்டும் என்ற விரைவையும் ஆர்வத்தையும் அக்கடிதம் காட்டுகின்றது.

> இவ்வூருக்கு நான் வந்த மறுநாள் பாப்பா பாட்டு, முரசு, நாட்டுப் பாட்டு, கண்ணன் இவை வேண்டுமென்று பலரிடமிருந்து கடிதங்கள் கிடைத்தன.
>
> என் வசம் மேற்படி புத்தகங்கள் இல்லை. உன்னிடம் மேற்படி புத்தகங்களிருந்தால் அனுப்பக்கூடிய தொகை முழுதும் அனுப்பும்படி பிரார்த்திக்கிறேன்.
>
> 'பாஞ்சாலி சபதம்' – இரண்டு பாகங்களையும் சேர்த்து ஒன்றாக அச்சடிப்பதற்குரிய ஏற்பாடு எதுவரை நடந்திருக்கிறதென்ற விஷயம் தெரியவில்லை...
>
> பாப்பா பாட்டு முதலியன உன்னிடம் இல்லாவிட்டால் உடனே அவற்றை மீண்டும் பிரசுரம் செய்தல் மிகவும் அவசரம்.
>
> இவை முதலிய எல்லா விஷயங்களைப் பற்றி உன்னிடம் நேரே பேச விரும்புகிறேன். இதன் பொருட்டாக இக்கடிதங் கண்டவுடன் இங்கு நீ நேரே புறப்பட்டு வந்து சேரும்படி

வேண்டுகிறேன் ... இன்னும் ப்ரசுரம் செய்ய வேண்டிய நூல்கள் என்னிடம் பல இருக்கின்றன. நான் இப்போது பிரிட்டிஷ் இந்தியாவுக்கு வந்துவிட்டபடியால் நமது பிரசுரங்களுக்குப் பணம் கொடுக்கக்கூடிய நண்பர்களும் பலர் இருக்கிறார்கள். உன்னை ஸஹாய புருஷனாகக் கொண்டால் ப்ரசுர கார்யம் தீவிரமாகவும் செம்மை யாகவும் நடைபெறுமென்று தோன்றுகிறது.[24]

பாரதி விரும்பியவாறு நெல்லையப்பர் கடையம் வந்தாரா என்று தெரியவில்லை. ஆனால் கடிதத்தில் கண்ட நான்கு நூல்களையும் 1919இல் மறுபதிப்பிட்டார். ஆனால் புதுவையில் பாரதி எழுதிக் குவித்தவற்றில் சிலவற்றையேனும் வெளியிடு வதற்குரிய பொருள்வளம் பெற்றவராக நெல்லையப்பர் இல்லை. பாரதியின்மீது அவர் கொண்டிருந்த பற்று, தாம் வெளியிட்ட நூல்களுக்கு மனத்தை நெகிழவைக்கும் பதிப்புரை எழுதுவதோடு அமைந்தது. பாரதியின் பொருள் நிலையோ கவலைக்கிடம் தருவதாக இருந்தது. பத்தாண்டு இடைவெளிக்குப் பின் பிரிட்டிஷ் இந்தியாவுக்குள் நுழைந்த பாரதி தன் மாமனார் வீட்டில் குடியிருக்க வேண்டியவரானார். இந்த நெருக்கடியில் தான் 2 மே 1919இல் எட்டயபுரம் மன்னரின் ஆதரவை நாடிப் புகழ்பெற்ற ஓலைத்தூக்கை எழுதினார்.

மன்னவனே! தமிழ்நாட்டில் தமிழறிந்த
மன்னரிலை யென்று மாந்தர்
இன்னலுறப் புகன்றவசை நீ மகுடம்
புனைந்தபொழு திறந்த தன்றே?
. . . .
புவியனைத்தும் போற்றிடவான் புகழ்படைத்துத்
தமிழ்மொழியைப் புகழி லேற்றுங்
கவியரசர் தமிழ்நாட்டுக் கில்லையெனும்
வசையென்னாற் கழிந்த தன்றே!
'சுவை புதிது, நயம் புதிது, வளம் புதிது
சொற்புதிது, ஜோதிகொண்ட
நவகவிதை, யெந்நாளு மழியாத
மஹாகவிதை'யென்று நன்கு

பிரான்ஸென்னு முயர்ந்த புகழ் நாட்டிலுயர்
புலவோரும் பிறரு மாங்கே
விராவுபுக ழாங்கிலந்தீங் கவியரசர்
தாமுமிக வியந்து கூறிப்
பராவி யென்றன் தமிழ்ப்பாட்டை மொழிபெயர்த்துப்
போற்றுகிறார்; பாரோ ரேத்துந்
தராதிபனே, யிளசைவெங்க டேசுரெட்டா
நின்பாலத் தமிழ் கொணர்ந்தேன்.

வியப்பு மிகு புத்திசையில் வியத்தகுமென்
கவிதையினை வேந்தனே நின்
நயப்படுஸந் நிதிதனிலே நான்பாட
நீ கேட்டு நன்கு போற்றி,
ஜயப்பறைகள் சாற்றுவித்துச் சாலுவைகள்
பொற்பைகள் ஜதி பல்லக்கு
வயப்பரிவா ரங்கள்முதற் பரிசளித்துப்
பல்லூழி வாழ்க நீயே.

மக்கள் சார்ந்த அரசியல் இயக்கக் கவிஞனும்கூடப் புரவலரை நாடுங்கால் ஓலைத்தூக்கு என்ற மரபுசார்ந்த கவிதை வடிவத்தைக் கையாள்வதோடு ஜயப்பறைகள், சால்வைகள், பொற்பைகள், ஜதி, பரிவாரம் என்று காலத்திற்குப் பொருந்தாத பொருள்களைக் கேட்பதைக் காண்கின்றோம். "வெளியூர் ஜனங்கள் இவரை 'ஜமீன்தார்' என்பார்கள். கவுண்டபுரத்தில் இவருக்கு 'மகாராஜா' என்றும் பட்டம்" என்று 'சின்னச் சங்கரன் கதை'யில் கேலி செய்த பாரதி இவ்வோலைத் தூக்கில் 'மன்னவனே' என்று தொடங்குகிறான். இதனை மீறிய புலமைப் பெருமிதமும் ஓலைத்தூக்கில் துலக்கமாக வெளிப்படுகின்றது. இதற்கு விடை எதுவும் கிடைக்கப்பெறாததால் மறுநாளே (3 மே 1919) மற்றுமொரு சீட்டுக்கவி விடுத்தான் பாரதி.

பாரிவாழ்ந் திருந்த சீர்த்திப் பழந்தமிழ்
நாட்டின் கண்ணே
ஆரிய நீயிந் நாளி லரசுவீற் றிருக்கின்றாயால்;
காரியங் கருதி நின்னைக் கவிஞர்தாங் காண வேண்டின்
நேரிலப்போதே யெய்தி வழிபட நினைகிலாயோ?

விண்ணள வுயர்ந்த கீர்த்தி வெங்கடேசு ரெட்ட மன்னா
பண்ணள வுயர்ந்த தென்பண், பாவள வுயர்ந்த தென்பா
எண்ணள வுயர்ந்த வெண்ணி லிரும் புகழ்க் கவிஞர் வந்தால்
அண்ணலே பரிசு கோடி யளித்திட விரைகி லாயோ?

கல்வியே தொழிலாக் கொண்டாய் கவிதையே தெய்வமாக
அல்லுநன் பகலும் போற்றி யதைவழி பட்டு நின்றாய்!
சொல்லிலே நிகரிலாத புலவர்நின் சூழலுற்றால்
எல்லினைக் காணப் பாயும் இடபம்போல் முற்படாயோ?

முதல்நாள் விடுத்த சீட்டுக்கவியில் காணப்படும் செம்மாந்த தன்மை மறுநாள் 'காரியங்கருதி' எழுதிய பாடல்களில் இல்லை. மெலிதான பணிவு தொக்கி இருப்பதையே காண முடிகின்றது. இதற்கும் மௌனமே எட்டயபுரம் மன்னரின் விடையாக இருக்க, ஏறத்தாழ மூன்று மாதங்களுக்குப் பிறகு (6 ஆகஸ்டு 1919) பாரதி மீண்டும் ஒரு கடிதம் விடுத்தான். இம்முறை பெருமிதம் மிக்க புலமை நடை, அடக்கவொடுக்கமான உரைநடைக்கு வழிகொடுக்கிறது.

ஸ்ரீமான் மஹாராஜ ராஜ பூஜித மஹாராஜ ராஜஸ்ரீ எட்டயபுரம் மஹாராஜா, வெங்கடேசுர எட்டப்ப நாயக்க ஐயனவர்கள் ஸந்நிதானத்துக்கு சி. சுப்பிரமணிய பாரதி அநேக ஆசீர்வாதம்.

முன்பு கவி கேஸரி ஸ்ரீ ஸ்வாமி தீக்ஷிதரால் எழுதப்பட்ட 'வம்சமணி தீபிகை' என்ற எட்டயபுரத்து ராஜ வம்சத்தின் சரித்திரம் மிகவும் கொச்சையான தமிழ் நடையில் பல விதமான குற்றங்களுடையதாக இருப்பது ஸந்நிதானத்துக்குத் தெரிந்த விஷயமே.

அதைத் திருத்தி நல்ல, இனிய, தெளிந்த தமிழ் நடையில் நான் அமைத்துத் தருவேன். அங்ஙனம் செய்தால் அந்நூலை ராஜாங்க பாடசாலைகளில் தமிழ்ப் பாடமாக வைக்க ஏற்பாடு செய்யலாம் . . .

மேலும், நான் அதை எழுதுகிற மாதிரியை ஒட்டியும் என் பெயரை ஒட்டியும் அந்நூல் தமிழ் நாட்டில் வசன காவியத்துக்கோர் இலக்கியமாக எக்காலத்திலும் நின்று நிலவும்படி செய்யப்படும்.

. . . இக்காரியத்தில் இவ்விடத்து ராஜ குடும்பத்துக்கு அழியாத கீர்த்தியும் தமிழ் மொழிக்கொரு மேன்மையும் பொருந்திய சரித்திர நூலும் சமையும்.[25]

என்று எழுதிப் பின்குறிப்பாகக் 'கைம்மாறு விஷயம் சந்நிதானத்தின் உத்தரவுப்படி' என்று முடித்திருக்கிறான். இம்மூன்று கடிதங்களையும் இருபதாம் நூற்றாண்டுத் தமிழ்ப் பெருங் கவிஞனின் வாழ்வில் ஏற்பட்ட பேரவலம் என்றே சொல்ல வேண்டும். பாட்டுத் திறத்தாலே இவ்வையத்தைப் பாலித்திட வேண்டும் என்று எண்ணியவன் ஒரு குட்டி ஜமீன்தாரின் முன் மண்டியிட்டு, 'மகாராஜ ராஜ பூஜித மகா ராஜ ராஜஸ்ரீ ராஜமார்த்தாண்ட சண்டப்பிரசண்ட அண்ட பகிரண்ட கவுண்டாதி கவுண்ட கவுண்ட ஹூராதிப' என்று கேலியாகச் 'சின்னச் சங்கரன் கதை'யில் எழுதியதுபோய் உண்மையிலேயே அத்தகைய பட்டங்களைக் கையாள வேண்டியவனானான். 'பத்து வேலி நிலமிருந்தால் அவன் ராஜ ராஜமார்த்தாண்டன். ஒரு ஜமீனிலிருந்து விட்டால் அவன் "சந்திர வம்சம்", "சூர்யவம்சம்", "சனீசுரவம்சம்", "மகா விஷ்ணுவின் அவதாரம்" என்று வம்சாவளிகளைக் கிண்டலடித்த பாரதி எட்டயபுரத்து வம்சாவளியைத் 'தமிழ்நாட்டில் வசன காவியத்துக்கோர் இலக்கியமாக'ச் செய்து காட்ட இறைஞ்சும் செவ்வியான் கேட்டை வள்ளுவரின் வார்த்தையில் 'நினைக்கப்படும்' என்றுகூறி அமைவோம்.

இவ்வளவு கீழே இறங்கிய பின்னும் எட்டயபுரம் மன்னனின் மனம் இரங்கவில்லை. இக்கசப்பான அனுபவத்திற்குப் பிறகு

> **மன்னர்மிசை செல்வர்மிசைத் தமிழ்பாடி**
> **யெய்ப்புற்று மனங் கசந்து**
> **பொன்னனைய கவிதையினி வானவர்க்கே**
> **யன்றி மக்கட் புறத்தார்க் கீயோம்**[26]

என்று மனம் சலித்திருந்த பாரதி கடைசிமுறையாகக் கானாடுகாத்தான் வயி.சு. சண்முகம் செட்டியார் என்ற நாட்டுக் கோட்டையைச் சேர்ந்த புரவலரை நாடினான். தன் நூல்களை வெளியிடுவது தொடர்பாக 15 நவம்பர் 1919இல் அவருக்கு எழுதிய கடிதத்தில் பாரதியின் பின்னாளைய பெருந்திட்டத்தின் வித்துகளைக் காண முடிகின்றது.

> பகவத் கீதையை அச்சுக்கு விரைவில் கொடுங்கள். தங்களுக்கு இஷ்டமானால் அதற்கு நீண்ட விளக்கம் எழுதியனுப்புகிறேன். நீண்ட முகவுரையும் எழுதுகிறேன்.
>
> புஸ்தக விலை ரூ. 1க்கும் குறைத்து வைக்க வேண்டாம். தடித்த காயிதம்; நேர்த்தியான அச்சு; பெரிய எழுத்து; இட விஸ்தாரம். இவை கீதைக்கு மட்டுமேயன்றி நாம் அச்சிடப் போகும் புஸ்தகங்கள் எல்லாவற்றுக்கும் அவசியம்.
>
> ஆங்கிலக் கவிகள், ஆசிரியரின் காவியங்களும் கதைகளும் இங்கிலாந்தில் எப்படி அச்சிடப்படுகின்றனவோ, அப்படியே நம் நூல்களை இங்கு அச்சிட முயலவேண்டும்.
>
> . . . .
>
> தம்பி, இந்தப் ‘பாஞ்சாலி சபதம்’ இரண்டாம் பாகம் கையெழுத்துப் பிரதி அனுப்பியிருப்பதைச் சோம்பலின்றி தயவுசெய்து ஒருமுறை முற்றிலும் படித்துப் பாருங்கள். பிறகு அதை மிகவும் ஆச்சரியமாகவும் அழகாகவும் அச்சிடுதல் அவசியமென்பது தங்களுக்கே விசிதமாகும்.[27]

இம்முயற்சியும் வெற்றி பெறவில்லை. வயி.சு. சண்முகம் செட்டியார் தம் முழு ஆதரவையும் தர முன்வந்தாரென நம்பப்படுகின்றது. பாரதி தன் குடும்பத்தோடு கானாடுகாத்தானில் தங்கி, நூல் வெளியீடுகளைக் கவனிப்பதாக முடிவு செய்யப்பட்டதென்றும், ஆனால் பாரதியின் மனைவி செல்லம்மா இதற்கு இணங்காததால் இத்திட்டம் கைவிடப்பட்டதென்றும், இருப்பினும் மாதந்தோறும் பாரதிக்கு நாற்பது ரூபாய் அனுப்பி வந்ததாகவும் பின்னாளில் சண்முகம் செட்டியார் நினைவு கூர்ந்தார்.[28]

இவ்வாறு புரவலரின் ஆதரவை நாடி, ஏமாந்து, மனம் சலித்து, கைப்புணர்வுடன் இருந்த பாரதி மீண்டும் மக்கள் ஆதரவை எதிர்நோக்கினான். பத்தாண்டுக் காலப் புதுவை வாழ்க்கையில் எழுதித் தீர்த்த படைப்புகளை எல்லாம் ஒருங்கே வெளியிடப் பெருந்திட்டத்தினைத் தீட்டினான். இதன் தொடர்பில் 1920ஆம் ஆண்டின் பிற்பகுதியில் ஆங்கிலத்திலும் தமிழிலுமாக இரண்டு அறிக்கைகளை வெளியிட்டான்.[29]

இத்திட்டத்தின்படி பாரதியின் படைப்புகள் அனைத்தும் நாற்பது நூல்களாகப் பிரிக்கப்பட்டு, ஒவ்வொன்றும் பத்தாயிரம் படிகள் அச்சிடப்படும். அரைரூபாய் விலையுடைய நூற்படிகள் 'மண்ணெண்ணெய் தீப்பெட்டிகளைக் காட்டிலும் அதிக ஸாதாரணமாகவும், அதிக விரைவாகவும் விலைப்பட்டுப் போகுமென்பதில்' பாரதிக்குச் சிறிதேனும் ஐயமிருக்கவில்லை. இதற்குப் பாரதி கொண்டிருந்த காரணங்கள் வருமாறு:

> இந்நூல்களிலே பெரும்பகுதி வசன நூல்கள்; நேர்த்தியான, ஆச்சர்யமான, ரஸமான, வாசிக்க வாசிக்கத் தெவிட்டாத கதைகளடங்கிய வசன கிரந்தங்கள். மிகவும் தெளிவான இனிய, எளிய, தமிழ் நடையில் குழந்தைகளுக்குக்கூட நன்றாக விளங்கும்படி எழுதப்பட்டன. எனவே இந்நூல்கள் லக்ஷக்கணக்காக விலையாகுமென்பதில் ஸந்தேகமில்லை.
>
> தமிழ் நாட்டிலும் தமிழர் சென்று குடியேறியிருக்கும் வெளித்தீவுகளிலும், தமிழ் வாசிப்பவரின் ஜனத்தொகை நாளுக்கு நாள் ஒன்று, பத்து, நூறு, ஆயிரமாகப் பெருகிக் கொண்டு வருகிறது.
>
> இந்த நூல்கள் அச்சிடப்படும் மாதிரியே இவை ஏராள மாக விலைப்படுவதற்கொரு ஸாதனமாகும்; அமெரிக்கா, ஐரோப்பா கண்டத்துப் பதிப்புகளைப் போல் நேர்த்தியாக வும் மனோ ரம்யமாகவும் நல்ல காயிதத்தில், தெளிவான எழுத்துக்களில், தெளிவாகப் பதம் பிரித்து ஆச்சர்யமான தகுந்த சித்திரங்கள் பதிப்பித்து வெளியிடுவதால், இந்நூல்கள் ஜனங்களுக்குள்ளே மிகுந்த வியப்பையும் பிரியத்தையும் விளைவித்து லக்ஷக்கணக்காக விலையாகு மென்பதில் ஸந்தேகமில்லை.
>
> ஏழை, எளியவர் உட்பட, ஸகல ஜனங்களும் வாங்கும் படி இவற்றின் விலை மிகவும் குறைவாக ஏற்படுத்தப்படும் . . .
>
> 'கீழ்த் திசை முன்னேற்றம் பெறக் கடவது. புனர்ஜன்மம் எய்தக் கடவது' என்று கால சக்தி விதித்திருக்கிறது.

தமிழ்நாடும் ஆசியாவின் பகுதியாதலால், இதற்கும் அந்தப் புனர்ஜன்மம் உண்டு. இப்புனர்ஜன்மத்தை ஏற்படுத்துவதற்கு ஸ்ரீமான் சுப்ரமணிய பாரதியின் நூல்களே தகுந்த கருவிகளாகும்...

ஸ்ரீமான் சுப்ரமணிய பாரதியாருக்குத் தமிழ் நாட்டில் நிகரற்று யர்ந்த கீர்த்தி ஏற்பட்டிருக்கிறது. இவர் நூல்களை வாங்காமல் ஜனங்கள் யாருடைய நூல்களை வாங்கப் போகிறார்கள்? இந்த நூல்கள் மிகவும் நீண்ட பக்ஷம் 2 வருஷங்களில் விலையாகிவிடும். அதற்குள்ளேயே இரண்டாம் பதிப்புகளுக்கும் புதிய நூல்களுக்கும் வேண்டுதல் ஏற்படுமென்பது மிகவும் நிச்சயம்.

தமிழ் வாசகர் உலகம் பரந்தும் விரிந்தும் வருகின்றது என்ற நம்பிக்கையும், தமிழகத்தின் மறுமலர்ச்சிக்குத் தன் நூல்கள் இன்றியமையாத கருவிகள் என்ற ஓர்மையும் பாரதியின் பெருந்திட்டத்திற்குப் பின்னே இருந்தன. இத்திட்டத்தை நிறைவேற்ற அச்சுச் செலவுக்கு இருபதாயிரம் ரூபாயும், விளம்பரத்திற்குப் பத்தாயிரம் ரூபாயும் தேவைப்படும் என்று பாரதி கணக்கிட்டான். தன் வெளியீட்டுத் திட்டத்தில் பெரும் லாபம் கிடைக்கும் என்று கணக்குப் போட்ட (!) பாரதி, 100 ரூபாய் வீதம் கடன் கொடுக்குமாறு வேண்டுகோள் விடுத்து, 24 விழுக்காடு வட்டியும் கொடுக்க முன்வந்தான். தன் திட்டம் வெற்றி பெறாமல் போவதற்கு வாய்ப்பே இல்லை என்று நம்பிய பாரதி, திட்ட அறிக்கையின் படிகளை அறிந்தவர் அறியாதவர் எனப் பலருக்கும் அனுப்பிவைத்திருக்கிறான். ஈரோட்டு வணிகர் தங்கப்பெருமாள் பிள்ளைக்கும்[30] குத்தி பி.கேசவ பிள்ளைக்கும் இவ்வறிக்கை[31] அனுப்பியதற்குச் சான்று உள்ளது.

பாரதியின் பெருந்திட்டம் தோல்வியினையே தழுவியது. ஒருவரும் கடனுதவி செய்து திட்டத்தை நிறைவேற்ற முன்வந்த தாகத் தெரியவில்லை. புரவலர் மட்டுமல்ல மக்களும்தான் பாரதியைப் புறக்கணித்துவிட்டனர். பல இதழ்களுக்கு ஆசிரிய ராக விளங்கிய பாரதி, தன் இதழியல் தொழிலில் முதன்முதலில் உதவியாசிரியராகப் பணியாற்றிய அதே 'சுதேசமித்திர'னில் மீண்டும் உதவியாசிரியனாகவே வேலைக்கமர்ந்தான். அதன்பின், ஓராண்டிற்குள் இறந்தும் போனான்.

பாரதி தன் எழுத்தின்மூலம் ஏன் வாழ முடியாமல் போயிற்று என்பதை அவன் வாழ்ந்த காலனியாதிக்கச் சூழலில் வைத்து ஒருவாறு பகுத்தாய்ந்தோம். புரவலரின் ஆதரவில்

தன் வாழ்வைத் தொடங்கிய பாரதி, புரவலரின் பொருண்மை அடிப்படைகள் சிதைந்து வந்த காலகட்டத்தில் அவ்வுலகிலிருந்து வெளியேறினான். ஜனநாயகக் கருத்தியலை அடிப்படையாகக் கொண்ட அரசியல் இயக்கத்தில் தன்னை இணைத்துக் கொண்ட பாரதி, கொள்கை ரீதியாகவும் புரவலரைப் புறமொதுக்கி, மக்களுக்கான இலக்கிய உற்பத்தியில் ஈடுபட்டான். பாரதியைப் போன்ற முழுநேரப் படைப்பாளியை ஆதரிக்கும் வலு காலனியாதிக்கத்தின்கீழ் பிறந்த நடுத்தர வர்க்கத்திற்கு இல்லை. எனவே, பதிப்பகங்களும் எழுத்தாளர்களும் முழுவீச்சுடன் தொழிற்படும் புத்தக / எழுத்துச் சந்தையும் அன்றைய தமிழ்ச் சமூகத்தில் இல்லை. இந்த நிலைமையில், புரவலரை நம்பிப் புலமைத் தொழில் நடத்தும் காலம் மலையேறிவிட்டது என்பதை நன்கு உணர்ந்திருந்தபோதும், பாரதி மீண்டும் எட்டயபுரம் அரண்மனையை நாடினான். ஜமீன்தார் பாரதியை ஆதரிக்க மறுத்ததற்கு அவனுடைய அரசியல் தொடர்பே காரணம் என்று சொல்லப்படுகிறது. இது உண்மையாகவே இருக்கக்கூடும். ஆனால் அதனினும் அடிப்படைக் காரணம் ஒன்று உண்டு. இருபதாம் நூற்றாண்டின் தொடக்கத்தில் ஜமீன்தாரி அமைப்பு, பணப்பயிர்களின் பெருக்கத்தால் உருவான பணக்கார விவசாயிகளின்முன் ஆட்டம் கண்டு விட்டது. இந்நிலையில் ஜமீன்தார்கள் புரவலர்களாக விளங்க முடியாத சூழல் ஏற்பட்டுவிட்டது. எனவே, எட்டயபுரம் ஜமீன்தார் விரும்பியிருந்தால்கூடப் பாரதியை ஆதரித்திருக்க முடியுமா என்பது ஐயமே.

எட்டயபுரம் ஜமீனின் புறக்கணிப்பு ‘பாடுநரும் இலை, பாடுநர்க் கொன்று ஈகுநருமிலை’ என்ற நிலையை ஏற்படுத்தி, பாரதியை மீண்டும் மக்களை நாடவைத்தது. ஆனால் பாரதியின் இலக்கிய வாழ்வும் அரசியல் வாழ்வும் எந்த நடுத்தர வர்க்கத்தைச் சார்ந்திருந்தனவோ அந்த வர்க்கம் தன் இயலாமையைக் கை விரித்துக் காட்டியது. பாரதியின் நூல் வெளியீட்டுத் திட்டம் கருவிலேயே சிதைந்தது. ‘குயில்’, ‘பாஞ்சாலி சபதம்’ (இரண்டாம் பகுதி) முதலான பாரதியின் பெரும் படைப்புகள் அவன் வாழ்நாளில் வெளிவரவே இல்லை. பெருகி வருவதாகக் கருதப்பட்ட நடுத்தர வர்க்க வாசகர் வட்டம் தன்னை ஆதரிக்கும், அதன் மூலமாகக் கீழைத் தேய மறுமலர்ச்சியின் ஒரு பகுதியாகத் தமிழகமும் உய்வு பெறும் எனப் பாரதி கண்ட நெட்டைக் கனவு கலைந்தது. ‘விழி திறந்து பார்க்கையிலே சூழ்ந்திருக்கும் பண்டைச் சுவடி, எழுதுகோல், பத்திரிகைக் கூட்டம், பழம்பாய் வரிசை யெல்லாம்’தான் கண்முன்னே நின்றன.

சான்றுக் குறிப்புகள்

1. பாரதியின் நூல்கள் வெளியீடு தொடர்பான செய்திகளை ஒருசேர அறிய, சீனி. விசுவநாதன், *பாரதி நூல்கள் : பதிப்பு வரலாறு*, சென்னை, 1990 என்ற நூலைக் காண்க.

2. *பாரதிதாசன் பேசுகிறார்*, சென்னை, 1980, ப. 32.

3. இந்தியா, 22 டிசம்பர் 1906; *பாரதி தரிசனம்*, முதல் பாகம், இரண்டாம் பதிப்பு, சென்னை, 1986, பக். 447 – 48 (பதிப்பாசிரியர் ஸி.எஸ். சுப்பிரமணியம்).

4. பத்தொன்பதாம் நூற்றாண்டுத் தமிழிலக்கிய உலகம் பற்றிய விரிவான, அரிய தகவல்களை மயிலை சீனி. வேங்கடசாமி வழங்கியுள்ளார்: *பத்தொன்பதாம் நூற்றாண்டில் தமிழ் இலக்கியம்*, சென்னை, 1962. மேலும் காண்க, மா. சு. சம்பந்தம், *அச்சும் பதிப்பும்*, சென்னை, 1980.

5. புரவலரை நம்பி நடந்த இலக்கிய உற்பத்தி பற்றி அறிய இன்றும் நமக்கு எளிதில் கிடைக்கும் ஆதாரங்கள் உ.வே. சாமிநாதையர் எழுதிய சுயசரிதைத் தன்மையிலான நூல்களும் கட்டுரைகளும் ஆகும்: *ஸ்ரீ மீனாக்ஷிசுந்தரம் பிள்ளையவர்களின் சரித்திரம்; என் சரித்திரம்; நான் கண்டதும் கேட்டதும்; புதியதும் பழையதும்; நல்லுரைக் கோவை* (4 தொகுப்புகள்); *நினைவு மஞ்சரி* (2 தொகுப்புகள்).

   சி.வை. தாமோதரம் பிள்ளை எழுதிய விவாதத் தன்மையும், இலக்கியச் செழுமையும், புலமைப் பெருமிதமும் வாய்ந்த பதிப்புரைகளும் பல செய்திகளை விளக்குகின்றன. இவை *தாமோதரம்* (யாழ்ப்பாணம் 1971) என்ற பெயரில் நூலாக்கமும் பெற்றுள்ளன. அக்காலப் புலவர்களின் வாழ்க்கை வரலாறுகளும் இந்நோக்கில் பயனுடையன.

6. பொன்னுசாமி தேவர், பாண்டித்துரைத் தேவர் பற்றிய செய்திகளை மு. இராகவையங்கார் (*செந்தமிழ் வளர்த்த தேவர்கள்*, திருச்சி, சென்னை, 1951) தொகுத்துக் கூறியுள்ளார்.

7. அரசாணை எண் 600 – 601, கல்வித் துறை, நாள் 6 செப்டம்பர் 1905, சென்னை அரசாங்கம்.

8. ஐரோப்பிய புத்தக வெளியீட்டுத் துறை வளர்ந்த முறையை இங்கு அறிந்துகொள்வது பயன்தரும்.

பிரித்தானிய மார்க்சிய விமர்சகர் ரேமண்டு வில்லியம்ஸ் (Culture, London, 1983) நான்கு வளர்ச்சிக் கட்டங்களை இனங்காண்கிறார். முதல் கட்டம் புரவலரை நம்பி நூல் வெளியிடும் முறையாகும். இதில் முழுச் செலவினையும் புரவலரே ஏற்றுக் கொள்வார். இதனை நிலவுடைமைச் சமூகத்தின் எச்சமாகக் காணலாம். இரண்டாவது கட்டத்தில் நூலாசிரியனே வெளியீட்டாளனாகவும் விளங்கி, நூல் தயாரிப்பு வேலைகளில் ஈடுபட்டு நூல்களை விநியோகமும் செய்வான். இதனைக் கைவினைக் காலம் (artisanal stage) என்பார் வில்லியம்ஸ். இதற்கடுத்த கட்டத்தில் நூலாசிரியருக்கும் நூல் வாங்குபவருக்கும் இடையே ஓர் இடைத்தரகர் உருப்பெறுகிறார். இவ்விடைத்தரகரே தயாரிப்பு வேலைகளையும் விநியோகப் பொறுப்பையும் மேற் கொள்கிறார். இந்த இடைத்தரகர்களே பின்னாளில் பதிப்பகம் என்ற நிறுவனத்தை ஏற்படுத்துகிறார்கள். இக்கட்டத்தில் அரையம் (royalty), பதிப்புரிமை முதலான கருத்தாக்கங்கள் முழுமையாக உருவாவ தில்லை. கடைசிக் கட்டமான சந்தைப் பொருளாதார அமைப்பிலேதான் அரையம், பதிப்புரிமை என்பன முக்கியத்துவம் பெறுகின்றன. நூலாசிரியரின் படைப்புகள் நூலாக்கம் பெற்று, சரக்குகளாக மாறி, அவற்றுக்கெனத் தனித்த வாழ்வு ஏற்படுகின்றது எழுத்தாக்கங்கள் படைத்தவரிடமிருந்து அந்நியமா கின்றன. இம்மாற்றங்கள் முதலாளியம் முழு வளர்ச்சி பெற்ற பிறகே ஏற்படுகின்றன. இக்காலகட்டத்தில் தான் எழுத்தாளர்கள் எழுத்தையே தொழிலாகக் கொள்ள முடியும்.

இவ்வளர்ச்சிக் கட்டங்கள் ஒன்றன்பின் ஒன்றாகவும், சீராகவும் வரவேண்டுமென்பதில்லை. கணிசமான அளவுக்கு ஒன்றோடு ஒன்று இணைந்திருக்கவும் கூடும்.

9. *John Murdoch, Classified Catalogue of Tamil Printed Books with Introductory Notices, Madras, 1865.*

10. *மறைமலையடிகள், சிந்தனைக் கட்டுரைகள், பல்லாவரம், 1925, முன்னுரை.*

11. *Murdoch, முற்கூறிய நூல்.*

12. பாரதி பாடல்கள், பாரதியின் பாடல் நூல்களில் இடம் பெறும் முன்னுரைகள், காணிக்கையுரைகள் போன்றவற்றைப் *பாரதி பாடல்கள்: ஆய்வுப் பதிப்பு* (தமிழ்ப் பல்கலைக்கழகம், தஞ்சாவூர், 1990) நூலில் காணலாம். எனவே, மேற்கோளிட்ட பகுதிகளுக்குச் சுருக்கம் கருதி, சான்றுக் குறிப்புகள் தனியே கொடுக்கப்படவில்லை. பாடல் தலைப்பைக் கொண்டே புத்தகச் சந்தையில் மலிந்துகிடக்கும் 'பாரதியார் கவிதைக'ளிலிருந்து அவற்றைக் கண்டுபிடித்துவிடலாம். திருத்தமான பாடம் வேண்டுவோர் தமிழ்ப் பல்கலைக்கழகப் பதிப்பையும், சீனி. விசுவநாதன் பதிப்பையும் (சென்னை, 1991) காண்க.

13. 'The Political Evolution in Madras Presidency', ரா.அ. பத்மநாபன் (ப – ர்), *பாரதி புதையல் பெருந்திரட்டு*, சென்னை, 1982, ப. 553.

14. ரா.அ. பத்மநாபன் (ப – ர்), *பாரதியின் கடிதங்கள்*, சென்னை, 1982, ப. 10–11. பாரதி எழுதிய கடிதங்களைத் தொகுத்து வழங்கும் இந்நூல், பாரதி நூல்களின் பதிப்பு வரலாற்றை எழுதுவதற்கு இன்றியமையாதது.

15. பாரதி, சின்ன சங்கரன் கதை. ('பாரதியார் கதைகள்' என்ற பெயரில் வெளிவரும் தொகுப்புகளில் இதனைக் காணலாம்.)

16. 'புதுநெறி காட்டிய புலவன்', *குயில்*, முதல் இதழ், 1948 (*பாரதிதாசன் கவிதைகள்*, இரண்டாம் தொகுப்பில் மறுபதிப்பாகியுள்ளது).

17. *விஜயா*, 5 அக்டோபர் 1909; ரா.அ. பத்மநாபன் (ப – ர்), *பாரதி புதையல் பெருந்திரட்டு*, ப. 497.

18. அரசாணை எண் 424, நீதித் துறை, 18 மார்ச் 1910.

19. ரா.அ. பத்மநாபன் (ப – ர்) *பாரதியின் கடிதங்கள்*, ப. 35.

20. அரசாணை எண் 1588, நீதித் துறை, 11 அக்டோபர் 1911.

21. 'பாரதியார் கட்டுரைகள்' என்ற பெயரில் வெளிவரும் தொகுப்புகளில் இக்கருத்துரைகளைக் காணலாம். 1916ஆம் ஆண்டு 'சுதேசமித்திர'னில் இவை வெளிவந்துள்ளன. 'தமிழ்நாட்டிலே புஸ்தகப் பிரசுரம்' 15 செப்டம்பர் 1916இல் வெளியாகியுள்ளது.

22. ரா.அ. பத்மநாபன், *பாரதி புதையல் பெருந்திரட்டு*, ப. 97-8.

23. அரசாணை எண் 13, பொதுத் துறை, 15 ஜனவரி 1919.

24. ரா.அ. பத்மநாபன், *பாரதியின் கடிதங்கள்*, ப. 77- 9

25. மேலது, ப. 89 – 90. எட்டயபுரம் சமஸ்தானம் பூர்வ இராஜாக்களின் சரித்திரங்களையும் நாளது இராச்சிய பரிபாலனஞ் செய்துவருகின்ற கனம்பொருந்திய ஜெகவீர ராம குமார எட்டப்ப மஹாராஜ ஐயனவர்களின் 1868ஆம் வருடம் நவம்பர் 13ஆம் தேதி முதல் 1878ஆம் வருடம் ஆகஸ்ட்டு மாதம் 1ஆம் தேதி வரையுள்ள சரித்திரத்தையும் விளக்குகின்ற வம்சமணி தீபிகை 1879ஆம் ஆண்டு, திருநெல்வேலி முத்தமிழாகர அச்சுக்கூடத்தில் அச்சிடப்பட்டது. இதன் ஆசிரியர் எட்டயபுரம் சமஸ்தான சமஸ்கிருத பண்டிதர் கவிகேசரி சாமி தீக்ஷிதர். 'பூர்வ இராஜாக்களாலெழுதி வைக்கப்பட்டிருக்கின்ற தஸ்தாவேசுகளாலும்,... கனம் பொருந்திய இங்கிலீஷ் துரைத்தனத்தாரவர்களால் அனுப்பப்பட்டிருக்கின்ற லிகிதங்களாலும் மற்றும் பூர்வ விர்த்தாந்தங்களை நன்குணர்ந்த வயோவிர்த்தர்களின் வாய்மொழிகளாலுந்தெளிந்து ... வசனரூபமாயியற்றி'ய இவ்வரிய நூலின் படியைப் பார்வையிட வாய்ப்பளித்த தொ. பரமசிவன், வே. மாணிக்கம் ஆகியோர்க்கு என் நன்றி.

26. 'செட்டி மக்கள் குல விளக்கு'

27. ரா.அ. பத்மநாபன், *பாரதியின் கடிதங்கள்*, ப. 93-4

28. முடியரசன் (ப – ர்), *சீர்திருத்தச் செம்மல் வை.சு. சண்முகனார்*, சென்னை, 1990, ப. 71.

29. இவ்வறிக்கைகளின் முழுவடிவம் ரா.அ. பத்மநாபன், *பாரதியின் கடிதங்கள்*, ப. 97-9; 107-113 உள்ளன.

30. மேலது, ப. 115-6.

31. குத்தி பி. கேசவ பிள்ளையின் கடிதத்தொகுப்பில் இவ்வறிக்கைப் பிரதியொன்று, பாரதியின் கைப்படப் பெயரிடப்பட்டு உள்ளது.

~~

பாரதியின் கருத்துப்படங்கள்

1

தமிழ் இதழியலில் கருத்துப்படங்கள்

தமிழகம் தகும் உயர்வளிக்கும் தலைவனை எண்ணித் தவம் கிடக்கையில் தோன்றிய மகாகவி பாரதி என்ற சி. சுப்பிரமணிய பாரதி (1882–1921) இருபதாம் நூற்றாண்டுத் தமிழைத் தகுதிப் படுத்தும் வகையில் நவீனத் துறைகள் பலவற்றிலும் முன்னோடியாக விளங்கியவர். கவிதை, உரைநடை ஆகியவற்றில் அவருடைய சாதனைகள் தமிழுலகெங் கும் பரவலாக அறியப்பட்டும் ஆராயப்பட்டும் உள்ளன; தமிழ் இலக்கிய வரலாற்றில் நீங்காத இடத்தையும் பெற்றுவிட்டன. ஆயினும் அரசியல் இதழியல், சமகாலச் சமூக விமரிசனம் போன்ற துறைகளில் பாரதியின் செயல்பாடுகள் அண்மைக் காலத்தில்தான் கவனத்தைப் பெற்று வருகின்றன. இதன் தொடர்பில் செய்யவேண்டிய பணிகள் இன்னும் ஏராளம் என்பதைத் தனியே சொல்ல வேண்டியதில்லை.

பாரதி தாம் பொறுப்பேற்று நடத்திய 'இந்தியா' என்ற அரசியல் வாரஇதழில் கருத்துப்படங்களை வெளியிட்டுத் தமிழ் / இந்திய இதழியல் துறையி லும் முன்னோடியாக விளங்கினார் என்பது பரவலாக அறியப்படாத செய்தி. ரா.அ. பத்மநாபன், ஸி.எஸ். சுப்பிரமணியம் மற்றும் இளசை மணியன், சீனி. விசுவநாதன் ஆகியோரால் இடைப்பிறவர லாகச் சில கருத்துப்படங்கள் வெளியிடப்

பட்டிருந்தாலும், அவை முழுமையாகப் பாரதி அன்பர்கள் – தமிழன்பர்களின் பார்வைக்குக் கிடைக்கவில்லை.

'இந்தியா' கருத்துப்படங்களை அவற்றின் சூழலில் வைத்துப் புரிந்துகொள்வதற்குத் தமிழ் இதழியலில் கருத்துப்படம் என்ற கூறு தோன்றி வளர்ந்த வரலாற்றை முதலில் அறிந்துகொள்வது பயன் தரும். பொது மக்கள் திரளை அடைவதற்கான செய்தி இதழ்களின் வரவோடுதான் கருத்துப்படங்கள் என்ற வகைமை தோன்றியிருக்கக் கூடும் என்பது சொல்லாமலே பெறப்படும். ஆங்கிலேயரின் ஆட்சிக் காலத்தில்தான் செய்தி இதழ்கள் சீராக வெளிவரத் தொடங்கின. தொடக்ககால இதழ்கள் பலவும் வெள்ளையரால் ஆங்கிலத்தில் நடத்தப்பட்டவை என்னும்போது கருத்துப்படங்களும் முதலில் அவற்றில்தாம் வெளிவந்தன என்பதில் வியப்பதற்கொன்றுமில்லை.

1850ஆம் ஆண்டு முதல் தில்லியிலிருந்து வெளியான 'தில்லி ஸ்கெட்ச் புக்' (Delhi Sketch Book) தான் இந்தியாவில் முதன்முதலாகக் கருத்துப்படங்களை வெளியிட்டது. 1857 புரட்சியில் கிளர்ச்சியாளர்கள் தில்லியை முற்றுகையிட்டபோது இதன் கதை முடிந்ததாக அறிய முடிகின்றது.[1]

இதற்குச் சில காலத்திற்குப் பிறகு 'இந்தியன் பன்ச்' (The Indian Punch) என்ற இதழ் தொடர்ந்து அரசியல் கருத்துப் படங்களை வெளியிட்டு வந்தது.[2] 'அவத் பஞ்ச்' (The Oudh Punch) என்ற இதழும் கருத்துப்படங்களைத் தாங்கி வந்ததாகத் தெரிகின்றது.[3] இவை தவிர 'தில்லி பஞ்ச்' (The Delhi Punch), 'பஞ்சாப் பஞ்ச்' (The Punjab Punch), 'இந்தியன் பஞ்ச்' (The Indian Punch) என்ற பெயரில் இரு வேறு இதழ்கள், 'உருது பஞ்ச்' (The Urdu Punch), 'குஜராத்தி பஞ்ச்' (The Gujarati Punch), 'பார்சி பஞ்ச்' (The Parsi Punch) போன்ற இதழ்கள் வெளிவந்த தாக, இந்தியத் தேசியத்திற்கும் கலைகளுக்குமான உறவை விரிவாக ஆராய்ந்து நூல் எழுதிய பார்த்தா மித்தர் கூறுகிறார்.[4] இவ்விதழ்களின் பெயர்களில் இணைந்துள்ள 'பஞ்ச்' என்ற பின்னொட்டு கவனத்திற்குரியது. அண்மைக் காலம்வரை இங்கிலாந்திலிருந்து வெளியான 'பஞ்ச்' என்ற நகைச்சுவை இதழே கருத்துப்படங்களை வெளியிடுவதற்கு ஒரு முன்மாதிரி யாகக் கொள்ளப்பட்டது என்பது வெளிப்படை.

வங்காளத்தின் தேசிய நாளேடான 'அமிர்த பஜார் பத்திரிகா' தனது முதல் கருத்துப்படத்தை 1872இல் வெளியிட்டது.[5] இந்திய ஆங்கில இதழ்களின் நிலை இவ்வாறிருக்க, கருத்துப் படங்களை முதலில் வெளியிட்ட இந்தியமொழி இதழ் எதுவென அறியக் கூடவில்லை. பம்பாயிலிருந்து வெளியான 'இந்தி பன்ச்'

இதில் முன்னோடியாக இருந்திருக்கலாம். இதனைப் பாரதியும் அறிந்திருந்தார் என்பதைக் கீழ்க்காணும் குறிப்பு உறுதி செய்கின்றது.⁶

The 'Hindi Punch'
'ஹிந்தி பன்ச்'

பம்பாயில் வெகு சாமர்த்தியத்துடன் பிரசுரம் செய்யப் படும் 'ஹிந்தி பன்ச்' என்ற விகட பத்திரிகையின் 'தீபாவளி இலக்கம்' பார்க்க வெகு சந்தோஷமாயிருக்கிறது. உலகமெங்கும் புகழோங்கி வருவதாகிய லண்டன் 'பன்ச்' பத்திரிகையின் தகுதிக்கு இந்தப் பத்திரிகையும் வெகு சீக்கிரத்தில் வந்துவிடுமென்று நம்பும்படியாக இருக்கிறது.

மலையாளத்திலுங்கூட, மிகப் பிற்காலத்தில்தான் (1919) கருத்துப்படங்கள் வெளியாயின. பி.எஸ்.கோவிந்த பிள்ளை என்பவரால் நடத்தப்பட்ட 'விதூஷகன்' இதழிலேயே முதல் மலையாளக் கருத்துப் படம் வெளிவந்தது. "வாசகர்களின் ரசனைக்காக 'நகைச்சுவைச் சித்திரம்' ஒன்றைப் பதிப்பித்திருக் கிறோம். இலண்டன் 'பஞ்ச்' இதழில் வெளியாகும் 'கார்ட்டூன்' களின் தரத்தை இது எட்டவில்லை என்றாலுங்கூட வாசகர்கள் வரவேற்று ஊக்குவிப்பார்களானால் மேலும் இவற்றை வெளியிடுவோம்."⁷ என்ற குறிப்போடு முதல் கருத்துப்படத்தை 'விதூஷகன்' வெளியிட்டது. இந்தியத் தேசிய இயக்கம், தன் செயல்திட்டத்திற்காக முதன்முறையாகப் பரந்துபட்ட பொதுமக்களை முனைப்புடன் அணிதிரட்டத் தொடங்கிவிட்ட ஒத்துழையாமை இயக்கக் காலத்திலும்கூட இந்தியமொழி இதழியலில் கருத்துப்படங்கள் புதிய கூறாக இருந்ததை இது புலப்படுத்துகின்றது.

இந்தப் பின்னணியில், சுதேசி இயக்கக் காலத்திலேயே பாரதி கருத்துப்படங்களை வெளியிட்டமை அவருடைய தொலைநோக்குக்கும் முன்னோடித்தன்மைக்கும் சான்றாகும். வங்காள இதழ்களைப் போல் கூரிய சமூக விமரிசனமும், நடுத்தர வர்க்கத்தின் போலிமை – பலவீனங்கள் பற்றியும் கருத்துப்படம் வெளியிடாமல், பெரிதும் அரசியலையே கருப்பொருளாகக் கொண்டிருந்தாலும், தமிழ் இதழியலில் கருத்துப்படங்களை அறிமுகப்படுத்திய பெருமை பாரதிக்கே உரியது. 'தேவிதாசன்' என்ற புனைபெயரில் இந்திய / தமிழ் இதழியலில் கருத்துப்படங்களின் வரலாற்றைச் சமகாலத்திலேயே எழுதிய பெயர் பெற்ற இதழாளர் டி.எஸ்.சொக்கலிங்கமும் இதை வற்புறுத்தியுள்ளார்.⁸ ஆனால் மா.ரா. இளங்கோவன்,

பத்தொன்பதாம் நூற்றாண்டின் இறுதியிலேயே சில தமிழ் இதழ்கள் கருத்துப்படங்களை வெளியிடும் முயற்சியை மேற் கொண்டனவென்றும், அவை சமூக சீர்திருத்தம் பற்றியனவாக இருந்தனவென்றும் கூறுகிறார்.⁹ இக்கூற்றுக்கு எந்தச் சான்றும் அவர் காட்டவில்லை என்பது மட்டுமன்றி, அவ்வாறு கருத்துப் படங்களை வெளியிட்டதாகச் சொல்லப்படும் இதழ்களின் பெயர்களைத்தானும் அவர் கூறினாரில்லை. பாரதி சில காலம் உதவி ஆசிரியராகப் பணியாற்றிய தமிழ் நாளேடான 'சுதேசமித்திரன்'கூட அக்காலத்தில் கருத்துப்படங்களை வெளியிடவில்லை. அவ்வகையில், அரசியல் இதழியலில் தம் ஆசிரியரான ஜி. சுப்பிரமணிய ஐயரையும் பாரதி விஞ்சி விட்டார் என்றே சொல்ல வேண்டும். இந்த ஓர்மையும், அதனால் விளைந்த பெருமிதமும் பாரதிக்கும் இருந்தன என அறிய முடிகின்றது. சென்னையிலிருந்து புதுச்சேரிக்கு 'இந்தியா'வைப் பெயர்த்துச் சென்ற பின்னர் 'இந்தியா'வை விரிவாக்க எண்ணியபோது பாரதி வெளியிட்ட குறிப்பொன்று இதற்குச் சான்று கூறுகின்றது.¹⁰

'இந்தியா' பத்திரிகையில் ஓர் புதிய அபிவிருத்தி

தமிழ்நாட்டு வர்த்தமானப் பத்திரிகைகளிலே நமது பத்திரிகை யொன்றுதான் விகட சித்திரங்கள் பதிப்பித்து வருவதென்ற விஷயம் நேயர்களுக்குத் தெரிந்திருக்கும். ஆனால் அடுத்த வாரம் முதல் இன்னுமொரு புதிய அலங்காரம் நமது பத்திரிகைக்குச் செய்ய கருதியிருக் கிறோம். அதாவது தலைப்பக்கத்திலுள்ள ஒரு சித்திரம் மட்டுமேயன்றி, பக்கத்துக்குப் பக்கமுள்ள முக்கியமான வர்த்தமானங்களை விளக்குவதன் பொருட்டு அங்கங்கே சிறிய படங்களும், சித்திரங்களும் போடுவதாக உத்தேசம். தென்னிந்தியாவிலே இம்மாதிரி ஏற்பாடு தமிழ், இங்கிலிஷ், தெலுங்கு, கன்னடம் முதலிய எந்த பாஷைப் பத்திரிகைகளிலும் இதுவரை கிடையாது. நாம் நூதன மாகச் செய்யப்போகிறோம். ஆரம்பத்தில் கொஞ்சம் கொஞ்சம்தான் செய்ய முடியும். நாளாக நாளாக மிகுந்த அபிவிருத்தியாகும். ஆனால் இது போன்ற காரியங்களுக்கு பணம் மிகுதியாகச் செலவாகும். அது பற்றி நாம் சந்தாத் தொகையை உயர்த்தப் போவது கிடையாது. நமது சந்தாதாரர்களில் ஒவ்வொருவரும் இன்னும் அனேகரைச் சேர்த்து விடுவதற்கு மனதோடு உழைக்க வேண்டுமென்ற ஒரு விண்ணப்பம் மட்டும் செய்துகொள்கிறோம்.

மேலும், 'இந்தியா'வின் மடல்தாளிலும் (letterhead) "நவீன முறைமைகளைத் தழுவி பிரசுரிக்கப்படும் ஒரு வாராந்தத் தமிழ்ப் பத்திரிகை. வாரந்தோறும் சித்திரத்தோடு பிரசுரமாகிறது" என்ற அச்சிட்ட குறிப்புக் காணப்படுவதும்,[11] 'இந்தியா'வின் சிறப்பம்சங்களில் தலையானதாகக் கருத்துப்படம் கருதப் பட்டதைக் காட்டுகின்றது.

1906 மே மாதத்திலிருந்து வெளிவரத் தொடங்கிய 'இந்தியா'வில் 8 செப்டம்பர் 1906ஆம் இதழ் முதல் ஏறத்தாழ ஒவ்வொரு வாரமும் கருத்துப்படம் வெளியானது. 1909ஆம் ஆண்டின் கடைசிப் பகுதியிலிருந்து ஒரே இதழில் ஒன்றுக்கு மேற்பட்ட கருத்துப்படங்கள் வெளியாயின. இதைத்தான் பழம்பெரும் இதழாளரான 'பிரஜாநுகூலன்' எஸ்.ஜி. இராமாநுஜலு நாயுடு, "சென்னை 'இந்தியா' பத்திரிகையில் ஒரு தடவைக்கு ஒரு படமாய் வரப்போக, புதுச்சேரி 'இந்தியா'விலோ பக்கங்கள் முற்றிலும் படங்களாகவே திகழ்ந்தன" எனச் சிறிது மிகைப் படுத்திக் கூறியுள்ளார்.[12] பெரும்பாலும் முகப்புப் பக்கத்தில் வெளியான இவை 'இந்தியா'வுக்குத் தனித்ததொரு அடையாளத்தை வழங்கின.

'இந்தியா'வில் வெளியான கருத்துப்படங்கள் பாரதியின் நேரிடை மேற்பார்வையில் வரையப்பட்டதாக அறியமுடி கின்றது.[13] ஒவ்வொரு படத்துக்கும் வழங்கப்பட்ட விரிவான 'சித்திர விளக்கம்' இதனை உறுதிப்படுத்துகின்றது. கருத்துப் படத்தின் சாரம் அல்லது உட்கிடை என்பதைவிட விளக்கவுரை அல்லது ஈட்டுரையாகவே 'சித்திர விளக்கம்' அமைந்துள்ளது. இதழியலில் கருத்துப்படம் புதிய அம்சமாகையால் விரிவான விளக்கங்கள் இன்றிப் புதிய வாசகர்கள் அதனைப் புரிந்து கொள்ள முடியாது என்ற எண்ணமே இந்நீண்ட சித்திர விளக்கங்களுக்குப் பின்னே இருந்ததாகக் கொள்ளலாம். தேசிய இயக்க நோக்குநிலையிலிருந்து சமகால அரசியல் விவகாரங்கள் பற்றியே பெரும்பான்மையான கருத்துப்படங்களை வெளியிட்ட தால் கருத்துப் பரிமாற்றம் நேரிடையாகவும் உடனடியாகவும் நிகழவேண்டும் என்பது பாரதியின் கருத்தாக இருந்தது. (பண்டை இந்தியாவிலிருந்து ஒரு காட்சியை வெளியிட்ட போதுகூட, "ஓயாமல் தற்கால விவகாரங்களையே பற்றிச் சித்திரம் காட்டுவதில் ஜனங்களுக்குச் சலிப்புண்டாகி யிருக்குமென்பது கருதி"யே அவ்வாறு செய்வதாகப் பாரதி குறிப்பிடுகிறார்.[14])

'ரெவ்யூ ஆப் ரெவ்யூஸ்', 'பாஸ்கினோ' போன்ற பிற நாட்டு இதழ்களிலிருந்து இரண்டொரு கருத்துப்படங்களை

(படங்கள் : 6, 65)[15] 'இந்தியா' வெளியிட்டதெனினும், கருத்துப் படங்களெல்லாம் தனியே ஓவியரை அமர்த்தி வரையப்பட்டன வாகத் தெரிகின்றன. "நமது சித்திரக்காரர்"[16] என்ற தொடரைப் பாரதி தமது சித்திர விளக்கத்தில் கையாள்வதும் இதனை உறுதிப்படுத்துகின்றது.

1930களிலும்கூடத் தமிழ் இதழியல் உலகில் இந்நிலை மாறவில்லை. 1934இல் பி.எஸ். ராமையா கருத்துப்படங்களைப் பற்றி எழுதிய ஒரு கட்டுரையில்,

> பிற நாடுகளில் கூடார்த்தச் சைத்திரிகர்கள் சுதந்திரத் தொழிலாளிகள் ... ஆனால் இந்தியாவில் நிலைமை வேறுவிதமாக விருக்கிறது. இந்த நாட்டில், சிலரேயானா லும், சிறந்த கூடார்த்தப் படங்கள் எழுதக்கூடியவர் களிருக்கிறார்கள். ஆயினும் அவர்களில் பெரும்பான்மை யோர் தாங்கள் சொந்தமாக அன்றன்றைய நிகழ்ச்சி களைப் பற்றிப் படங்களில் அபிப்பிராயம் தெரிவிப்ப தில்லை. பத்திரிகாலயத்திலிருந்து "குறிப்பிட்ட ஒரு நிகழ்ச்சியைப் பற்றிய ஒரு குறிப்பிட்ட அபிப்பிராயத்தை இன்னவிதமாகப் படத்தில் எழுதிக்கொடுங்கள்" என்று கேட்பதும், அவர்கள் அப்படியே எழுதிக் கொடுப்பதும் தான் இங்கு சாதாரணமாக வழக்கத்திலிருக்கிறது

என்று குறிப்பிட்டுள்ளார்.[17]

பம்பாய் 'ப்ரீ பிரெஸ் ஜர்ன'லில் (Free Press Journal) கருத்துப்படம் வரைந்து அனுபவம் பெற்றவரும், தேர்ந்த அரசியல் அறிவுடையவராகக் கருதப்பட்டவருமான மாலிகூட, 'ஆனந்த விகட'னில் பணியாற்றியபோது, ஆசிரியர் கல்கியின் (ரா. கிருஷ்ணமூர்த்தி) ஒப்புதலோடுதான் கருத்துப்படம் தீட்டவேண்டியவராயிருந்தார் என்பதையும் இங்கு நினைவில் கொள்ளவேண்டும்.[18]

எனவே, கருத்துப்பட வரலாற்றின் தொடக்கத்தில், அதிலும் பாரதி என்ற பெரும் ஆளுமையும் ஆற்றலும் கொண்டவரின் மேற்பார்வையில் வெளியான கருத்துப்படங்கள் அவரது கருத்தையே பிரதிபலித்ததாகக் கொள்ள வேண்டும்.

தொழில்நுடபத்தைப் பொறுத்தவரை, 'இந்தியா' கருத்துப் படங்கள் உலோகத் தகட்டில் செதுக்கப்பட்டு, அச்சுக்கட்டையில் பொருத்தப்பட்டு, அச்சாக்கம் பெற்றுள்ளன.[19] 'ராஜதுவேஷத்தை அமுக்குதல்' என்ற கருத்துப்படத்தின் நான்கு மூலைகளிலும் உள்ள ஆணித் தலைகளின் மையொற்று இதனை உறுதி செய்கின்றது.[20]

'இந்தியா' கருத்துப்படங்களின் கலைநேர்த்தியைப் பற்றிக் கருத்துரைக்கவோ மதிப்பீடு செய்யவோ இது இடமில்லை. மொத்தத்தில், கருத்துப்படங்களுக்காக 'இந்தியா' கவனம் பெற்றது என்பதை மட்டும் வலியுறுத்திச் சொல்லலாம்.

1906 செப்டம்பர் *29*இல் வெளியான 'பசுச் சித்திரம்' (*படம்: 2*) என்ற கருத்துப்படத்தைச் 'சுதேசமித்திரன்' நல்ல கேலிச்சித்திரம் என்று பாராட்டி எழுதியது.[21] பாரதியோடு தொடர்பு கொண்டிருந்த 'பிரஜாநுகூலன்' எஸ்.ஜி. இராமாநுஜலு நாயுடு 'சென்றுபோன நாட்களை' நினைவுகூர்கையில்,

> ஒவ்வொரு பத்திரிகையிலும் அவ்வார வர்த்தமானத்தின் சார்பாய் ஒரு பெரிய சித்திரம் கண்ணுக்கினிய காட்சியாய் மிக்க அழகுடன் பிரசுரிக்கப்பட்டு வந்தது. அந்தப் படம் இன்னின்னவாறு இருக்க வேண்டுமென்று சித்ரீகருக்குப் பாரதியார் சொல்லுங்காலையில் அப்படத்தின் அம்ஸங்களையெல்லாம் தமது முகத்திலும் அபிநயங்களிலும் காண்பித்துவிடுவார். சித்ரீகரின் மனதில் அந்தப் பாவனைகள் நன்கு பதிந்துவிடும். அவ்விதமே சித்திரமும் தயாராகும்,

என்று குறிப்பிட்டுள்ளார்.[22]

அவ்வாறே பாரதிதாசனும், 'இந்தியா'வில் வெளியான சித்திர விளக்கங்கள் தமக்குச் சுதேச கீதங்களின் உட்பொருளை விளக்கினவென்று குறிப்பிட்டதோடு,[23]

> 'இந்தியா' பத்திரிகையில் படம் வெளிவரும். சித்திர விளக்கமும் தெளிவாக எழுதியிருக்கும். படங்கள் ராஜீய சம்பந்தமானவை. அர்த்த புஷ்டியுள்ளவை. பத்திரிகை வெளிவருவதை வாசகர்கள் ஆவலோடு எதிர்பார்ப்பார் கள். படத்தை வெட்டி அட்டையில் ஒட்டி வீட்டுச் சுவரில் தொங்கவிட்டு வைப்பார்கள். ஒவ்வொரு படமும் இங்கிலீஷ்காரனுக்கும் இந்தியனுக்கும் உள்ள சம்பந்தத்தை – இங்கிலீஷ்காரனிடம் இந்தியன் அனுபவிப் பதை – குத்தலாக எடுத்துக் காட்டுவதுதான் இந்தப் பத்திரிகையிலேயே சுவையான பகுதி. அந்தச் சித்திரந் தான் முதலில் என்னைத் தன் பரிவாரங்களின் பக்கமாக இழுத்தது. அந்தச் சித்திரம் என்னை இன்னானென்று எனக்குக் கூறியது,

என மிக விரிவாகவே, பாரதியின் கருத்துப்படங்கள் தம்மை ஈர்த்ததை உயிர்ப்பாற்றல்மிக்க உரைநடையில் பதிவு செய்துள்ளார்.[24] சிறுவனாக இருந்தபொழுது பார்த்த, பாரதி

யின் கருத்துப்படங்கள் தம்மைப் பெரிதும் கவர்ந்தன என்று டி.எஸ்.சொக்கலிங்கம் நினைவு கூர்ந்ததையும் இங்குக் குறிப்பிடலாம்.[25] மேலும் 'இந்தியா' கருத்துப்படங்கள் அன்றைய அரசாங்கத்தின் கவனத்தையும் கவர்ந்தன. அரசாங்கத்தின் உளவுத் தேவைகளுக்காக இரகசிய போலீஸ் துறை மற்றும் அரசாங்க மொழிபெயர்ப்பாளர்களால் தயாரிக்கப்பட்ட அறிக்கைகளில் *(Native Newspaper Reports)* 'இந்தியா' கருத்துப் படங்கள் பலவற்றின் சாரம் வழங்கப்பட்டுள்ளது. (கிடைக்கப் பெறாத கருத்துப்படங்களைப் பற்றிய விவரங்களை இவ்வறிக்கை களிலிருந்துதான் தெரிந்துகொள்ள வேண்டியிருக்கிறது.)

அரசாங்கம் பணித்ததற்கிணங்க 'இந்தியா' கருத்துப் படங்களைப் பரிசீலித்த அன்றைய அட்வகேட் ஜெனரல் பி.எஸ். சிவசாமி ஐய்யர், 13 ஆகஸ்டு 1907 'இந்தியா' இதழில் வெளியான கருத்துப்படம் 'இராஜத்துரோக'த் தன்மையுடைய தென்றும், இ.பி.கோ. 153அ பிரிவின் கீழ் நடவடிக்கை எடுப்பதற்குரியதென்றும் கருத்தறிவித்தார்.[26] மேலும், சுதேசி இயக்கத்தை முறியடிப்பதற்காக 1908இல் அரசாங்கம் எடுத்த கடும் நடவடிக்கைகளையொட்டி 'இந்தியா'வின் சட்டபூர்வ மான ஆசிரியரான எம்.சீனிவாசன் இராஜதுரோகக் குற்றம் சாட்டப்பட்டுக் கைதாவதற்கு, 21 மார்ச் 1908 இதழில் வெளியான கருத்துப்படமும் ஒரு காரணம்.[27]

'இந்தியா' கருத்துப்படங்களின் முக்கியத்துவம் சமகாலத்திலேயே பல தரப்பினராலும் உணரப்பட்டமை இவற்றிலிருந்து தெரிகின்றது. இதன் காரணமாகவோ என்னவோ, படங்களை மட்டுமே கொண்ட ஓரிதழைப் பாரதி வெளியிட விழைந்திருக்கிறார். இதன் தொடர்பாக 'இந்தியா'வில் வெளியான விளம்பரம் வருமாறு:[28]

சித்ராவளி

சீக்கிரத்தில் வெளியாகும்	சீக்கிரத்தில் வெளியாகும்

தங்கள் பெயரை ரூபாய் அனுப்பி சீக்கிரத்தில் பதிவு செய்து கொள்ளுங்கள். சித்திரத் தொகுதியில் உதாகரிக்கப் பட்ட மாதாந்தரப் பத்திரிகை. ங்கிலீஷிலும், தமிழிலும் சித்திர விளக்கம் அடங்கியுள்ளது.

ரொம்பவும் குறைந்த சந்தா

வருஷம் 1க்கு	3 — 0 — 0
தனிப்பிரதி	0 — 4 — 0

வேண்டியவர்கள் கீழ்க்கண்ட விலாசத்திற்கெழுதிப் பெற்றுக்கொள்ளுங்கள்.

மானேஜர்
'இந்தியா' ஆபீஸ்
புதுவை

'சித்ராவளி' வெளிவந்ததாகத் தெரியவில்லை. பாரதி ஆசிரியராக இருந்த 'விஜயா' என்ற நாளேட்டிலும் சில கருத்துப்படங்கள் வெளிவந்ததாகத் தெரிகின்றது.[29] ஆனால் முதலுக்கே மோசம் என்றவாறு, பாரதியால் 1906இல் தொடங்கி வைக்கப்பட்ட கருத்துப்பட மரபு, 1910இல் 'இந்தியா'வும் 'விஜயா'வும் தடைப்பட்டதும் தமிழ் இதழியலில் அற்றுவிட்டது. டி.எஸ். சொக்கலிங்கம் குறிப்பிடுவது போல், அதன்பின் ஏறத்தாழப் பத்தாண்டுகளுக்கு எந்தத் தமிழ் இதழும் கருத்துப் படங்களை வெளியிடவில்லை.[30]

1916ஆம் ஆண்டளவில் எம்.எஸ். சர்மா என்ற ஒருவர் கருத்துப்படங்களுக்கென ஓர் ஆங்கில இதழைச் சென்னையிலிருந்து நடத்தி வந்தார். *Sarma's Portfolio of Drawings* என்ற இவ்விதழ் *"A Monthly Depicting Current Topics, Art, Education, Mythology, Religion, Humour, Etc."*[31] என்று தன்னை அடையாளப் படுத்திக் கொண்டது.

வ.வே.சு. ஐயர் 'தேசபக்தன்' இதழின் ஆசிரியராக இருந்த காலை (1919–20) வாரமொரு முறையாகக் கொஞ்ச காலத்திற்குக் கருத்துப்படங்கள் வெளியாகியுள்ளன.[32] ஆயினும், கருத்துப் படங்களை இதழின் ஒரு கூறாக ஆக்கி நிலைபெறும்படிச் செய்தது டாக்டர் பி. வரதராசுலு நாயுடுவின் 'தமிழ்நாடு'தான் என்றும், 1923 ஏப்ரலிலிருந்து தொடர்ந்து ஒழுங்காகக் கருத்துப்படங் களை வெளியிட்டதென்றும் டி.எஸ். சொக்கலிங்கம் குறிப்பிடு கிறார். இதனால் படிப்பவர் தொகை பெருகியதுடன், பிற இதழ்களும் இடையிடையிலாவது கருத்துப்படங்கள் வெளியிட நேர்ந்ததெனவும் அவர் கூறுகிறார்.[33] 'தமிழ்நா'ட்டில் வெளிவந்த கருத்துப்படங்கள் சிலவற்றைத் திரட்டி வரதராஜுலு நாயுடு ஒரு நூலாகவும் வெளியிட்டிருக்கிறார். பர்மாவிலிருந்து வெளிவந்த 'ஊழியன்', 'தமிழ்நாடு' கருத்துப்படங்களை மறுபதிப்பிட்டதென அரங்க. சீனிவாசன் நினைவுகூர்கிறார்.[34] பழந்தமிழ் இதழ்களைப் பற்றிய தம் கட்டுரைத் தொடரில் ரா.அ. பத்மநாபனும் இவற்றைச் சிறப்பாகக் குறிப்பிடுகிறார்.[35]

இவ்வாறு தமிழ் இதழியலில் கருத்துப்படங்கள் மெல்ல வளர்ந்து வந்த காலத்தில், தமிழ்நாட்டிலிருந்து வெளியான ஆங்கில இதழ்கள் பின்தங்கியே இருந்தன. 1935வரை 'இந்து'வும்

கூடக் கருத்துப்படங்களை வெளியிடவில்லை; அதற்குப் பின்னரே டேவிடு லோ என்ற ஆங்கிலேயர் இங்கிலாந்து இதழ்களில் வரைந்த கருத்துப்படங்களைப் பதிப்புரிமை பெற்று வெளியிட்டது.[36] பார்ப்பனரல்லாத இயக்கத்தின் பெயர் பெற்ற 'ஜஸ்டிஸ்' *(Justice)* இதழ் காங்கிரசை, குறிப்பாக சுயராஜ்யக் கட்சியினரின் சந்தர்ப்பவாத நிலைப்பாடுகளைக் கேலி செய்து பல கருத்துப்படங்களை வெளியிட்டது.[37] 'இந்தியன் எக்ஸ்பிரஸ்' 1930களின் தொடக்கத்தில் மாலியின் படங்களை வெளியிட்டிருக் கின்றது.[38]

ஆயினும், சட்ட மறுப்பு இயக்கத்தைத் தொடர்ந்து தமிழில் வெளியான காலணா ஏடுகளே கருத்துப்படங்களைப் பெருமளவில் வெளியிட்டு, அவற்றைப் பரவலாக்கின. இதனைத் தொடங்கிவைத்தது டி.எஸ். சொக்கலிங்கத்தின் 'காந்தி' இதழே. (தமிழ் இதழியல் வரலாற்றில் கருத்துப்படங்களின் வளர்ச்சியைப் பற்றி அரிய கட்டுரைகள் இரண்டினை எழுதியவர் இவரே.) 'காந்தி'யை அடியொற்றிச் 'சுதந்திரச் சங்கு'ம் பல கருத்துப் படங்களை வெளியிட்டது. இதழின் முகப்பிலும், சிலவேளை கடைசிப் பக்கத்தில் இன்னொன்றுமாக இவற்றில் கருத்துப் படங்கள் வெளியாகியுள்ளன. இக்காலகட்டத்தில் 'ஆனந்த விகட'னும் கருத்துப்படங்களை வெளியிடலாயிற்று. ('ஆனந்த விகட'னுக்குக் கிடைத்த வெற்றியால், 'ஆனந்த', 'விகடன்' என்ற முன், பின் ஒட்டுகளோடு வெளியான நகைச்சுவை இதழ்கள் ஏராளம்.) நாகவேடு முனுசாமி முதலியாரின் 'ஆனந்த போதினி'க்கும் எஸ்.எஸ். வாசனின் 'ஆனந்த விகட'னுக்கும் இடையிலான போட்டி அவற்றின் சகோதர ஆங்கில இதழ் களான 'தி ஃபனி மாகஸீன்' *(The Funny Magazine)*, 'தி மெரி மாகஸீன்' *(The Merry Magazine)* ஆகியவற்றிலும் வெளிப்பட்டது. இவ்விரு இதழ்களும் போட்டி போட்டுக்கொண்டு கேலிச் சித்திரங்களை வெளியிட்டன. அரசியல் இதழாக முதற்கட்டத் தில் (1933 – 35) வெளியான 'மணிக்கொடி'யிலும் கருத்துப்படங்கள் வெளியாயின.

1930களில்தான் கருத்துப்படங்கள் வரையும் ஓவியர்கள் தனித்த கவனம் பெறலானார்கள். பாரதியின் 'இந்தியா', 'தேசபக்தன்', 'தமிழ்நாடு' ஆகிய ஏடுகளில் கருத்துப்படங்களைத் தீட்டியோரின் பெயர்கள்தாமும் தெரியாமலிருக்க, இக்கால கட்டத்தில் அவர்கள் பெயர் பெறத் தொடங்கினர். இதன் தொடர்பில் முதலில் குறிப்பிடப்பட வேண்டியவர் கே.ஆர். சர்மா. "கூடார்த்தப் படங்களின் லட்சணங்களையோ, விகடப் படங்களின் லட்சணங்களையோ அறிந்து எழுதுகிறவர்கள் ஒன்றிரண்டு பேர்களில்" இவர் ஒருவர் என்றும், "சென்னை

யிலும் கூடார்த்தப் படங்கள் என்ற கார்ட்டூன்கள் வரைவதிலும், விகடப் படங்களை வரைவதிலும் . . . முதன்மையாக" நிற்பவர் என்றும் டி.எஸ். சொக்கலிங்கம் கே.ஆர். சர்மாவைப் பாராட்டு கிறார்.[39] இவர் 'காந்தி'யிலும் 'மணிக்கொடி'யிலும் வரைந் திருக்கிறார். தத்ரூபமான (எண்ணெய்) வர்ணப்படங்கள் வரைவதிலும், புரோமைடு வழிப் படங்களைப் பெரிதாக்கும் வேலையிலும், நூல்கள், விலைப்பட்டியல்கள் போன்றவற்றுக்குப் படங்களும் அச்சுக்கட்டைகளும் தயாரிப்பதிலும் இவர் ஈடுபட்டிருந்திருக்கிறார் எனக் 'காந்தி'யில் வெளியான ஒரு விளம்பரம் தெரிவிக்கின்றது.[40]

கே.ஆர். சர்மாவைவிடப் பெரும்புகழ் பெற்றவர் மாலி. பம்பாயின் 'பிரீ பிரஸ் ஜர்ன'லிலும், 'இந்தியன் எக்ஸ்பிர'ஸிலும் வரைந்துகொண்டிருந்த மாலி, பின்னர் 'ஆனந்த விகடன்' மூலம் பல்லாயிரக்கணக்கான வாசகர்களைப் பெற்றார். தமிழ் இதழியலில், அரசியல் செய்திகளை வெளிப்படுத்தும் கருத்துப் படத்தைவிடக் *(cartoon)* கேலிச்சித்திரமே *(caricature)* அக்காலத்தில் பரவலாயிருந்தது. "ஒவ்வொரு முகமும் ஒவ்வொரு விதமாயிருக்கும். இந்த முகங்களில் ஏதாவது ஒன்று சிலருக்கு அசாதாரணமாய் இருக்கும் [காந்தி: பெரிய காது; வாய்விட்ட சிரிப்பு; ராஜாஜி: கீழுதடு பெரிது, கூரிய மூக்கு, கறுப்புக் கண்ணாடி]. விகடப் படங்கள் எழுதுபவர்கள் இம்மாதிரியான விசேஷங்களைப் பெருக்கிக் காட்டுவார்கள்"[41] என்று டி.எஸ். சொக்கலிங்கம் வரையறுத்துக் காட்டிய கேலிச்சித்திரங் களில் மாலி தேர்ந்தவராயிருந்தார்.

> 'மாலி' சித்திரம் வரைகிறார். அதைப் பார்த்ததும் நமக்கு, "அட! இது நம் கும்பகோணத்தில் பார்த்த சாஸ்திரியின் படமல்லவோ!" என்று தோன்றுகிறது. உண்மையில் கும்பகோணத்துச் சாஸ்திரியார் அவ்விதமில்லை. ஆனால் அவருடைய கோணல்கள் இங்கே தெளிவாய்த் தெரிகின்றன. அவருடைய சாயலாய்த் தோன்றுகிறது. நமக்குச் சிரிப்புண்டாகிறது,[42]

என்று குமுதினி குறிப்பிட்டதுபோல் ஒரு தலைமுறையை மாலி கவர்ந்திருக்கிறார்.

வால்ட் டிஸ்னி போல் கார்ட்டூன் திரைப்படம் எடுக்க வேண்டுமென்றும், தம் கருத்துப்படங்களை எல்லாம் தொகுத்து நூலாக்க வேண்டுமென்றும், கருத்துப்பட வரைகலையைப் பயிற்றுவிக்கும் நூல் எழுத வேண்டுமென்றும் விரும்பிய மாலி குறைந்த வயதிலேயே மறைந்துவிட்டார்.[43]

ஆயினும் பாரதி தொடங்கிவைத்த கருத்துப்பட மரபுக்கும், 1930களில் வெளியான படங்களுக்கும் இடையே பெரிய இடைவெளி விழுந்துவிட்டது. வாசகர்கள் கருத்துப்படங் களுக்குப் புதியதாகப் பழக்கப்பட வேண்டியவர்களானார்கள். இதைப் பற்றிப் பழம்பெரும் எழுத்தாளர் தி.ஜ. ரங்கநாதன் ஓரிடத்தில் விரிவாக எழுதியிருக்கிறார்.[44]

> கேலிச் சித்திரங்கள் வரைவதில் தலைசிறந்தவர் காலஞ்சென்ற மாலி. 'மாலி, மாலி' என்று இப்போது எல்லோரும் கொண்டாடுகிறார்கள் அல்லவா? இவர் முதல்முதலில் படம் வரைய ஆரம்பித்த காலத்தில் இருந்த நிலையை கவனித்திருக்கிறேன். அந்தக் காலத்தில் இவர் படங்களை மிகச் சிலர்தான் ரசித்தார்கள். மற்றவரெல்லாம் அவ்வளவாக ரசிக்கவில்லை. 'மாலி'யைக் கண்டு, பல வித்துவான்கள், புது மாடு மிரளுமே அந்த மாதிரி மிரண்டுகூடப் போய்விட்டார்கள் . . . திரும்பத் திரும்ப 'மாலி' படத்தைப் பார்த்த பிறகே ஜனங்களின் மிரட்சி தீர்ந்தது. காலக் கிரமத்தில் அது பழக்கமாயிற்று. அப்புறம் வழக்கமாயிற்று. காபி சாப்பிடாவிட்டால் தலைவலி வருமே அது போல, கடைசிக் காலத்தில் 'மாலி' படம் பார்க்காமல் சில பேருக்குக் கண் பூத்தே போயிற்றாம்.

எனவேதான், 1930களிலும்கூட, "நமது நாட்டில் கூடார்த்தப் படங்கள் எழுதும் தொழில் குழந்தைப் பருவத்தில்தானிருக் கிறது. இன்று நமது நாட்டில் கூடார்த்தச் சைத்ரிகர்களை கைவிரல்களால் எண்ணிவிடலாம்" என்றும்,[45] "தற்காலம் தமிழ்நாட்டிலுள்ள சித்திரக்காரர்களை விரல்விட்டு எண்ணி விடலாம். இந்த வெகுசிலரும்கூடப் பத்திரிகை உலகில் அவசரம் அவசரமாகத் தோன்றி வெகுசீக்கிரத்தில் மறைந்துவிடும் விளக்கச் சித்திரங்களிலேயே அதிகம் பொழுதைச் செலவழித்துக் கொண்டிருக்கிறார்கள்" என்றும்[46] பி.எஸ். ராமையா கவலைப் பட்டார்.

இவ்வாறு 1930களில் தமிழ் இதழியலில் தொடர்ந்த கருத்துப்பட மரபு, தமிழ்ப் பத்திரிகையுலகில் ஏற்பட்ட முதலாளியத் தொழில் வளர்ச்சியோடு வலுவுடன் தொடர்ந்தது. விகடச் சித்திரம், கேலிச் சித்திரம், விளக்கப்படம், கூடார்த்தப் படம் என்று பலவாறாகத் தமிழாக்கப்பட்ட 'கார்ட்டூன்', 'தினந்தந்தி'யின் வரவோடு 'கருத்துப் பட'மாக நிலைபெற்றும் விட்டது. இதன் பின்னே உள்ள சமூக வரலாறு தனி ஆய்வுக்குரியது.

2

பாரதியின் கருத்துப்படங்கள் : வரலாறும் கருத்தியலும்

1882ஆம் ஆண்டு எட்டயபுரத்தில் பிறந்த பாரதி, தம் கல்வியைத் திருநெல்வேலியிலும் காசியிலும் முடித்த பின்னர் சொந்த ஊருக்கு மீண்டார். எட்டயபுர மன்னரிடமும் மதுரை சேதுபதி உயர்நிலைப் பள்ளியில் தமிழாசிரியராகவும் சில காலம் பணியாற்றிய பிறகு, தேசிய நாளேடான 'சுதேசமித்திரன்' ஆசிரியர் ஜி. சுப்பிரமணிய ஐய்யரின் அழைப்பின்பேரில் அதன் உதவியாசிரியராக 1904 நவம்பரில் சென்னைக்கு வந்தார். பத்தொன்பதாம் நூற்றாண்டின் கடைசிக் கால்பகுதியிலிருந்து தேசிய உணர்வுகள் முகிழ்க்கத் தொடங்கி, 1885இல் காங்கிரஸ் அமைப்பு ஏற்பட்டுவிட்டதெனினும், 1905ஆம் ஆண்டில் வங்காளத்தை இந்து, முஸ்லீம் மக்கள் வாழும் பகுதிகளாகப் பிரிக்கவேண்டுமென்ற அன்றைய பிரித்தானிய காலனிய அரசாங்கத்தின் முடிவுக்குப் பின்னர்தான் தேசிய இயக்கம் கூர்மை பெற்றது. இதைத்தான் பாரதியும், "சென்ற சுபகிருது வருஷத்திலே பாரத நாட்டில், ஸர்வ சுபங்களுக்கும் மூலாதார மாகிய 'தேசபக்தி' என்ற நவீன மார்க்கம் தோன்றியது" என்று குறிப்பிடுகிறார்.[47] இவ்வாறு தொடங்கிய, 'சுதேசி இயக்கம்' என்று பெயர்பெற்ற இவ்வியக்கம், அரசாங்கத்தின் கடுமை யான ஒடுக்குமுறை நடவடிக்கைகளாலும், தன் உள்ளார்ந்த பலவீனங்களாலும் 1910ஆம் ஆண்டளவில் தோல்வியடைந்தது. இந்தச் சில ஆண்டுகளில்தான் பாரதி தேசியக் கவிஞராகவும், இதழாளராகவும், அரசியல் கருத்துப் பிரசாரகராகவும் மலர்ந்தார். தமிழ்ச் சமூகத்தில் பாரதி இன்று மகாகவியாகப் போற்றப்படுவதற்குரிய பொருண்மை அடிப்படை சுதேசி இயக்கத்தினூடேதான் ஏற்பட்டது. எனவே, இக்காலப்பகுதியில் பாரதி இயற்றிய பாடல்கள், கட்டுரைகள், கதைகள் ஆகியன போலவே அவர் ஆசிரியராக இருந்த 'இந்தியா' இதழின் கருத்துப்படங்களும் சுதேசி இயக்கத்தின் கூறுகளை எதிரொளித்தமை எதிர்பார்க்கக்கூடியதே. அக்கூறுகள் சிலவற்றை இனிக் காண்போம்.

வங்காளப் பிரிவினையை உடனடிக் காரணமாகக் கொண்டு கிளர்ந்த சுதேசி இயக்கம் தன் இலக்கை அடைவதற்குக் கைக்கொள்ள வேண்டிய நடைமுறைகளைப் பொறுத்து மிதவாதிகள், தீவிரவாதிகள் என இரு பிரிவுகளாகப் பிளவுண்டது. 1885இல் தொடங்கப்பெற்ற காங்கிரஸ், ஆண்டுக்கொரு முறை மூன்று நாள்கள் கூடியும் தீர்மானங்கள் இயற்றியும்,

அரசாங்கத்திடம் விண்ணப்பம் செய்வதைத் தன் நடைமுறை யாகக் கொண்டிருந்தது. இதற்கு எதிரான தீவிரப் போக்கு 1890களிலேயே அரவிந்தர், திலகர் முதலியோரால் முன்னெடுக்கப் பெற்றதெனினும், சுதேசி இயக்கக் காலத்திலேயே கூர்மைபெற்றது.

"அன்னியர்களைச் சென்ற இருபது வருஷங்களாகக் கெஞ்சி கெஞ்சித் தொண்டை வற்றிப் போயிருக்கிறது"[48] என்று எழுதிய பாரதி, தம்மைத் தீவிரவாத அணியினரோடு இனங்கண்டு கொண்டார். மிதவாதிகளைப் 'பழைய கட்சியினர்', 'நிதானஸ்தர்கள்', 'நிதானக் கட்சியினர்' என்று பொதுப்படக் குறித்ததோடு, "பவதி பிக்ஷாம் தேஹி"[49] கட்சி என்றும் கிண்டல் செய்தார். மிதவாதிகளின் போக்கைக் கேலியாகச் சித்தரிக்கும் பல கருத்துப்படங்களையும் 'இந்தியா'வில் வெளியிட்டார். காட்டாக, இந்தியா என்ற வண்டியைச் சுயராஜ்யம் என்ற ஊருக்கு இட்டுச் செல்ல முயலும் திலகர் என்ற காளைக்கு இடைஞ்சலாக, பிரோஸ்ஷா மேத்தா என்ற மிதவாதத் தலைவரைச் சண்டிமாடாகச் சித்தரித்துள்ளார் (படம்: 10). ஒவ்வொரு பிரச்சனையிலும் மிதவாதிகளின் நிலைப்பாடு பாரதியின் கூரிய திறனாய்வுக் கணைகளுக்கு இலக்கானதை எல்லா நிலைகளிலும் காணலாம்.

இவ்வாறு பாரதி மிதவாதிகளைப் பலவாறு கண்டிக்கவும் கிண்டலடிக்கவும் செய்தாரெனினும், பிற தீவிரவாதிகளைப் போலவே பிரித்தானியக் காலனியாதிக்கம் பற்றிய மிதவாதி களின் பொருளாதாரத் தேசிய (economic nationalism) விமரிசனமே பாரதிக்கும் கோட்பாட்டு அடிப்படையாக விளங்கியது.[50] இந்தியாவின் செல்வம் இங்கிலாந்துக்குக் கொள்ளைபோவதைப் (drain of wealth) பற்றி ரொமேஷ் சந்திர தத், தாதாபாய் நவுரோஜி[51] முதலான மிதவாத அறிஞர்கள் எழுதிய பொருளியல் நூல் களின் மிகை எளிமைப்படுத்தப்பட்ட சாரத்தைப் பாரதியின் கருத்துப்படங்களில் காணலாம். ஆங்கிலேயன் ஒருவன் (ஜான் புல்?) உறிஞ்சுகுழாயைக் கொண்டு இந்தியாவின் செல்வத்தைச் சுரண்டுவது போலவும் (படம்: 1), இந்திய மாதா என்ற பசுவிடமிருந்து மார்லி ஒட்டப் பால் கறப்பதைப் போலவும் (படம்: 2) கருத்துப்படங்கள் பதிப்பித்திருப்பது மனங்கொள்ளத் தக்கது. பொதுவாகவே, இந்திய மக்களின் இன்னல்களும் வறுமையும் ஒருபுறமும், ஆங்கிலேயரின் வளமை அதற்கு எதிரிடையாகவும் இக்கருத்துப்படங்களில் அமைந்துள்ளன. வெள்ளையர்கள் கொழுத்தவர்களாகவும், இந்தியர்கள் எலும்பும் தோலுமானவர்களாகவும் சித்தரிக்கப்பட்டுள்ளனர். பாரதியின் கருத்துப்படங்கள் வகைமாதிரிகளைச் சீராகக் கையாள்கின்றன. இந்துக்கள், இஸ்லாமியர், கிறித்தவர், பார்சிகள் என எளிதில்

இனங்காணும் வண்ணம் இச்சமூகத்தவர் சித்தரிக்கப்பட்டுள்ளனர் (படங்கள் 5, 9, 36, 42, 43, 57). இஸ்லாமியர் எப்பொழுதும் தாடியுடனும் குல்லாயுடனுமே காட்சி தருகின்றனர். இஸ்லாமியர்கள் மத அடிப்படைவாதிகளாகப் பொதுப்புத்தியில் பதிவதற்கு இவ்வகைச் சித்தரிப்புகள் துணை செய்கின்றன. இந்துக்கள் பெரும்பான்மையும் குடுமியுடன் காணப்படுகின்றனர். இவ்வாறான வகைமாதிரிகள், ஒருவகையில் வெள்ளையர் வற்புறுத்திய அடையாளங்களை ஏற்பதாகவே அமைந்துவிட்டன. இந்தியத் தேசியம் மதங்களைக் கடந்தது என்ற தேசியவாதிகளின் வாதத்தை இது குலைக்கின்றது.

மிதவாதிகளுக்கும் தீவிரவாதிகளுக்கும் இடையிலான ஒப்புமை இவ்வளவில் அமைகின்றது. பிற விஷயங்களில் வெள்ளையருக்கு ஒப்பாகவே மிதவாதிகளிடம் தீவிரவாதிகள் பகைமை பாராட்டினர் என்றும் சொல்லலாம். 1906இல் தாதாபாய் நவுரோஜியின் தலைமையில் நடைபெற்ற கல்கத்தா காங்கிரஸ் மாநாட்டிலேயே தீவிரவாதிகளின் செயல்திட்டம் பெருமளவுக்குத் தீட்டப்பெற்றுவிட்டது. சுயராஜ்யம், சுதேசியம், தேசியக் கல்வி என்பதோடு அயல்நாட்டுப் பொருள்களைப் புறக்கணித்தலும் செயல்திட்டத்தில் ஒரு பகுதியாகியது. பாரதியின் கருத்துப்படங்களும் இச்செயல் திட்டத்தை எதிரொளிக்கின்றன. பரோடா மன்னரும், மதோல்கார் முதலானோரும் சுதேசியக் கைத்தொழில் வளர்ச்சிக்கு ஆற்றிய பணிகள் கருத்துப் படங்களாக இடம்பெற்றன (படங்கள்: 34, 78). தமிழ்நாட்டில் சுதேசி இயக்கத்தின் மணிமகுடமாக விளங்கிய வ.உ.சி.யின் சுதேசிக் கப்பல் கம்பெனிக்கு ஆதரவு திரட்டும் வகையில் நான்கு கருத்துப்படங்கள் (படங்கள்: 12, 36, 57, 73) அமைந்திருப்பதும் குறிப்பிடத்தகுந்தது. (ஆயினும், பாரதியின் கருத்துப் படங்கள் பெரும்பான்மையும் தமிழகத்தைத் தவிர்த்த பிற செய்திகளையே கருப்பொருளாகக் கொண்டுள்ளமை இங்குக் கருதத்தக்கது.) ஆங்கிலேயரின் அடிமைக் கல்வியைக் கண்டித்தும், தேசியக் கல்வியை ஆதரித்தும் ஒரு கருத்துப் படம் அமைந்துள்ளது (படம்: 49).

1907ஆம் ஆண்டின் இறுதியில் சூரத் நகரில் நடைபெற்ற காங்கிரஸ் மாநாடு கலவரத்தில் முடிந்ததைத் தொடர்ந்து தீவிரவாதிகள் தனியாகவும் மிக வேகமாகவும் இயங்கலானார்கள். அதுவரை தேசிய இயக்கம் அறிந்திராத புதிய வகையான மக்கள் அணிதிரட்டல் முறைகளில் இறங்கினர். ஆங்கிலத்தை விடுத்துத் தாய்மொழிகளில் கூட்டங்களையும், பரந்துபட்ட மற்றும் அடித்தட்டு மக்களைத் திரட்டி ஊர்வலங்களையும் நடத்தினர். இத்தகைய கூட்டங்களிலும் ஊர்வலங்களிலும்

பாரதி முன்னின்றார். இதனைக் கண்டு கலக்கமுற்ற அரசாங்கம் இரண்டு முறைகளில் செயல்பட்டது. ஒருபுறம் தீவிரவாதி களைக் கடுமையாக ஒடுக்கியது; மறுபுறம் சில சலுகைகளின் மூலமாக மிதவாதிகளைத் தன் பக்கம் அணைத்துச் சென்று தீவிர தேசியத்தின் அறைகூவலைச் சந்திக்கவும் சமாளிக்கவும் முற்பட்டது.

இதன் தொடர்பில் முக்கியக் காலப்பகுதியான 1907 ஜூன் முதல் 1908 செப்டம்பர் வரையான 'இந்தியா' இதழ்கள் இரண்டொன்றைத் தவிரப் பிற கிடைக்கப்பெறாமை தீயூழ் என்றே சொல்ல வேண்டும். வங்காளத்திலும் மகாராஷ்டிரத்தி லும் பஞ்சாபிலும் மிகக் கொடுமையான அடக்குமுறையைத் தீவிரவாதிகள் எதிர்கொள்ள வேண்டியவராயிருந்தனர். தீவிரவாதிகளின் தனிப்பெருந் தலைவரான திலகர் கைதானார். தமிழகத்திலும் பாரதியின் நெருங்கிய தோழர்களான வ.உ.சி., சுப்பிரமணிய சிவா, எதிராஜ் சுரேந்திரநாத் ஆர்யா, கிருஷ்ண சாமி சர்மா ஆகியோர் கைதாயினர். வ.உ.சிக்கு இரட்டை ஆயுள் தண்டனை வழங்கப்பட்டது. தாமும் சிறைப்பட நேரிடும் என்று நினைத்த பாரதியும், 'இந்தியா' உரிமையாளர்களான மண்டயம் குடும்பத்தினரும் 1908 செப்டம்பரில் பிரிட்டிஷ் இந்தியாவிலிருந்து பிரெஞ்சு ஆட்சியிலிருந்த புதுச்சேரிக்குத் தப்பிச் சென்றனர்.

1908 அக்டோபரிலிருந்து 'இந்தியா' மீண்டும் வெளிவரத் தொடங்கியது. பிரிட்டிஷ் இந்தியக் காவல் துறையினரால் வேட்டையாடப்பட்டுவந்த சூழ்நிலையிலும் தொடர்ந்து தம் ஆங்கிலேய எதிர்ப்பைப் பாரதி வெளிப்படுத்தி வந்தார். பாரத தேசத்தின் அமைதி என்ற ஏரி, தேசிய உணர்ச்சி என்ற வெள்ள மிகுதியால் உடைபடும் வேளையில், புதிய சட்டங்கள் என்ற கூடைமண்ணைக் கொட்டும் ஆங்கிலேயரின் மடமையைப் பாரதி கருத்துப்படமாக்கியுள்ளார் (படம்: 26). சுதேசி இயக்கம் தோல்வி கண்டுவந்த சூழ்நிலையில், கொடூரச் சட்டங்கள் என்ற கோழி கூவுவது சுதந்திரச் சூரியன் எழுவதற்கான அறிகுறியே என்றும் நம்பிக்கை கொண்டார் (படம்: 28).

கொடுமையான அடக்குமுறை கட்டவிழ்த்து விடப்பட்ட போது வாய்மூடி மௌனமாக நின்ற மிதவாதிகளை முன்னிலும் கடுமையாக விமர்சித்தான் பாரதி. மிதவாதிகளைத் தம் பக்கம் இழுப்பதற்காக வெள்ளையர் அரசால் கொண்டுவரப்பட்ட மிண்டோ – மார்லி சீர்திருத்தங்கள் பற்றியும் தீவிரவாதி களின் ஒருமித்த எதிர்ப்பைப் பாரதி வெளிப்படுத்தினார். "பிரிட்டிஷ் இந்தியாவிலுள்ள ஜனங்கள் கேட்பது புதிய உத்தியோகங்களையன்று... அவர்கள் போராடுவதெல்லாம்

ஜனாதிகாரம் (*representation*) நாட்டில் ஏற்பட வேண்டுமென்ற ஒரே நோக்கத்துடனாகும்"[52] என்று எழுதினார். (பல்வேறு நிபந்தனைகளுடன் கூடிய) மாநில மற்றும் மைய சட்டமன்றங்களுக்கான தேர்தல்களையே முக்கிய அம்சமாகக் கொண்டிருந்த மிண்டோ – மார்லி சீர்திருத்தங்களை மிதவாதிகள் வரவேற்ற போது, சுயராஜ்யம் வேண்டி நின்ற திலகர் என்ற சிங்கம் சிறையிலிருக்க, ஆங்கிலேயர் வீசியெறிந்த சில்லறைப் பதவிகள் என்ற எலும்புத் துண்டுகளுக்கு அலையும் நாய்களாக அவர்கள் சித்தரிக்கப்பட்டனர் (படம்: 22).

மிண்டோ – மார்லி சீர்திருத்தங்களைப் பற்றி மேலுமொரு கடுமையான விமரிசனத்தையும் தீவிரவாதிகள் வைத்தனர். முஸ்லிம்களுக்குத் தனி வாக்காளர் தொகுதிகள் என்ற சலுகை தேசியவாதிகளின் கடுமையான கண்டனத்துக்குள்ளானது. வங்காளப் பிரிவினையைப் போலவே இதன் பின்னணியிலும் ஆங்கிலேயரின் பிரித்தாளும் சூழ்ச்சி இனங்காணப்பட்டது. புதிய அரசியல் சீர்திருத்தங்களைக் கிணறு வெட்டப் பூதம் கிளம்பிய கதையாகவே பாரதி கருதினார் (படம்: 40). இந்து – முஸ்லிம் பிரச்சனையைப் பற்றி வேறு சில கருத்துப்படங்களும் வெளியிடப்பட்டன (படங்கள்: 42, 46). வெள்ளையரின் சூழ்ச்சிக்கு இரையாகக் கூடாதென்றும், பெரும்பான்மையான இஸ்லாமியர் தேசிய உணர்வுடையவர்களாகவே விளங்கினர் என்றும், இந்து – முஸ்லிம் ஒற்றுமையை வலியுறுத்தியும் இவை அமைந்துள்ளன. ஆயினும் இவற்றை மிகைஎளிமைப்படுத்தப் பட்ட கூற்றுகளாகவே கொள்ள முடியும். சுதேசி இயக்கக் காலத்தில் தேசியவாதமும் தீவிர இந்து மதவாதமும் இணைந்து விட்டன. 'இந்து', 'இந்தியா' ஆகிய சொற்கள் ஒருபொருட் பன்மொழியாகவே வழங்கப்பட்டன. மக்களை அணிதிரட்டுவதற்கு இந்து சமயக் கடவுளர்களும் சடங்குகளும் பயன்படுத்தப்பட்டன. இந்திய நாடு அன்னையாக உருவகிக்கப்பட்டது. காளி, பவானி, கணபதி, சிவாஜி ஆகியோரின் வழிபாடும் போற்றலும் தேசியத்தின் அங்கமாயின. ஏற்கெனவே கல்வி, வேலை வாய்ப்பு, அதிகாரப் பொறுப்புகள் முதலானவற்றில் பின்தங்கியிருந்த முஸ்லிம்கள் தேசியத்தின் இந்து சமயப் போக்கைக் கண்டு அஞ்சியதில் வியப்பதற்கு ஏதுமில்லை.[53] "... முஸ்லிம்கள் கடைசியில் சுதேசி இயக்கத்திலிருந்து அயன்மைப்பட்டுப் போனார்கள் என்பது வியப்புக்குரியதல்ல; மாறாக இந்த அளவிற்கு அவர்கள் அதில் பங்குபற்றினார்கள் என்பதே வியப்புக்குரியதாகும்" என்று புகழ்பெற்ற வரலாற்றறிஞர் சுமித் சர்க்கார் கூறுவது இங்கு மனங்கொள்ளத் தக்கது.[54]

“வங்காளத்தில் ஸ்வதேச பாஷையில் அச்சிட்டிருக்கும் சில புத்தகங்கள் சிறிது முஸ்லிம்களுக்கு விரோதமாயிருக்கின்றன. தவிர, அங்கு ஆடிவரும் சில நாடகங்களும் முஸ்லிம்களின் கோபத்தையுண்டாக்கத் தக்கவையாயிருக்கின்றன” என்ற ஓர்மை பாரதிக்கும் இருந்திருக்கிறது.[55] அவ்வாறே ‘சிவாஜி தனது சைநியத்தாருக்குக் கூறியது’ என்ற பாடலை எழுதி வெளியிட்டபோது, “இந்தச் செய்யுளிலே நமது மகமதிய சகோதரர்களுக்கு விரோதமாகச் சில வசனங்கள் பிரயோகிக்க நேர்ந்திருப்பது பற்றி விசனமடைகிறோம்... மேற்படி செய்யுளிலே மகமதியர்களைப் பற்றி வந்திருக்கும் பிரஸ்தாபங் களில் வீர ரஸத்தை மட்டும் கவனிக்க வேண்டுமேயல்லாமல், மகமதிய நண்பர்கள் தமது விஷயத்தில் உதாஸீனம் இருப்பதாக நினைக்கக் கூடாதென்று கேட்டுக்கொள்கிறோம்” என்றும் எழுதியுள்ளார்.[56]

இருப்பினும் பாரதியின் பாடல்களிலும் கட்டுரைகளிலும் மட்டுமல்லாது கருத்துப்படங்களிலும்கூட இந்து சமய / புராணக் கூறுகள் நீக்கமற நிறைந்திருப்பது கண்கூடு.[57] தீவிர இந்துத்துவத் தின் சின்னமான பசு, பல கருத்துப்படங்களில் இடம்பெற்றிருப் பதையும் காண முடிகின்றது (படங்கள்: 2, 60, 80). பாரதியின் கருத்துப்படங்களிலும் இந்து சமய / புராணக் கூறுகள் விரவி இருக்கின்றன. மக்களின் ஒற்றுமையை ஆறுமுகக் கடவுளின் பிறப்பாகவும் (படம்: 77), அரவிந்தரைச் சூரியனாகவும் காவல் துறையை அதனை விழுங்க வந்த பாம்பாகவும் சித்தரிப்ப தாகவும் (படம்: 48), இந்திய தேசிய இயக்கக் கிளர்ச்சியைச் சிறையில் கண்ணன் பிறப்போடு இணைத்துக் காண்பதாகவும் (படம்: 64) இவை அமைந்துள்ளன. ஆஷைக் கொன்றதற்கு வாஞ்சிநாதன் கூறிய நியாயம் வருமாறு: “ஆங்கில சத்துருக்கள் நமது தேசத்தைப் பிடுங்கிக்கொண்டு அழியாத ஸனாதன தர்மத்தைக் காலால் மிதித்துத் துவம்சம் செய்து வருகிறார்கள். எங்கள் ராமன், சிவாஜி, கிருஷ்ணன், குரு கோவிந்தர், அர்ஜுனன் முதலியவர் இருந்து தர்மம் செழிக்க அரசாட்சி செய்துவந்த தேசத்தில், கேவலம் கோமாமிசம் தின்னக்கூடிய ஒரு மிலேச்சனாகிய ஜார்ஜ் பஞ்சமனை முடிசூட்ட... பெருமுயற்சி நடந்து வருகிறது.”[58] தீவிர இந்து தேசியத்தின் ஒப்புதல் வாக்குமூலம் இது. இந்திய தேசியச் சொல்லாடலும், இந்து சமயச் சொல்லாடலும் ஒன்றே என அஞ்சும் அளவுக்கு இரண்டும் பின்னிப் பிணைந்திருந்தன. மொத்தத்தில் சுதேசி இயக்கத்தின் மிகப் பெரிய பலவீனமாக இது அமைந்துவிட்டது. 1907இல் வங்கத்திலுள்ள ஜமல்பூரில் நடந்த இந்து – முஸ்லிம் கலவரங்களுக்கு ஆங்கிலேயரின் பிரித்தாளும் சூழ்ச்சியே

காரணம் என்று கூறப்பட்டபோது, "குற்றங்குறை இல்லாத இடத்தில் சைத்தான் நுழைய முடியாது" என்று தாகூர் கூறியது இங்கு எண்ணத்தக்கது.[59]

மொத்தத்தில் கடுமையான சட்டங்கள் மூலம் எதிர்ப்பை ஒடுக்குதல், சீர்திருத்தங்கள் மூலம் ஆதரவைத் திரட்டுதல், எதிரணியின் உள்ளார்ந்த பலவீனங்களைப் பயன்படுத்துதல் என்ற முறையில் சுதேசி இயக்கத்தின் அறைகூவலை ஆங்கிலேய அரசாங்கம் வெற்றிகரமாக முறியடித்தது. சுதேசி இயக்கத்தின் சமூக அடித்தளம் மிகக் குறுகியதாக – பரந்துபட்ட மக்களைத் தழுவாததாக – இருந்தது. இதனால் தீவிரவாதிகள் அனைவரும் எளிதில் ஒடுக்கப்பட்டனர். எஞ்சியவர்கள் தனிநபர் பயங்கர வாதத்தில் இறங்கினர். இதன் விளைவாக பழைய மிதவாதம், தனிநபர் பயங்கரவாதம் என்ற இரு எதிர்முனைகளுக் கிடையில் இந்தியத் தேசியம் ஊசலாடியது. பாரதி இவ்விரு போக்குகளையும் கண்டித்தார். கடுமையான சட்டங்கள் இயற்றும் அரசும் குண்டுவீசும் பயங்கரவாதியும் மொத்தத்தில் பொதுமக்களுக்கே ஊறு செய்கிறார்கள் என்று கருத்துப்படம் வெளியிட்டார் (படம்: 72).

சுதேசி இயக்கம் முறியடிக்கப்பட்ட நிலையில், அதுவும் பிரிட்டிஷ் இந்திய ஆட்சிப் பகுதிக்கு வெளியே ஒரு சிறுநகரத்தில் பாரதி பெரும் நெருக்கடிக்கு ஆளானார். அவர் நடத்திவந்த 'இந்தியா', 'விஜயா' இதழ்கள் பிரிட்டிஷ் இந்திய எல்லைக்குள் நுழைவது தடுக்கப்பட்டதைத் தொடர்ந்து 1910ஆம் ஆண்டின் இடையில் நின்று போயின. அவர் எழுதிய 'ஆறிலொரு பங்கு', 'கனவு' ஆகிய நூல்கள் அதற்கடுத்த ஆண்டு தடை செய்யப்பட்டன. மேலும் 1911 ஜூனில் நிகழ்ந்த ஆஷ் கொலைக்குப் பிறகு புதுவையில் காவல்துறையின் கெடுபிடிகள் அதிகமாயின. இவற்றோடு பாரதியின் வாழ்வில் வேகமும் ஆற்றலுமிக்க ஒரு காலப்பகுதி முடிவடைந்தது.

சுதேசி இயக்கத்தை விரிவாக ஆராய்ந்த சுமித் சர்க்கார் மதிப்பிட்டதுபோல் அவ்வியக்கம் இருவேறு மனப்பதிவுகளை இன்று ஏற்படுத்துகின்றது: ஒருபுறம் பெரிய எதிர்பார்ப்புகளை உண்டாக்கும் வளமையும் உள்ளாற்றலும் கொண்டு, பன்முகத்தன்மை வாய்ந்த அரசியல் நடவடிக்கைகளையும், அறிவார்ந்த விவாதங்களையும், பண்பாட்டு மலர்ச்சியையும் ஏற்படுத்தியது; ஆனால் மறுபுறம், அவ்வெதிர்பார்ப்புகளும் நம்பிக்கைகளும் பொய்த்துப்போய் ஏமாற்றமே எஞ்சியது.[60]

சுதேசி இயக்கத்தில் பாரதியின் பங்கைப் பற்றியும் இதே வகையில் மதிப்பீடு செய்யலாம். நவீனமயமாகும் சமூகத்தின்

தேவைகளுக்கேற்பத் தமிழை உயிர்ப்பாற்றல் மிக்க முறைகளில் கவிதையிலும் உரைநடையிலும் இதழியலிலும் பயன்படுத்திய பாரதி, சுதேசி இயக்கத்தின் தோல்வியிலிருந்து முழுவதுமாக மீளவில்லை என்றுதான் சொல்ல வேண்டும். தம் வாழ்நாளின் எஞ்சிய காலத்தின் பெரும் பகுதியைப் புதுவையிலேயே கழித்த பாரதி, அதன் பின்னர் நேரிடையாக அரசியலில் ஈடுபட வில்லை. சுதேசி இயக்கக் காலத்தில் அன்றன்று இயற்றிய பாடல்களை அன்றன்றே பொதுக்கூட்டங்களிலும் ஊர்வலங் களிலும் பாடியும், கட்டுரைகளை இதழ்களில் எழுதியும் செயல்பட்ட பாரதியின் பிற்காலப் பெரும் படைப்புகள் பலவும் அவர் மறைவுக்குப் பின்னரே வெளிவந்த பேரவலத்தை இப்பின்னணியில் புரிந்துகொள்ளலாம்.

மொத்தத்தில், சுதேசி இயக்கக் காலத்தில் மலர்ச்சிபெற்ற பாரதியின் பன்முகப் படைப்பாற்றலுக்கு 'இந்தியா' இதழில் வெளியான கருத்துப்படங்களும் கண்கூடான சான்றுகளாகும்.

'இந்தியா' இதழ்கள் : பின்குறிப்பு

'இந்தியா' வார இதழ் மண்டயம் குடும்பத்தைச் சேர்ந்த எஸ்.என்.திருமலாசாரியாரால் சென்னையில் தொடங்கப் பெற்றது. அதன் முதல் இதழ் 9 மே 1906இல் வெளிவந்தது. இதற்குக் கொஞ்ச காலத்திற்குப் பிறகு பாரதி அதன் நடைமுறை ஆசிரியர் பொறுப்பை ஏற்றார். சென்னையிலிருந்தவரை எம்.பி.டி. ஆசாரியா என்று அறியப்படும் மண்டயம் பி. திருமலாசாரியாரும், எஸ்.என். திருமலாசாரியாரின் பள்ளித் தோழர் எம். சீனிவாசனும் வெவ்வேறு காலப்பகுதி யில் 'இந்தியா'வின் சட்டபூர்வமான ஆசிரியர் – வெளியிடுபவர் பொறுப்பை ஏற்றிருந்தனர். 'இந்தியா'வில் வெளியான கட்டுரை களுக்காக இராஜத்துரோகக் குற்றஞ்சாட்டப்பட்டு எம். சீனிவாசன் கைதானதைத் தொடர்ந்து, 'இந்தியா' சென்னைப் பதிப்பின் கடைசி இதழ் 5 செப்டம்பர் 1908இல் வெளியாயிற்று.

'இந்தியா'வின் முதல் ஆறு இதழ்கள் இதுவரை கிடைக்கப் பெறவில்லை. முதல் இதழின் முகப்புப் பக்கத்தின் மேற்பாதியை மட்டும் ஸி.எஸ்.சுப்பிரமணியம் கண்டெடுத்தார். 23 ஜூன் 1906 (புத்தகம் 1, இலக்கம் 7) முதல் 22 ஜூன் 1907 (புத்தகம் 2, இலக்கம் 7) வரையான இதழ்கள் ஒரே தொகுதியாகக் கட்டடம் செய்யப்பட்டுக் கல்கத்தா தேசிய நூலகத்தில் உள்ளன. (இவை கி.வா. ஜகந்நாதனால் தேசிய நூலகத்துக்கு அன்பளிப்பாக வழங்கப்பட்டவை.) இவ்வரிசையில் 15 செப்டம்பர் 1906, 9 மார்ச் 1907, 1 ஜூன் 1907 ஆகிய

மூன்று இதழ்கள் இல்லை. 1906–1907ஆம் ஆண்டில் வெளியான 'இந்தியா' கிரவுன் 1/2 அளவில் அமைந்துள்ளது.

1907 ஜூன் 29இலிருந்து 1908 செப்டம்பர் 5 வரையான வெளியான 'இந்தியா' இதழ்களில் 18 ஏப்ரல் 1908, 25 ஏப்ரல் 1908, 2 மே 1908, 13 ஜூன் 1908, 20 ஜூன் 1908 ஆகிய நாளிட்ட ஐந்து இதழ்கள் மட்டுமே கிடைக்கப்பெறுகின்றன. இவை ரா.அ. பத்மநாபன் தொகுப்பிலிருந்தவை. இப்போது புதுவை மகாகவி பாரதியார் நினைவு அருங்காட்சியகம் மற்றும் ஆய்வகத்தில் உள்ளன.

1908 செப்டம்பரில் பாரதியும், 'இந்தியா' உரிமையாளர் களான எஸ்.என். திருமலாசாரியாரும் அவர்தம் பெரியப்பா மகன் மண்டயம் ஸ்ரீநிவாஸாச்சாரியாரும் புதுவையில் தஞ்சமடைந்தனர். அங்கு 'இந்தியா' மீண்டும் தொடங்கப் பெற்றது. புத்தகம் 1, இலக்கம் 1 எனப் புதிய வரிசையிட்டு 10 அக்டோபர் 1908இலிருந்து புதுவைப் பதிப்பு வெளிவரலா யிற்று. இதிலிருந்து 9 அக்டோபர் 1909 (புத்தகம் 1, இலக்கம் 52) வரை வெளியான இதழ்கள் முழுமையும் ஸி.எஸ். சுப்பிர மணியம் பாதுகாப்பில் உள்ளன. இதே தொகுதியின் ஒரு பிரதி புது தில்லி இந்தியத் தேசிய ஆவணக்காப்பகத்திலும் உள்ளது. புதுச்சேரி அரவிந்த ஆசிரமத்திலிருந்த ப. கோதண்ட ராமன் அவர்களிடமிருந்து புதுவைப் பொதுவுடைமைக் கட்சித் தலைவர் வ. சுப்பையா வழியாக இத்தொகுப்பு ஸி.எஸ். சுப்பிரமணியம் கைவயம் வந்தது. (இப்போது இத்தொகுதியின் கதி என்னவாயிற்றென்று தெரியவில்லை.) புதுவையிலிருந்து வெளியான இத்தொகுதியின் இதழ்களை (வ.ரா. குடும்பத்தினரிடமிருந்து பெற்றவை) ஒரு தனிநபர் எடுத்துச்சென்றுவிட்டார்.

16 அக்டோபர் 1909 (புத்தகம் 2, இலக்கம் 1) முதல் 12 மார்ச் 1910 (புத்தகம் 2, இலக்கம் 20) வரையான இதழ்கள் ரா.அ. பத்மநாபனிடமிருந்து, பின்னர்ப் புதுவை பாரதி அருங்காட்சியகத்துக்கு வந்தன. இக்காலப்பகுதியைச் சேர்ந்த சில இதழ்கள் மிகச் சிதிலமடைந்த நிலையில் பிரெஞ்சு தேசிய நூலகத்தில் உள்ளன.

ஸி.எஸ். சுப்பிரமணியம் தொகுப்பிலுள்ள இதழ்கள் பல ரா.அ. பத்மநாபன் தொகுப்பிலும் உள்ளன. ரா.அ. பத்மநாபன் தொகுப்பிலிருந்தவை 'இந்தியா'வோடு தொடர்புகொண்டிருந்த வேங்கட ஆரியா என்பவரிடமிருந்து வந்தவை. பல உதிரி இதழ்கள் மறைமலையடிகள் நூல்நிலையத்திலும் உள்ளன. இவை ரா.அ. பத்மநாபன், ஏ.கே. செட்டியார் ஆகியோர் கொடுத்துதவியன.

1910 ஜூலையில் 'இந்தியா' புத்துயிர் பெற்றதெனவும், இரண்டு இதழ்கள் கண்ணுறப் பெற்றனவென்றும் ஓர் இரகசிய அரசாணை குறிப்பிடுகின்றது.[61] இவை கிடைக்கவில்லை.

மொத்தத்தில் அறுபதுக்கும் மேற்பட்ட 'இந்தியா' இதழ்கள் கிடைக்கப்பெறவில்லை. இன்று கிடைக்கப்பெறும் ஏறத்தாழ நூற்றிருபத்தைந்து இதழ்களிலிருந்து கருத்துப்படங்கள் தொகுக்கப்பட்டிருக்கின்றன. 8 செப்டம்பர் 1906 முதல் 12 மார்ச் 1910 வரை வெளியான எண்பத்தேழு கருத்துப்படங்கள் இதில் அடங்கும். கிடைக்கப்பெறுகின்ற இதழ்கள் பல மிகச் சிதைந்த நிலையில் உள்ளன. அவற்றிலுள்ள கருத்துப்படங் களைப் படியெடுப்பதில் ஏற்பட்ட தொழில்நுட்ப மற்றும் நடைமுறை சார்ந்த இடர்ப்பாடுகள் பல.

பண்டைத் தமிழ் நூல்களையெல்லாம் தேடித் தேடிப் பதிப்பித்து, தமிழ்ப் பதிப்பியலின் முன்னோடியாக விளங்கிய சி.வை. தாமோதரம் பிள்ளை எழுதிய குறிப்பொன்று (கலித்தொகைப் பதிப்புரை, 1887) இங்கு நினைவுக்கு வருவதைத் தவிர்க்க முடியவில்லை.

> ஏடு எடுக்கும்போது ஓரஞ் சொரிகிறது; கட்டு அவிழ்க்கும் போது இதழ் முரிகிறது. ஒற்றை புரட்டும்போது துண்டு துண்டாய்ப் பறக்கிறது. இனி எழுத்துக்களோவென்றால் வாலுந் தலையுமின்றி நாலு புறமும் பாணக்கலப்பை மறுத்து மறுத்து உழுதுகிடக்கின்றது.

'இந்தியா' இதழ்களின் இன்றைய நிலையும் ஏறத்தாழ இதுதான். ஐந்துக்கு இரண்டு பழுதில்லை என்று சொல்லலாம். நுண்பல் சிதலைகளின் திருவிளையாடல்களைச் சொல்லி மாளாது!

கிடைக்கப்பெறாத 'இந்தியா' இதழ்களில் வெளிவந்த கருத்துப்படங்களைப் பற்றிய குறிப்புகளை அன்றைய காலனிய அரசாங்கத்தின் மந்தண ஆவணங்களிலிருந்து திரட்டவேண்டி யிருக்கிறது. காணக் கிடைக்காத படங்களின் உள்ளடக்கம் பற்றி ஒருவாறு அறிந்துகொள்ள இது ஒன்றே வழி.

சான்றுக் குறிப்புகள்

1. *Kamal Sarkar, Cartoons, Calcutta, 1971, முன்னுரை.*
2. *'இந்தியன் பஞ்ச்' கருத்துப்படங்கள் சில Sabyasachi Bhattacharya, The Financial Foundations of the British Raj, Simla, 1971 என்ற நூலில் மறுவெளியீடு செய்யப் பட்டுள்ளன.*

3. ‘அவத் பஞ்ச்’ இதழ்கள் (1877 – 1881) கல்கத்தா தேசிய நூலகத்தில் உள்ளன.

4. *Partha Mitter, Art and Nationalism in Colonial India, 1850-1922: Occidental Orientations, Cambridge University Press, Cambridge, 1994,* ப. 138.

5. மேலது, ப. 137.

6. *இந்தியா*, 20 அக்டோபர் 1906.

7. Bonny Thomas, ‘Birth of the Malayalam Cartoon : Scabbard for Satire’, *The Economic Times*, Madras, 24 மே 1994.

8. ‘கார்ட்டூன் வரலாறு’, *காந்தி (மலர்)*, ஏப்ரல் – மே 1933.

9. ‘தமிழ் இதழியலில் அங்கத ஓவியங்கள்’, *ஐந்தாம் உலகத் தமிழ் மாநாடு – விழா மலர்*, 1981, ப. 404.

10. *இந்தியா*, 13 மார்ச் 1909.

11. Exhibit K, G.O.No.1103, Judicial, 11 ஆகஸ்டு 1908, சென்னை அரசாங்கம்; G.O.No.1542, Judicial (Confidential), 3 அக்டோபர் 1911.

12. எஸ்.ஜி. இராமாநுஜலு நாயுடு, ‘சென்றுபோன நாட்கள்’, *அமிர்த குண போதினி*, 15 ஜனவரி 1929. இதன் முழு வடிவத்திற்குக் காண்க: ஆ.இரா. வேங்கடாசலபதி (ப–ர்), எஸ்.ஜி. இராமாநுஜலு நாயுடு, *சென்று போன நாட்கள்*, காலச்சுவடு பதிப்பகம், நாகர்கோவில், 2015.

13. ரா.அ. பத்மநாபன், *சித்திரபாரதி*, சென்னை, 1982, ப. 32. மேலும் காண்க: எஸ்.ஜி. இராமாநுஜலு நாயுடுவின் மேற்குறித்த கட்டுரை.

14. *இந்தியா*, 9 ஜனவரி 1909.

15. அடைப்புக் குறிக்குள் உள்ள பட எண்கள் நான் பதிப்பித்த *பாரதியின் கருத்துப்படங்கள் : ‘இந்தியா’ 1906 – 1910* (சென்னை, 1994) நூலைக் குறிக்கும்.

16. *இந்தியா*, 24 ஏப்ரல் 1909.

17. பி.எஸ். ராமையா, ‘பிறநாட்டில் மதிப்புபெற்ற தமிழரின் கூடார்த்தப் படங்கள்: கூடார்த்தப்

படங்களின் ஸ்தானமென்ன?' *மணிக்கொடி*, 10 ஜூன் 1934.

18. ரா.அ. பத்மநாபன், 'விகடன் ஆரம்ப காலம்,' *ஆனந்த விகடன் பொன்விழா மலர்*, 1980.

19. உலோகச் செதுக்கு அச்சுக்கட்டைகள் செய்யும் தொழில்நுட்பம் (*engraved blocks*) சென்ற நூற்றாண்டின் கடைசி ஆண்டுகளில் சென்னைக்கு வந்துவிட்டது. காண்க: S. Ambirajan, 'Steam Intellect and the Raj: South India in the Nineteenth Century' in Ian Inkster (ed.), *The Steam Intellect Societies*, University of Nottingham, 1985.

    'ஹோ அண்டு கோ' நிறுவிய பெருமாள் செட்டி, உலோகச் செதுக்கு அச்சுக்கட்டைகளைச் செய்பவராகத் தம் வாழ்வைத் தொடங்கினார் என்பது குறிப்பிடத்தக்கது.

20. *இந்தியா*, 19 பிப்ரவரி 1910.

21. சுதேசமித்திரன் செய்த மதிப்பீடு *இந்தியா* (6 அக்டோபர் 1906) இதழில் மறுபதிப்பாகியுள்ளது.

22. எஸ்.ஜி. இராமாநுஜலு நாயுடுவின் முன்குறித்த கட்டுரைத் தொடர், *அமிர்த குண போதினி*, 15 நவம்பர் 1928.

23. ரா.அ. பத்மநாபன் பதிப்பித்த *ஹிந்துஸ்தான்* பாரதி மலரில் (1939) முதலில் வெளியானது. மறுபதிப்பீடு: ச.சு. இளங்கோ (ப-ர்), *பாரதியாரோடு பத்தாண்டுகள்*, பாரி நிலையம், சென்னை, 1992, ப. 14.

24. மேலது, ப. 26.

25. டி.எஸ். சொக்கலிங்கம், *எனது முதல் சந்திப்பு*, சென்னை, 1956, ப. 39.

26. G.O.No.1143, Judicial (Confidential), 31 ஆகஸ்டு 1909.

27. G.O.No.1542, Judicial (Confidential), 3 அக்டோபர் 1911.

28. *இந்தியா*, 27 நவம்பர் 1909.

29. எஸ்.ஜி. இராமாநுஜலு நாயுடுவின் முன்குறித்த கட்டுரைத் தொடர், *அமிர்த குண போதினி*, 15 ஜனவரி 1929. பாரதி தொடர்புகொண்டிருந்த சூர்யோதயம் வார இதழிலும் கருத்துப்படங்கள் வெளியாயினவென்று அறிய முடிகின்றது.

30. *காந்தி (மலர்),* ஏப்ரல் – மே 1933.

31. இவ்விதழின் படியொன்று *G.O.No.671, Home (Education),* 21 மே 1917 என்ற அரசாணையில் உள்ளது. வேறொரு இதழ் சென்னை அடையாறு நூலகம் மற்றும் ஆய்வகத்தில் காணக்கிடைக்கின்றது. பிற இதழ்கள் கல்கத்தா தேசிய நூலகத்தில் உள்ளன என்று அறிகிறேன்.

32. *காந்தி (மலர்),* ஏப்ரல் – மே 1933.

33. மேலது.

34. *நினைவுப் பயணம்,* சேகர் பதிப்பகம், சென்னை, 1992, ப. 19.

35. *குமரி மலர்,* செப்டம்பர் 1978.

36. R. Parthasarathy, *A Hundred Years of the Hindu: The Epic Story of Indian Nationalism,* Madras, 1977, ப. 368.

37. இவற்றுள் சில, 1927ஆம் ஆண்டில் அதன் ஆசிரியர் டாக்டர் ஏ. இராமசாமி முதலியார் எழுதிய தலையங்கங்கள் தொகுக்கப்பட்டுத் தனிநூலாக வெளியிடப்பட்டபோது பிற்சேர்க்கையாக இணைக்கப் பட்டன. காண்க *Mirror of the Year, Madras,* 1928.

38. *காந்தி (மலர்),* ஏப்ரல் – மே 1933.

39. மேலது.

40. *காந்தி (மலர்),* ஜூன் 1933.

41. 'விகடப்படம் என்றால் என்ன', *காந்தி (மலர்),* ஜூன் 1933.

42. 'என் புத்தகங்கள் (2)', *கலைமகள்,* யுவ, மார்கழி.

43. *பாரிஜாதம்,* டிசம்பர் 1946 (மாலி இரங்கலுரை).

44. தி.ஜ.ர., *யோசிக்கும் வேளையிலே,* சென்னை, 1952, ப. 39 – 40.

45. *மணிக்கொடி,* 10 ஜூன் 1934.

46. 'சித்திரமும் சித்திரக்காரர்களும்', *ஹனுமான்,* ஆண்டு மடல், 1938.

47. பாரதி, *ஜன்ம பூமி,* புதுச்சேரி, 1909; *பாரதி பாடல்கள்: ஆய்வுப் பதிப்பு,* தஞ்சாவூர், 1989, ப. 1033.

48. *இந்தியா,* 13 அக்டோபர் 1906; *பாரதி தரிசனம் II,* சென்னை, 1987, ப. 40.

49. *இந்தியா,* 13 அக்டோபர் 1906.

50. Bipan Chandra, The Rise and Growth of Economic Nationalism in India: Economic Policies of Indian National Leadership, 1880-1905, People's Publishing House, New Delhi, 1966.

51. தாதாபாய் நவுரோஜி மிதவாதத்திற்கும் தீவிரவாதத் திற்கும் இடையே ஊசலாடும் இருமனப்போக்குக் கொண்டவராக விளங்கினார். இரு பிரிவினரும் இவரைத் தம்மவராகக் காட்ட முயன்றனரெனினும், வரலாற்றாசிரியர்களால் இவர் மிதவாதியாகவே இனங்காணப்பெறுகிறார். "தாதாபாய் முதலியவர் களைத் தம்முடன் சேர்த்துப் பேசிக்கொள்ளக்கூடா தென்று நாம் வணக்கத்துடன் கேட்டுக் கொள்கி றோம்" என்று மிதவாத நாளேடான 'சுதேசமித்திரன்' ஆசிரியர் ஜி. சுப்பிரமணிய ஐய்யருக்குக் கிண்டலாகப் பதிலடி கொடுத்த பாரதி *(இந்தியா,* 22 டிசம்பர் 1906) தாதாபாய் நவுரோஜியின் படத்தை "இம்மஹானைப் பற்றி நாம் அதிகம் ஒன்றும் சொல்லவேண்டியதில்லை" என்ற குறிப்போடு அவர்தம் 84ஆம் பிறந்த நாளின்போது வெளியிட்டதும் குறிப்பிடத்தக்கது *(படம்: 63).*

52. *இந்தியா,* 27 பிப்ரவரி 1909.

53. Sumit Sarkar, Modern India, 1885-1947, Madras, 1983, pp. 12-13.

54. Sumit Sarkar, The Swadeshi Movement in Bengal, 1903 - 1908, Macmillan, New Delhi, 1977, p. 424. மேலும் காண்க: Gyanendra Pandey, The Construction of Communalism in Colonial North India, Oxford University Press, Delhi, 1991.

55. *இந்தியா,* 10 ஜூலை 1909.

56. *இந்தியா,* 17 நவம்பர் 1906.

57. பாரதியின் கருத்துப்படங்களின் புலப்பாட்டு முறை பெரிதும் மரபுசார்ந்ததாகவே இருக்கின்றது. இந்துப் புராணக் கதைகளை மட்டுமல்லாது, பழமொழி களையும் பழமரபுக் கதைகளையும் சார்ந்தே அவை

அமைந்துள்ளன: பசுத்தோல் போர்த்திய புலி (படம் 20); கோழி கூவியதும் கதிரவன் எழுதல் (படம் 28); பாலுக்கும் காவல் பூனைக்கும் தோழன் (படம் 37); புலிப்பால் கொண்டுவருதல் (படம் 38); கிணறுவெட்ட பூதம் கிளம்புதல் (படம் 40); காக்கை நரி கதை (படம் 41); விளக்கில் மடியும் விட்டில் பூச்சிகள் (படம் 49); மலையைக் கெல்லி எலியைப் பிடித்தல் (படம் 74); யானை போட்டது குட்டியன்று லத்தை (படம் 75); ஆயிரம் காக்கைகளுக்கு ஒரு கல் (படம் 84). மேலும், கருத்துப்படங்களில் எல்லாம் பல்வேறு உயிரினங்கள் – பஞ்சதந்திர, ஈசாப் கதைகள் போல் – உலவுகின்றன: ஏலவே குறிப்பிட்ட பசுவைத் தவிர, யானையும், ஆந்தையும், நாய்களும், ஆடும், புலியும், சிங்கமும் எங்கும் நிறைந்துள்ளன.

58. ஆ. சிவசுப்பிரமணியன், *ஆஷ் கொலையும் இந்தியப் புரட்சி இயக்கமும்*, மக்கள் வெளியீடு, சென்னை, 1986, ப. 30.

59. Sumit Sarkar, *The Swadeshi Movement in Bengal*, p. 452 இந்து – முஸ்லீம் கலவரங்களுக்குப் பின்னர் தாகூர் சுதேசி இயக்கத்திலிருந்து விலகிப் பின்னர் தேசியம் பற்றிய தமது கோட்பாட்டு முறையிலான விமரிசனத்தை முன் வைத்தார்.

60. Sumit Sarkar, *The Swadeshi Movement in Bengal*, p. 492.

60. *G.O.No.1267, Judicial (Confidential)*, 24 ஆகஸ்டு 1910).

இக்கட்டுரையின் முதல் வடிவம் நான் பதிப்பித்த 'பாரதியின் கருத்துப்படங்கள்: 'இந்தியா' 1906 – 1910' என்ற நூலின் முன்னுரையாக வெளிவந்தது. இதன் ஆங்கில வடிவம் *'Lampooning the Raj: Subramania Bharathi and the Cartoon in Tamil Journalism, 1906-1910'* என ICCTR Journal, V (1-2), 1996 இதழிலும், *'Resisting Oppressive Laws with Impressive Cartoons'*, *The Economic Times* 14 ஜூலை 1996 இதழிலும் வெளிவந்தது.

~ ~

பாரதியும் மொழியின் நவீனமயமாக்கமும்

நுஃமானை முன்வைத்துச் சில குறிப்புகள்

'தமிழ், பாரதியால் தகுதிபெற்றது' என்று பாரதிதாசன் ஒருமுறை குறிப்பிட்டார். இம் மதிப்பீடு பலரால் பல இடங்களில் மேலோட்ட மாக எதிரொலிக்கப்பட்டுள்ளது என்றாலும் இதனை விரிவான ஆய்வுக்கு உட்படுத்த வேண்டி யது இன்றியமையாதது. இத்தகைய ஆய்வின் மூலம், இந்நூற்றாண்டில் தமிழ் எப்படி நவீன மாகியது,[1] அதன் பொருண்மை மற்றும் கருத்தியல் அடிப்படைகள் என்ன என்பன போன்றவை துலக்கம்பெறும். இக்கட்டுரை அத்தகைய ஆய்வை நோக்கிச் சில குறிப்புகளை முன்வைக்கிறது. எம்.ஏ. நுஃமானின் 'பாரதியின் மொழிச் சிந்தனைகள்: ஒரு மொழியியல் நோக்கு'[2] என்கிற முக்கியமான, ஆனால் அதிக கவனம் பெறாத நூலை முன்வைத்து விவாதப் போக்கில் இக்கட்டுரை அமைகின்றது.

நுஃமானுடைய நூலின் மையச்சரடு இருபதாம் நூற்றாண்டின் தேவைகளுக்கேற்பத் தமிழ்மொழியை நவீனப்படுத்தியதில் பாரதியின் பங்கு தலையாயது என்பதே. "மொழி மாற்றம், மொழி வளர்ச்சி என்பன பற்றிய பாரதியின் கருத்துக்கள் அறிவியல் ரீதியானவையாகவும் புரட்சிகரமானவையாகவும் உள்ளன" (ப. *vii*). இக்கருதுகோளின் அடிப்படையில் பாரதியின் சாதனைகளை நுஃமான் அடையாளம் காட்டுகின்றார். அவற்றைப் பின்வருமாறு தொகுத்துக் கொள்ளலாம்.

தமிழ் மொழியின் தொன்மை, இனிமை, இளமை ஆகியன பற்றிய பாரதியின் கருத்துகள் அவரது சமகாலத்து அறிஞர்களின் பார்வையோடு ஒத்து இருந்தாலும், அவை பழமைவாதத்திற்கு இட்டுச் செல்வதற்கு மாறாக நவீனப் படுத்தலுக்கே வழிசெய்தன. மரபுவழி இலக்கணக் கல்வி நவீன காலத்திற்கு ஏற்புடையதல்ல என்றும் பாரதி கருதினார். மொழிமாற்றம் பற்றிய வரையில் பாரதி இயக்கவியல் நோக்கு, அதாவது காலத்திற்கேற்ற வகையில் மொழி (இலக்கணம், பயன்பாடு முதலானவை) மாறும் என்ற கருத்தைக் கொண்டிருந்தார். அவ்வகையில், இருபதாம் நூற்றாண்டுக்குரிய வகையில் தமிழை எளிமைப்படுத்த பாரதி முயன்றார். சொற்கள், சொற் புணர்ச்சிகள், உருபன் அமைப்பு, வாக்கிய அமைப்புகள் ஆகியவற்றில் எளிமையாக்கத்தைக் கொண்டுவந்தார். இது "சிந்தனைத் தெளிவோடு, பிரக்ஞை பூர்வமாக"ச் செய்யப் பட்டது. "பாரதியின் நவீன சிந்தனைகள் அனைத்தும் பரந்து பட்ட பொதுமக்களை மையமாக"க் கொண்டிருந்தமை இதற்குக் காரணம். இதன் விளைவாகப் பேச்சு மொழிக்கும் எழுத்து மொழிக்குமான இடைவெளியினையும் பாரதி உடைக்க முயன்றார். தமிழ்ச் சமூகத்தின் முன்னேற்றத்தோடுதான் தமிழ் மொழியும் வளரும். எனவே அனைத்துத் துறைகளிலும் தமிழைப் பயன்படுத்த வேண்டும். ஆங்கிலம் படித்தவர்கள் தமிழை இழிவாக நினைப்பது மடமை. தமிழே பயிற்று மொழியாக இருக்க வேண்டும். மொழி வளர மொழிபெயர்ப்பு கள் இன்றியமையாதவை. கலைச் சொல்லாக்கங்கள் தமிழ் மற்றும் வடமொழி சார்ந்திருக்க வேண்டும். பிறமொழிச் சொற்களை மூலமொழியிலுள்ள ஒலிப்பு மாறாமல் அப்படியே எழுத வேண்டும். இதற்குத் தமிழ் நெடுங்கணக்கு இடம் தராததால் புதிய குறியீடுகளைச் சேர்க்க வேண்டும். இந்தியாவுக்குப் பொது மொழி வேண்டும். அத்தகைய பொதுமொழியாக இந்தி விளங்க வேண்டும் என்று கருதிய பாரதி, பின்னாளில், அரவிந்தரின் தொடர்புக்குப் பிறகு வடமொழியே இதற்குத் தகுதியுடையது என்று கருதினார்.

மொழித் துறையில் பாரதியின் சாதனைகளை இதைவிடச் செறிவாக முன்வைக்க முடியுமா என்பது ஐயமே. நுஃமான் தம் ஆய்வு முடிவுகளைப் பாரதியின் படைப்புகளிலிருந்து தக்கமுறையில் திரட்டி, எவ்வகை மயக்கங்களோ குழப்பங்களோ இல்லாமல் தெளிவாக எழுதிச் செல்கிறார். மேலும், பாரதியின் கருத்துகள் பெரும்பான்மையும் இவருக்கும் உடன்பாடானவையே என்பது அவரது 'மொழி வளர்ச்சி: இலக்கணத் தூய்மையும் மொழித் தூய்மையும்' என்ற கட்டுரையிலிருந்தும் தெளிவா

கின்றது.[3] உண்மையில், பாரதியின் மொழிச் சிந்தனைகளை ஆய்வு செய்யப் புகுவோர் நுஃமானின் முடிவுகளைப் புறக் கணிக்க முடியாது. அவ்வகையில் அவருடைய கருதுகோள் களோடு விவாதமுறையிலேயே இக்கட்டுரையை வரைய வேண்டிய கட்டாயம் உள்ளது.

பாரதியின் சாதனைகளை மதிப்பிடுவதற்கு நுஃமான் நவீனத்துவம் / நவீனப்படுத்துதல் *(modernity / modernization)* என்ற கருத்தாக்கத்தைக் கையாள்கின்றார். "மொழியில் நவீனப் படுத்துதல் என்பது எழுத்து மொழியிலே நவீனத் தேவைகளுக்கு ஏற்ற மாற்றங்களைப் புகுத்துதலைக் குறிக்கும்" (ப. 61) என்று வரையறுத்துக்கொள்ளும் நுஃமான், எழுத்துச் சீர்திருத்தம், தரப்படுத்தல், சொல்லாக்கம், சந்தி பிரித்தல் முதலானவற்றை இது சுட்டும் என்றும் விளக்கம் தருகிறார். இவ்வகையில் 'நவீன'த்தை உயர்வுச் சிறப்பாகப் பல இடங்களில் பயன்படுத்து கிறார் (ப. 9, 17, 22, 54). மேலும், இதனை அறிவியல் ரீதியானது என்றும் பல இடங்களில் குறிப்பிடுகிறார் (முன்னுரை; ப. 54). நுஃமான் இந்நவீனத்துவத்தை மொழி சார்ந்ததாக மட்டுமல்லா மல் முழுச் சமூகம் சார்ந்ததாகவும் கருதுகிறார் என்பதும் பெறப்படுகிறது.

எனவே எல்லாவற்றுக்கும் அளவுகோலாக விளங்கும் 'நவீனத்துவம்' என்பதைக் கட்டுடைத்துப் பார்க்க வேண்டியது முதல் வேலை. நவீனத்துவம் என்பது என்ன, அதன் போக்கு யாது, அதை வரையறுப்பது யார் என்ற கேள்விகள் எழுகின்றன. நுஃமானைப் பொறுத்தவரை காலம் என்ற அருவமான கருத்தாக்கத்தின் தொழிற்பாடாகவே நவீனத்துவம் விளங்கு கின்றது. "காலத்தின் புதிய தேவைகள்" (ப. 23), "இருபதாம் நூற்றாண்டின் தேவைகளுக்கேற்ப" எனப் பல இடங்களில் அவர் 'கால'த்தைத் துணைக்கு அழைக்கிறார். மேலும், நுஃமானின் 'காலம்' ஒரே நேர்க்கோட்டில் செல்லக்கூடிய தன்மை உடையதாகவும் தோன்றுகிறது. உலகின் வேறு மொழி களில் நவீனமயமாக்கம் ஏற்பட்டதை ஒப்புமை முறையில் அவர் கூறுவதும் இதையே வற்புறுத்துகின்றது. இதன் உட்கிடை, ஏற்கெனவே வகுக்கப்பட்டுவிட்ட நேர்க்கோட்டுப் பாதையில் பயணிக்காத முயற்சிகளும் போக்குகளும் பழமைவாதமாக வும், ஏற்றுக்கொள்ள முடியாதவையாகவும் தோற்றம் கொள்கின்றன. இதைவிட முக்கியமாக, வரலாற்றுத் தன்மையற்ற வகையில் வரையறுக்கப்பட்ட காலம் என்ற கருத்தாக்கம், குறிப்பிட்ட சூழ்நிலைகளில் குறிப்பிட்ட மனிதர்கள் / சமூகப் பிரிவுகளின் அதிகாரச் செயல்பாடுகள் மாற்றத்தை உண்டாக்கு கின்றன என்பதை மூடி மறைத்துவிடுகின்றது.

மேலும், நவீனத்துவம் என்பதோடு இணைத்துப் பேசப்படும் அறிவியல் நோக்கு என்பதையும் கேள்விக்குள்ளாக்க வேண்டியுள்ளது. பதினெட்டாம் நூற்றாண்டு அறிவொளி இயக்கத்தின் குழந்தையான அறிவியல் நோக்கு அறிபவனையும் *(object)* அறிபொருளையும் *(subject)* தனித்தனியாகப் பிரிக்கின்றது. இதன் மூலமாக அறிவும் உணர்வும் எதிர்ப்பட்ட முரண்களாகக் காணப்படுகின்றன. இதன் மூலமாக, முழுமுற்றான புறநிலை நோக்கு சாத்தியம் என்ற நிலைப்பாடு உருவாகின்றது. இந்த அடிப்படையிலேயே மையநீரோட்ட அறிவுத் துறைகள் (சமூக அறிவியல், வாழ்வியல் துறைகள் உட்பட) யாவும் தொழிற்படுகின்றன. நுஃமான் கொண்டாடும் மொழியியல் என்ற துறையும் இதற்கு விலக்கல்ல. அறிவைக் கட்டமைப்பதில் கருத்தியலின் பங்கு புறக்கணிக்க முடியாதது. நுஃமான் குறிப்பிடும் புறநிலை அறிவு x மனப்பதிவு (ப. 25), கர்ணபரம்பரைக் கதை x உண்மை (ப. 13) என்ற இருமை எதிர்வுகள் போலியானவை. “பாரதியின் மொழிப்பற்றும் தமிழ்ப் பெருமித உணர்வும் அறிவியலுக்குப் புறம்பானவை” என்று முடிவுசெய்துவிட்டு, “எனினும், அவை அவனது சுதேச உணர்வின் வெளிப்பாடுகள்” என்று அமைதி காண்பது மொழியின் முக்கியமானதொரு பரிமாணத்தை நழுவவிடுவதேயாகும். உண்மையில், ஆய்வுக்கு எடுத்துக் கொள்ளவேண்டிய பொருளே இந்தியத் தேசியம் பாரதியின் மொழிச் சிந்தனைகளுக்கு எப்படி ஒரு சட்டகமாக விளங்கியது என்பதுதான். இதைப் புறக்கணிப்பது மொழியைப் பயன்பாட்டு நோக்கில் பார்க்கும் காரியவாதத்திற்கே இட்டுச் செல்லும்; மொழியின் சமூகக் கூறுகள் மறைக்கப்படும்.

வறட்டு மார்க்சியத்திற்கு எதிராகத் திறம்படப் பல விமரிசனங்களைச் செய்துள்ள நுஃமான், பிரதிபலிப்புக் கோட்பாட்டுக்குத் தம்மை அறியாமலே இரையாகிவிட்டிருக்கிறார் என்றே கொள்ள வேண்டியிருக்கிறது. உற்பத்திச் சாதனங்களும் உற்பத்தி உறவுகளும் மட்டுமே பொருண்மை அடிப்படை; கலை, மொழி, இலக்கியம் முதலானவை மேற்கட்டுமானத்தின் பகுதி; பொருண்மை மாற்றங்கள் மேற்கட்டுமானத்தில் பிரதிபலிக்கப்படுகின்றன என்ற கோட்பாடு ஏற்புடையதாக இல்லை. மாறாக, பொருண்மை அடிப்படையே பண்பாட்டு வடிவங்களால் அமைக்கப்பட்டதுதான். காட்டாக, ஆண்டான் – அடிமை என்பது உற்பத்தி உறவு மட்டுமல்ல, பண்பாட்டு உறவும்தான்; ஒன்றில்லாமல் மற்றொன்றில்லை. அவ்வகையில் பொருண்மை மாற்றங்கள் மொழியிலும், மொழியினூடாகவும் நடைபெறுகின்றன. மேலும், பல பொருண்மைப் போராட்டங்களில் மொழி அடையாளங்கள், மொழிச் சொல்லாடல்கள்

முக்கியப் பங்கு வகிக்கின்றன. நுஃமான் முன்னெடுக்கும் அறிவியல் சார்ந்த மொழியியல் இவற்றைப் புறக்கணித்து விடுகின்றது.

இதற்கு மாறாக, மொழிச் சிந்தனைகள், மொழி வளர்ச்சி, மொழி மாற்றம் ஆகியவற்றைப் புரிந்துகொள்வதற்கு 'அகவயமான'வற்றையும் கருத்தில் கொள்ள வேண்டும். இத்தகைய அகவயமான நோக்கு, கருத்தியல் சார்புகள் பாரதியிடமும் செயல்பட்டுள்ளன. அவற்றை இனங்கண்டு ஆய்வுக்கு உட்படுத்துவதன் மூலம் பாரதியை மட்டுமல்லாது அவரது சமகாலப் பண்பாட்டு அரசியலையும் புரிந்துகொள்ள முடியும். அவ்வகையில் கீழ்க்காணும் குறிப்புகள் பாரதியைப் பற்றியதொரு திறனாய்வு நோக்கு என்பதினும் இருபதாம் நூற்றாண்டின் தொடக்கத்தில் நவீனத்துவம் பற்றிய ஒரு குறிப்பிட்ட அணுகுமுறையைப் பற்றிய விமரிசனமாக விரியும். இவ்வணுகுமுறை இந்தியத் தேசிய இயக்கத்தோடு இணைந்த தொரு போக்கு என்பதால் அதனைப் பற்றிய விமரிசனக் கருத்துரையாகவும் அமையக்கூடும்.

முதலில், பாரதியின் மொழிப்பற்றையும், மொழி சார்ந்த பெருமித உணர்வையும் அறிவியலுக்குப் புறம்பானதாக நுஃமான் காண்கிறாரெனினும், அவற்றைச் "சுதேச உணர்வின் வெளிப்பாடுகள்" என்றும் "ஏகாதிபத்திய எதிர்ப்புக்குப் பலமான ஆயுதங்கள்" என்றும் (ப. 7) அமைதி காண்கிறார். இச்சட்டகத் தில் தேசியம் என்பதற்கும் அதன் அடிப்படை என்று கருதப் படும் ஏகாதிபத்திய எதிர்ப்புக்கும் உயர்ந்ததோர் இடம் வழங்கப்படுகின்றது. இதன் பொருள், தேசியத்திற்காக அறிவியல் நோக்கை அல்லது கறாரான மொழியியல் பார்வையைச் சிறிது விட்டுக்கொடுக்கலாம் என்பதே. ஆனால், இந்தச் சலுகை இந்தியத் தேசியத்திற்கு மாறான அரசியல் நிலைப் பாடுகளுக்கு – அதாவது மொழி, இனம், சாதிய எதிர்ப்பு முதலானவற்றின் அடிப்படையில் நிகழ்ந்த அரசியல் இயக்கங் களுக்கு வழங்கப்படுவதில்லை. மாறாக, "மொழி வளர்ச்சி பற்றிய சில பாதகமான கொள்கைகள்" (ப. 4) என்றும், "பழமைவாதம்" (ப. 9) என்றும் இவை பழிக்கப்படுகின்றன. மறைமலையடிகள் "எவ்வித ஆழ்ந்த அறிவும் இன்றி வெறும் உணர்ச்சி நிலைநின்று" மொழியைப் பார்த்ததாகக் கடியப்படுகிறார்.[4]

அடுத்து, மொழிமாற்றம் பற்றியவரையில் பாரதி எளிமை யாக்கத்தை[5] விரும்பினார் என்பதும், பேச்சு மொழிக்கும் எழுத்து மொழிக்கும் இடையே வேறுபாடு இல்லாமல் செய்ய வேண்டும் என்பதும் மொழியினை நவீனமயமாக்குவது

என்பதன் மையக்கூறுகள். எளிமையாக்கத்துக்கு முதன்மை யாகப் பாரதி கருதியது "கூடியவரை பேசுவது போலவே எழுதுவதுதான்".⁶ இக்கூற்றைச் சமூகவியல் நோக்கில் ஆராயாமல், "மொழி அமைப்பு ரீதியாக பாரதி உண்மையில் எதைக் கருதினான்" என்பதையே நுஃமான் கண்டறிய முற்படு கிறார். இதன் விளைவாக, "எல்லாக் கிளைமொழிகளுக்கும் உரிய பொதுவான அம்சங்களை உள்வாங்கிக்கொண்டு, பேச்சு மொழியின் ஆட்சி மிகுந்த கூறுகளை எழுத்தில் கலந்து பெரிதும் பேச்சுமொழியை ஒட்டிய ஒரு எழுத்து நடையை உருவாக்கு வதையே அது குறிக்கின்றது" (ப. 33) என நுஃமான் முடிவுகட்டு கிறார். இதன் தொடர்பில் இடம், சமூகம் ஆகியவற்றை மேம்போக்காக நுஃமான் குறிப்பிடுகிறார் என்றாலும் கிளை மொழி என்பதை அவர் தெளிவாக வரையறுத்துக் கொள்ள வில்லை. மேலும், பேசுவது போல் எழுதுதல் என்னும்போது, யார் பேசுவது போல் என்ற கேள்வியைச் சாதி, வர்க்கம், சமயம், பாலினம் ஆகியவற்றின் அடிப்படையில் எழுப்பிக் கொள்ளவில்லை. அவ்வாறு எழுப்பிக்கொண்டால் பாரதி பிரதிநிதித்துவப்படுத்திய நவீனத்துவத்தின் தன்மை தெளிவு படக்கூடும்.

முதலில், வர்க்க நோக்கில் பேச்சுமொழியைப் பரிசீலித் தோம் என்றால், பாரதி உழைக்கும் வர்க்கத்தினரின் மொழியைப் பற்றி என்ன கருதினார் என்ற கேள்வி எழும். தம் காலத்து இதழாசிரியர்களின் மொழியறிவைப் பற்றிக் குறிப்பிடுகையில், அவர்களது "தகுதியை நோக்கிப் பஞ்சாலை களில் வேலைக்"கனுப்ப வேண்டும் என்று பாரதி கூறியதை இங்கு நினைவில் கொள்ள வேண்டும்.⁷ அடித்தள மக்களின் பண்பாட்டையும் மொழியினையும் கீழாக நினைக்கும் மேல்வர்க்கப் பார்வை இங்கு வெளிப்படுகின்றது.⁸ எனவே, பாரதி குறிக்கும் பேச்சுமொழி பாட்டாளிகள் – கீழ்வர்க்கத் தினரின் பேச்சுமொழி இல்லை என்பது தெளிவு. படித்த, மேல் வர்க்கத்தினரின் 'நாகரிக' மொழியையே பாரதி தம் மனத்தில் கொண்டிருந்தார் எனக் கருதலாம்.

பாரதி முக்கிய அங்கம் வகித்த இந்தியத் தேசியம் பெரிதும் இந்து சமயம் சார்ந்ததாக இருந்தது என்பதும் இன்று பெரிதும் நிறுவப்பட்டுவிட்டது. பாரதியின் சொல்லாடலில் இந்து சமயக் கூறுகள் மேலோங்கி இருந்தன என்பதும் உண்மை. சுதேசி இயக்கக் காலத்தில் (1906 – 1911) அவர் எழுதிய தேசியப் பாடல்கள் இதற்குச் சான்று. அவ்வகையில் அவரது சொல்லாடல் பிற சமயங்களைப் புறக்கணித்தது என்றும் கூறலாம்.

சாதியைப் பொறுத்தமட்டில், பாரதி கூறும் பேச்சுத் தமிழ் பிற்பட்ட, தலித் சாதிகளின் பேச்சுமொழியைக் குறிப்பிடுகின்றதா என்ற கேள்வியே எழ முடியாத வகையில் அவருடைய மொழி பெரிதும் பார்ப்பனச் சொல்லாடலையே கையாள்கின்றது. நடைமுறையில் இல்லாத வடமொழிச் சொற்கள் அவற்றின் மூல வடிவிலேயே பாரதியிடம் பயிலக் காணலாம். மேலும், அத்தகையதொரு மொழியினையே அளவுகோலாகவும் பாரதி பார்த்திருக்கிறார். காட்டாக, 'கோகலே' என்ற பெயரை எப்படி உச்சரிக்க வேண்டும் என்று கூறவந்த பாரதி "பிராமணர் 'கோபுரம்' என்று சொல்லும் போது 'கோ'வை எப்படிச் சொல்லுகிறார்களோ அதுபோல 'கோகளே'யின் முதலெழுத்தையும் சொல்ல வேண்டும்" என்கிறார்.[9] இங்குப் பார்ப்பனர் பேசும் மொழி, ஒலிப்பு முறை முதலானவையே மொழிக்கு அளவுகோலாகின்றன.

மொத்தத்தில், தேசிய இயக்கமும் பாரதியும் முன்வைத்த மொழி எளிமையாக்கம் மற்றும் தரப்படுத்துதல் பெரும் பான்மையும் கீழ் வர்க்கத்தினரையும் கீழ்ச்சாதியினரையும் இந்து சமயம் சாராதவர்களையும் விலக்கியனவாக இருந்தன என்றே கொள்ள வேண்டி இருக்கின்றது. மொழியியல் நோக்கு என்ற போர்வையில் இதனைக் காணாமல் தப்பித்துக்கொள்ள முடியாது.

இதோடு தொடர்புடையதே வ.உ.சி.க்கும் பாரதிக்கு மிடையே தமிழ் எழுத்துச் சீர்திருத்தம் பற்றி நடந்த விவாதம்.[10] பிறமொழிச் சொற்களை அவற்றின் மூல வடிவிலேயே எழுதுவதற்கு வசதியாகத் தமிழ் நெடுங்கணக்கில் சில மாற்றங் களைச் செய்ய பாரதி விழைந்தார். இதனை எதிர்த்த வ.உ.சி., "இதுகாறும் தமிழ்ப் பாஷை எழுத்துக்களில் குறையுளது அல்லது தமிழ்ப் பாஷையில் குறையுளது என்று கூறியவர் களில் ஒருவரும் . . . சமஸ்கிருத சம்பந்தமில்லாதவராகவாவது சமஸ்கிருத பாஷையில் மேற்சொல்லிய திருத்தங்களையோ வேறு திருத்தங்களையோ செய்ய வேண்டுமென்று கூறியவ ராகவாவது காணப்படவில்லை. . ."[11] என்று மொழியில் செயல்படும் அரசியலையும் பண்பாட்டு மேலாண்மைக்கான போராட்டத்தையும் பிட்டு வைத்தார்.

ஆனால், நுஃமான் கைக்கொண்டுள்ள சட்டகத்திற்கு இத்தகைய பண்பாட்டு அரசியலைக் கணக்கிலெடுத்துக் கொள்ளும் ஆற்றலில்லை. எனவே, எடுத்துக்கொண்ட விவாதப் பொருளுக்குத் தொடர்பற்ற முறையில், தமிழுக்கு அதிகம் தொண்டாற்றியவர் யார் – பாரதியா, வ.உ.சி.யா என்ற

கேள்வியை எழுப்பி, "அவ்வகையில் வ.உ.சி. பாரதிக்கு அண்மை யிலும் நிற்கக் கூடியவரல்ல" (ப. 47) என்று தம் தீர்ப்பைக் கூறுகின்றார்.

உண்மையில், வ.உ.சி. எழுப்பிய கேள்வியே சென்ற ஒரு நூற்றாண்டுத் தமிழகப் பண்பாட்டு வரலாற்றின் ஒரு மையக் கூறினை அடிமடியில் நேராகக் கைவைப்பதுபோல் வெளிப் படையாக எதிர்கொள்கிறது. மொழிச் சீர்திருத்தம் என்பது வெறும் வசதி கருதிச் செய்யப்படும் மாற்றமாக இருக்க முடியாது. மொழி என்பது (குறிப்பாக நம் அரசியல்/சமூகச் சூழலில்) பெரும்பான்மையான மக்கள் தொகையின் அடையாளத்தோடு பிணைந்து இருந்தது. இப்பின்னணியில், ஒரு பிரிவினர் – அதாவது, வடமொழிச் சார்புடையவர்கள் – தமிழ் மொழியின் அமைதி/மரபு என்று கருதப்படும் அடிப்படையில் மாற்றங் களைச் செய்ய முயன்றபோது, அத்தகைய முயற்சிகளை மற்ற பிரிவினர் தம் அடையாளத்திற்கும் தம் இருப்புக்கும் எதிரானவையாகக் கருதியது இயல்பே. மேலும், தம் அடையாளத்திற்கு எதிரான அறைகூவல்களின் பின்னணியில் இருப்போர் யார், அவர்களுடைய கருத்தியல் சார்பு என்ன என்பனவற்றையும் கேள்விக்குள்ளாக்கவே செய்வர். வ.உ.சி. எழுதிய மறுப்புரையின் உள்ளீடு இதுதான். நவீனமயமாக்கம் என்பது கருத்தியலுக்கு அப்பாற்பட்டது எனக் கருதும் ஆய்வுப் போக்குகள் மொழியில் செயல்படும் அரசியலையும் அதிகாரத்தையும் ஓரங்கட்டிவிடுகின்றன.

நுஃமான் கருதுவதுபோல் மறைமலையடிகள், வ.உ.சி. முதலானோர் முன்வைக்கும் கருத்துப்போக்கு நவீனமயமாக்கத் திற்கு எதிரானதல்ல (counter - modernization). மாறாக, ஒரு குறிப்பிட்ட கருத்தியல் சார்புகொண்ட நவீனமயமாக்கத்தைத் தான் அவர்கள் எதிர்த்தார்கள். நவீனமயமாக்கம் எப்படி நிகழ வேண்டும் என்பது பற்றிய ஒன்றுக்கு மேற்பட்ட கருத்துப் போக்குகளின் மோதலாகச் சென்ற ஒரு நூற்றாண்டுக் காலத் தமிழ்மொழி வரலாற்றை அணுகுவது புதிய உள்ளொளிகளை வழங்கக்கூடும்.

அவ்வகையில், வ.உ.சி. எழுப்பும் வினாக்கள், நுஃமானின் கருதுகோளை மறுத்து, அவர் தொகுத்திருக்கும் சான்றுகளிட மிருந்து முற்றிலும் வேறான முடிவுகளைத் தருகின்றன. பார்ப்பனர் மற்றும் பார்ப்பனரல்லாதார் தமிழைப் பற்றி ஒரேயொரு இடத்தில் மட்டும் குறிப்பிடும் நுஃமான், பாரதியிடம் பார்ப்பனத் தமிழின் செல்வாக்கு இருப்பது 'இயல்பானதே' (ப. 43) என்று கூறிச் செல்கிறாரேயன்றி, அதன் பாதிப்புகளைப் பாரதியின் மொழிச் சிந்தனைகளில் காண மறுக்கிறார்.

ஆங்கிலம் படித்த உயர்வர்க்கத்தினரிடையே தமிழ் பற்றி இருந்த தாழ்வான எண்ணத்தைப் பற்றியும், தமிழ்மொழியில் ஆங்கிலத்தின் ஆதிக்கம் பற்றியும் பாரதி குறிப்பிடுவனவற்றைப் பல இடங்களில் உடன்பாடாக நுஃமான் எடுத்துக்காட்டு கிறார் (ப. 37, 40). ஆனால் ஓரிடத்திலும் தமிழ் மொழியின்மீது வடமொழியின் ஆதிக்கத்தையோ, மணிப்பிரவாள நடை யினையோ, தமிழ்ச் சொற்களை வடமொழிப் பற்றாளர்கள் சிதைத்ததையோ, தமிழ் 'நீச பாஷை' என்று பழிக்கப்பட்டதையோ பாரதி எங்கும் குறிப்பிடவில்லை என்பதை நுஃமான் கண்டு கொண்டதாகத் தெரியவில்லை.

இதைப் போலவே, "புஸ்தக ரூபமாகவும், பத்திரிகைகளில் லிகிதங்களாகவும் ... எழுதுகிற கதை, காவியம், விளையாட்டு வார்த்தை, வினை வார்த்தை, சாஸ்திர விசாரணை, ராஜ்ய நீதி எல்லாவற்றையும் தமிழில் எழுத வேண்டும்"[12] என்றும், "பூலோக சாஸ்திரம், உலக சாஸ்திரம், ரஸாயனம், வான சாஸ்திரம், கணிதம் என்பனவற்றையும் சுதேச பாஷைகளிலேயே கற்றறிந்து கொள்வதற்குரிய ஏற்பாடுகள் செய்யப்பட வேண்டும்"[13] என்றும் விரும்பிய பாரதி, சமயத் துறையிலும் வழிபாட்டுத் தலத்திலும் வடமொழி கோலோச்சியதைப் பற்றி ஏன் ஒன்றும் சொல்லவில்லை என்ற கேள்வியை எழுப்ப வேண்டும். அதே போல், "ஐரோப்பிய ஸங்கேதங்களையெல்லாம் எளிய ஸம்ஸ்கிருத பதங்களில் போட்டு, ... அந்தச் சொற்களை வேண்டியவரை, இயன்றவரை தேச பாஷைகள் எல்லாவற்றிலும் ஏககாலத்தில் கைக்கொண்டு வழங்கலாம்"[14] என்று பாரதி அறிவுறுத்தியதையும் கருத்தில் கொள்ள வேண்டும்.

மேலும், பண்டிதத் தமிழைக் கேலி செய்த பாரதி, சமஸ் கிருதத்தின் பிறப்பியல்புகளான பண்டிதத்தனம், மேட்டிமைத் தனம், இறுக்கம் முதலானவற்றைக் கண்டிக்கவில்லை.[15] மாறாக, பஞ்சதந்திரத்தைப் பற்றிக் குறிப்பிடுகையில் "வடமொழியில் மிகமிக எளிய, மிக ஸரளமான, மிகத் தெளிந்த, ஸாமான்ய நடையில் அமைந்திருக்கிறது"[16] என்று பாரதி விதந்தோதுவதை யும் கேள்விக்குள்ளாக்க வேண்டும். எளிமை என்பதும், சரளம் என்பதும், தெளிவு என்பதும், சாமான்யம் என்பதும் மொழி யின் உள்ளார்ந்த தன்மைகளா? இதற்கு மொழியியல் அடிப் படை உண்டா என்பது ஒரு புறமிருக்க, உண்மையிலேயே சமஸ்கிருதத்தின் இயல்புகள் இவையென்று ஒப்புக்கு வைத்துக் கொண்டாலும், அம்மொழியைக் கற்கும் வாய்ப்பு சமூகத்தின் எந்தப் பிரிவுகளுக்கு இருந்தது? பெரும்பான்மையினர் – பிற்பட்ட சாதிகள், தலித்துகள், பெண்கள் – விலக்கிவைக்கப்பட்டிருந்த மொழியின் உயர்வுகள் என்னவாக இருந்தால்தான் என்ன?

மொத்தத்தில், மொழியின் நவீனமயமாக்கம் பற்றிப் புரிந்துகொள்வதற்கு மொழியியல் மட்டும் போதாது. மொழியை மேற்கட்டுமானத்தின் ஒரு பகுதியாக மட்டுமே காண்பது சமூக மாற்றத்தில் மொழியும் மொழி அடையாளமும் ஆற்றும் பங்கையும், பண்பாட்டு / அரசியல் மோதல்கள் எப்படி மொழிக் களத்திலும் மொழியினூடாகவும் நிகழ்கின்றன, இதன் விளைவாகவும் மொழி மாற்றமும் வளர்ச்சியும் எப்படி ஏற்படுகின்றன என்பன போன்றவற்றைத் தெளிவுபடுத்திக் கொள்வதற்கும் உதவாது. இதனாலேயே தமிழியக்கமும் திராவிட இயக்கமும் தமிழை முன்பு எப்போதையும்விட அதிக ஜனநாயகத் தன்மையும் மதச்சார்பற்றதன்மையும் கொண்டதொரு மொழியாக மாற்றியதைப் பற்றி ஒரு வரிகூடக் குறிப்பிடாமல், 'மோஹம்' என்றும் 'காம்பீர்யம்' என்றும் 'வ்யவஹாரம்' என்றும் 'தமிழை' எழுதிய இந்துமதவாதியான வ.வே.சு. ஐயரை மறுமலர்ச்சியாளர் என்று நுஃமானால் குறிப்பிட முடிகின்றது.

மொழி என்பது அதிகாரச் செயல்பாடான அரசியலோடு நெருங்கிய தொடர்புடையது. இதற்குப் பாரதி மட்டுமன்றி, நுஃமானும் நானும்கூட விலக்கல்லர்.

சான்றுக் குறிப்புகள்

1. இத்தொடர்பில் கவனத்தில் கொள்ளவேண்டிய கட்டுரை, அ. மார்க்ஸ், 'தமிழ் நவீனமான கதை', *நிறப்பிரிகை* இலக்கிய இணைப்பு 2.
2. யாழ்ப்பாணப் பல்கலைக்கழகக் கலைப்பீட வெளியீடு, 1984. கட்டுரைக்கிடையே அடைப்புக் குறிகளுக்குள் தரப்படும் பக்க எண்கள் இந்நூலினைக் குறிக்கும்.
3. எம்.ஏ. நுஃமான் (பதிப்பாசிரியர்), *தொடர்பாடல் மொழி நவீனத்துவம்,* கொழும்பு, 1993.
4. மேலது, ப. 21.
5. மொழியின் எளிமையாக்கம் என்பதன் தொடர்பில், "ஓரிரண்டு வருஷத்து நூற்பழக்கமுள்ள தமிழ் மக்களெல்லோருக்கும் நன்கு பொருள் விளங்கும்படி" எழுத வேண்டும் என்ற 'பாஞ்சாலி சபத'க் காணிக்கையுரையில் பயின்றுவரும் வரிகள் பலமுறை பலரால் மேற்கோள் காட்டப்பட்டுள்ளன. நவீனத்துவத்தின் தலையாயப் பிரதிநிதியாகப் பாரதியை இனங்காண்பவர்களுக்கு மிகவும் பிடித்த மேற்கோள் இது. காட்டாகப் பேராசிரியர் கைலாசபதி இதனை மனோன்மணியம் ஆசிரியரின் குறிக்கோளோடு ("கல்வி

கேள்வியால் நிறைந்த இத்தலைமுறை சிரேஷ்டர் அங்கீகரித்து எனது இச்சிறு முயற்சியும் தமிழ் மாதா வுக்கு அற்புதமாகும்படி அருள் புரியாதொழியார் என நம்பிப் பிரகடனஞ் செய்யப்படுகிறது.") ஒப்பிட்டுச் சுந்தரம் பிள்ளையைக் காய்கிறார் (*பாரதி ஆய்வுகள்*, சென்னை, 1987, ப. 70 – 71). ஆனால், சுந்தரம் பிள்ளை மறைந்த பதினைந்து ஆண்டுகளுக்குப் பிறகும்கூட, "இக்காவிய முறை நவீனமானது. இஃது தமிழறிந்த நூலோர்கள் அங்கீகரிக்கத்தக்கதுதானா என்று பார்த்திடும்பொருட்டுச் சிறிய நூலொன்றை முதலில் எழுதினேன். இதனைப் பதம்பார்த்து மேலோர் நன்றென்பாராயின் இவ்வழியிலே வேறு பல வெளி யாக்குவேன்" என்று தம் சுயசரிதையின் முன்னுரை யில் பாரதி மேலோரைத் துணைக்கழைப்பதைக் கைலாசபதி மறந்துவிடுகிறார்.

மேலும், எளிமை என்பதும் அகவயமானதே. நுஃமான் கருதுவதுபோல் பாரதியின் எழுத்து எளிமையானது என்று புறநிலையாக நிறுவிவிட முடியுமா என்பது ஐயமே. காட்டாக, நுஃமான் எளிமைக்கு உதாரண மாகக் காட்டும் பாட்டையே எடுத்துக்கொள்வோமே.

அச்ச மில்லை, அமுங்குத லில்லை
நடுங்குத லில்லை, நாணுத லில்லை
பாவ மில்லை, பதுங்குத லில்லை
ஏது நேரினு மிடர்ப்பட மாட்டோம்
அண்டஞ் சிதறினா லஞ்ச மாட்டோம்
கடல் பொங்கி எழுந்தாற் கலங்க மாட்டோம்
யார்க்கு மஞ்சோம், எதற்கு மஞ்சோம்
எங்கு மஞ்சோம், எப்பொழுது மஞ்சோம்.

சொற்கள், உருபன் அமைப்பு, வாக்கிய அமைப்பு எல்லாம் எளிமையாக உள்ளன என்று சுட்டும் நுஃமான் இப்பாடலின் புணர்ச்சி முறைகளைப் பற்றி ஒன்றும் கூறவில்லை.

அது போலவே, "சங்க இலக்கியத்தை விசேடப் பயிற்சி இல்லாமல் அல்லது வேறு ஒருவரின் துணையில்லாமல் இன்றைய தமிழர்களால் புரிந்து கொள்ள முடியாது" (ப. 15) என்று கூறும் நுஃமான் 'குயில்' பாட்டை வைத்து இதே சோதனையைச் செய்து பார்க்கலாம்! இலக்கியம் என்பது மொழியை, எழுத்தறிவை மட்டும் சார்ந்ததல்ல. அது பயிற்சியைச் சார்ந்தது. அப்பயிற்சி சமூகமயமாக்கத்தின் ஒரு கூறாக

அமைவது. நடைமுறைப் பயன்பாட்டு மொழியை மட்டும் அறிந்தவரிடம் இலக்கியப் படைப்பைப் படித்துக் காட்டி அதன் எளிமை / புரியும்தன்மை முதலானவற்றை எடைபோடுவது போன்ற அனுபவவாதப் பிழை வேறு இருக்க முடியாது.

மேலும், பாரதியின் இலக்கண நெகிழ்வுகளுக்கு ஆதாரமாக நுஃமான் காட்டும் சான்றுகள் பெரும் பாலும் பத்திரிகைகளில் வந்தவை. அவசர கோலத்தில் எழுதப்பட்டு, வளர்ச்சியுறாத தொழில்நுட்பத்தோடு, தாறுமாறாக அச்சிடப்பட்டவற்றை வைத்து இலக்கணம் பற்றிய மதிப்பீடுகளைச் செய்ய முடியாது. அமைதியாக, ஓர்மையோடு எழுதப்பட்டு, ஆசிரியராலேயே மெய்ப்பு பார்க்கப்பட்ட படைப்புகளைக் கொண்டு முடிவெடுப்பதே பொருத்தமானது. உதாரணமாக, பாரதியின் பகவத் கீதை மொழி பெயர்ப்பை எடுத்துக்கொள்வோம். அதன் முன்னுரையில் பாரதி பயன்படுத்தும் அஃது, இஃதுகள்தாம் எத்தனை! ஒருமை பன்மையில் காட்டப்படும் அக்கறைதான் எவ்வளவு! 'இதுவெல்லாம்' என்றெழுதாமல், 'இவையெல்லாம்' என்றுதானே பாரதி எழுதுகிறார்.

6. பாரதி, *கட்டுரைகள் : கலைகள்,* சென்னை (பாரதி பிரசுராலயப் பதிப்பு, ஆண்டு குறிப்பிடப்பட வில்லை), ப. 83 – 84.

7. ரா.அ. பத்மநாபன் (ப–ர்), *பாரதி புதையல் பெருந்திரட்டு,* சென்னை, 1982, ப. 279.

பாரதி தம் பாடல்களில் காவடிச் சிந்து, நொண்டிச் சிந்து முதலான அடித்தள மக்கள் கலை வடிவங்களைக் கையாண்டிருக்கிறார். தேசிய இயக்கத்திற்கு மக்களைத் திரட்டுவதற்காக இவற்றைக் கைவயப் படுத்தி (appropriation) இருக்கிறார் என்று இதனை விளக்கலாம்.

'ஏற்றநீர் பாட்டு, நெல்லிடிக்கும் கொற்றொடியார் கொஞ்சுமொலி, சுண்ணமிடிப்பாரின் சுவைமிகுந்த பண்கள்' முதலானவற்றில் பாரதி நெஞ்சு பறி கொடுத்ததை ('குயில்') நவீனமயமாக்கத்தால் இழந்துவரும் பாரம்பரியத்தைப் பற்றிய ஏக்கமாகவும், அது வழங்கிய விந்தையனுபவமாகவும் (exotic) புரிந்து கொள்ளப்பட வேண்டும். மேலோர் கலையும்

அடித்தள மக்கள் பண்பாடும் இணையானவை என்று இதற்குப் பொருள் கொள்ள முடியாது. மேற்கு ஐரோப்பாவில் நாட்டார் வழக்காற்றியல் என்ற துறை இவ்வாறு இழந்து வருவனவற்றை மீட்க வேண்டும் என்ற வேட்கையோடு முகிழ்த்தது; பின்னர் தேசியத்தோடும் பிணைந்தது. காண்க: *Peter Burke, Popular Culture in Early Modern Europe, London, 1979.*

8. இது போன்றதொரு நடுத்தர வர்க்கப் பார்வையைக் 'கண்ணன் – என் சேவகன்' என்ற பாடலிலும் காணலாம்.

9. *ஞானபாநு,* ஜூலை 1915.

10. *ஞானபாநு*வில் நடந்த இவ்விவாதத்தின் முழு வடிவத்தை ஆ.இரா. வேங்கடாசலபதி (ப–ர்), *வ.உ.சி.யும் பாரதியும்,* சென்னை, 1994 என்ற நூலில் காண்க.

11. *ஞானபாநு,* செப்டம்பர் 1915.

12. பாரதி, *கட்டுரைகள் : கலைகள்,* சென்னை, ப. 100.

13. இளசை மணியன் (ப – ர்), *பாரதி தரிசனம் I,* சென்னை, 1975, பக். 218.

14. பாரதி, *கட்டுரைகள் : கலைகள்,* சென்னை, ப. 110.

15. வடமொழி பற்றிய சமூகவியல் நோக்கிலான விமரிசனத்திற்குக் காண்க: *D. D. Kosambi, An Introduction to the Study of Indian History, Bombay, 1957.*

16. பெ. தூரன் (ப – ர்), *பாரதி தமிழ்,* சென்னை, 1953, ப. 283.

சில துணை நூல்கள்

1. *Raymond Williams, Keywords, London, 1988.*

2. *Tony Crowley, Standard English and the Politics of Language, Urbana & Chicago, 1989.*

3. *Partha Chatterjee, Nationalist Thought and the Colonial World, Delhi, 1986.*

இக்கட்டுரை காந்திகிராமப் பல்கலைக்கழகத்தின் பாரதி அறக்கட்டளைக் கருத்தரங்கில் படிக்கப்பட்டது; காலச்சுவடு, 13இல் வெளிவந்தது. நுஃமானின் 'பாரதியின் மொழிச் சிந்தனைகள்' நூலின் மறுபதிப்பில் (சவுத் விஷன்,

சென்னை, *1998)* இக்கட்டுரை பிற்சேர்க்கையாகவும் இடம்பெற்றது. இதன் இன்னொரு வடிவம் *'Bharati and the Modernization of Tamil'* என *South Indian Studies, No.1. Jan-June 1996* இதழில் வெளிவந்தது.

இதற்கு ஒரு மறுப்புரையாக, 'கருத்துநிலையும் கட்டவிழ்ப்பும்' என்ற கட்டுரையை நுஃமான் எழுதினார் *(காலச்சுவடு, 15).* இதனை மறுத்து 'தமிழரசுக் கட்சி அவலும் திராவிட இயக்க உரலும்' என்ற விவாதக் கட்டுரையை நான் எழுதினேன் *(காலச்சுவடு, 17).* 'அவல் இல்லாத உரல்' என்று நுஃமான் இதனை மறுத்தார் *(காலச்சுவடு 19).* நிராகரணம், நிராகரண தூஷணம், தூஷணத்துக்கு வாயாப்பு என்ற போக்கில் இவ்விவாதம் சென்று தேய்ந்ததால் அக்கட்டுரைகளை இங்குச் சேர்க்கவில்லை.

~~

வ.உ.சி.யும் சைவ சித்தாந்தமும்

வ.உ. சிதம்பரம் பிள்ளை (1872–1936) சிவஞான போதத்திற்கு எழுதிய உரை ஏறத்தாழ அறுபத்தைந் தாண்டுகளுக்குப் பிறகு இப்பொழுது மறுபதிப் பாகின்றது. வ.உ.சி.யின் வீரஞ்செறிந்த தியாக வாழ்வுக்கு உருவகமாகக் கப்பலும் செக்கும் அமைந்துவிட்டன. ஆனால், உண்மையில், பன்முகத்தன்மை வாய்ந்த அவருடைய வாழ்க்கை இவ்வுருவகங்களுக்கு அப்பாற்பட்டும் விரிந்து நிற்கின்றது.

பத்தொன்பதாம் நூற்றாண்டின் கடைப் பதிற்றாண்டு, இருபதாம் நூற்றாண்டின் முதற் சில பதிற்றாண்டுகள் ஆகியவற்றில் தமிழ்ச் சமூகத்தில் தொழிற்பட்ட பல்வேறு கருத்தியல் போக்குகளும் வ.உ.சி.யின் வாழ்க்கையிலும் அவருடைய செயல்பாடுகளிலும் ஊடாடி நிற்கின்றன. இந்திய தேசிய இயக்கம் என்ற சட்டகம் மட்டுமே அவற்றை வரையறுத்துவிடப் போதுமானதன்று.

வ.உ.சி.க்குத் தமிழ்/சைவ உலகில் இருந்த இடம் இன்று பெரிதும் அறியப்படாதது. இதனை விளங்கிக் கொள்வதானது சிவஞான போதத்திற்கு அவர் இயற்றிய உரையைத் தக்க பின்புலத்தில் புரிந்துகொள்வதற்கு இன்றியமையாதது. அதனைச் சிறிது விரித்துப் புறப்பார்வையாக முன்வைப்பது இக்கட்டுரையின் நோக்கம். சைவ சித்தாந்த மரபு

களுக்குள் நின்று, அவற்றிடையே வ.உ.சி. உரையின் இடத்தைப் பொருத்திக் காட்டும் சி.சு. மணி அவர்களின் அறிமுகவுரையோடு இதனை இணைத்துக் காண்பது பயன்தரலாம்.

பதினெட்டாம் நூற்றாண்டின் கடைப்பகுதியிலும் பத்தொன்பதாம் நூற்றாண்டிலும் சமஸ்கிருத வழிப்பட்ட இந்திய மரபு பற்றிய ஒரு பெரும் தேடலும் விழிப்புணர்வும் ஐரோப்பிய அறிஞர்களிடம் ஏற்பட்டன. 'கீழையவியம்' (Orientalism) எனப்படும் இந்த அறிவு மரபு, இன்று ஆதிக்கம் செலுத்தும் இந்து / இந்தியப் பண்பாடு என்பதைக் கட்டமைத்தது என்றே சொல்ல வேண்டும். இது முன்னெடுத்த பார்ப்பனிய / வைதீக மரபுக்கு மாற்றாக, பத்தொன்பதாம் நூற்றாண்டின் இடைப்பகுதியில் தமிழ் / திராவிட வழிப்பட்ட ஒரு மாற்று அறிவு மரபு முகிழ்த்தது. கால்டுவெல்லின் 'திராவிட மொழிகளின் ஒப்பிலக்கணம்' (1856) இதன் தொடக்கப்புள்ளியாகக் குறிக்கப்படும். ஆறுமுக நாவலர் வழிவந்த சி.வை. தாமோதரம் பிள்ளை, உ.வே. சாமிநாதையர் முதலான தமிழறிஞர்களின் அரும்பணியால், பல காலம் 'சமயக்கணக்கர் மதிவழி சென்ற' மைய நீரோட்டத் தமிழ் மரபிலிருந்து புறந்தள்ளி வைக்கப்பட்டிருந்த சங்க இலக்கியக் கருவூலம் மீண்டும் தமிழ்ச் சமூகத்தின் மையத்திற்கு வந்தது. வடமொழித் தளையிலிருந்து விடுபட்டுத் தனித்து இயங்கும் தன்மையும் தொன்மையும் நிறைந்ததாக நிலைநிறுத்தப்பட்ட தமிழ் மொழியின் மூலம் தமிழர்களுக்கென ஒரு தனித்த அடையாளம் சமைக்கப்பட்டது.

வடமொழி சார்ந்த வைதீக மரபை ஊற்றுக்கண்ணாகக் கொண்டு இந்திய தேசியம் அனைத்திந்திய அளவில் வளர்ந்தது. தமிழ்நாட்டில் இதன் அடித்தளமாகப் படித்த, நடுத்தர வர்க்கத்தைச் சார்ந்த பார்ப்பனர்கள் விளங்கினர். மரபுவழிப் பட்ட சாதிய மேலாண்மையைக் காலனியாதிக்கத்தின்கீழ் நவீனமயமாகிவந்த சமூகத்திலும் தகவமைக்க இந்திய தேசியமும் அதன் கருத்தியல் மூலங்களும் பயன்படுத்தப்பட்டன.

அரசியல், சமூகக் களங்களில் இதற்குத் தமிழ்நாட்டில் அறைகூவல் விடுத்தவர்கள், பெரிதும் நிலவுடைமையைப் பொருளியல் பின்புலமாகக் கொண்டு, மேற்கத்திய கல்விமுறையின் மூலம் நவீனச் சமூகத்தில் பார்ப்பனர்களுக்குப் போட்டியாக வந்த பல்வேறு வேளாளச் சாதியினர் ஆவர். காலனி ஆட்சிக் காலத்தில் இச்சாதிகள் பிறப்பித்த அறிவாளர்களின் எண்ணிக்கையும் அவர்களின் சாதனைகளும் இந்திய தேசிய அறிவாளர்களுக்கு எவ்வகையிலும் குறையாதன.[1]

இவர்கள் தமிழ் வழிப்பட்டதொரு மாற்று மரபை மீட்டுருவாக்கம் செய்ய முனைந்தனர். இதில் ஒரு போக்கு சாதி சமயங்களை முற்றாக மறுத்து, பொதுமையும் சமத்துவமும் நிறைந்த தமிழ்ச் சமூகத்தை நிறுவி, அனைத்துப் பிரிவினரையும் இணைத்துச் செல்ல முற்பட்டது (பெரியாரின் தலைமையிலான சுயமரியாதை இயக்கம்). இதன் இன்னொரு போக்கு, பெரிதும் பார்ப்பனரல்லாத, வேளாள உயர் சாதியினரைச் சமூக அடித்தளமாகக் கொண்டிருந்தது. இப்போக்கு, தமிழைச் சைவத்தோடு இணைத்து நோக்கியது. சங்க காலத்தை வேளாளர் நாகரிகத்தின் உச்சமாகவும், சைவ சமயத்தைத் தமிழர் சமயமாகவும் கண்டது. சைவமும் தமிழும் ஒருபொருட்பன் மொழியாகப் புரிந்துகொள்ளப்பட்டன என்றாலும் பொருத்தமானதே.

சமூக நோக்கில் இது விமரிசனத்திற்கு உரியதே எனினும், புதிதாக உருப்பெற்றுவந்த நவீனச் சமூகத்தில் பார்ப்பனிய மேலாண்மையை எதிர்த்தது என்பதாலும், கருத்தியல் நிலையில் வைதீக மரபுக்கு அறைகூவலாக அமைந்தது என்பதாலும் இதன் முக்கியத்துவத்தைக் குறைத்து மதிப்பிட்டுவிடக் கூடாது.

தமிழகமெங்கும் சைவ சபைகள் தொடங்கப்பட்டன: சைவ சித்தாந்த சபை, தூத்துக்குடி (1883); சைவ சித்தாந்த சபை, திருச்சி (1885); சைவப் பிரகாச சபை, திருவனந்தபுரம் (1885); சைவ சபை, பாளையங்கோட்டை (1886). சைவ சபைகளின் ஒருங்கிணைப்பு மையமாகச் சைவ சித்தாந்த மகாசமாஜம் 1905இல் நிறுவப்பட்டது. சித்தாந்த சாத்திரங்கள் உரையோடும் விளக்கத்தோடும் ஆங்கில மொழிபெயர்ப்போடும் வெளியிடப்பட்டன. 1897இல் 'சித்தாந்த தீபிகை' வெளிவரத் தொடங்கியது. பெ. சுந்தரம் பிள்ளை, சூளை சோமசுந்தர நாயகர், வெ.ப. சுப்பிரமணிய முதலியார், மறைமலையடிகள், கா. சுப்பிரமணிய பிள்ளை என ஒரு பெரும் அறிஞர் வட்டம், பிரதேச எல்லைகளைக் கடந்து, தமிழகம் தழுவிய அறிவாளர்களாக எழுந்தனர்.

மேலும், அன்றைய தமிழ்ச் சமூகத்தின் சாதியக் கட்டமைப்பின் இடைநிலையில் இருந்த பல சாதிகள் மேனிலை யாக்கம் பெறுவதற்கும் சைவம் பயன்பட்டது. இந்தியாவின் பிற பகுதிகளில் மேனிலையாக்கம் சமஸ்கிருதமயமாக்கம் என்ற வடிவத்தை எடுத்ததற்கு (அதாவது பார்ப்பன நிலையினை அடையும் இலக்கு) மாறாகத் தமிழ்ச் சமூகத்தில் இடைநிலைச் சாதிகள் வேளாள நிலையை அடைய முற்பட்டன. 'கள்ளர், மறவர், அகமுடையார் மெள்ள மெள்ள மாறி வெள்ளாளரானார்' என்ற பழமொழியும் இதனை நன்குணர்த்தும். பல சாதிகள் வேளாளருக்குரிய 'பிள்ளை' எனும் பட்டத்தைப் பெயருக்குப்

பின்னொட்டாகப் பயன்படுத்துவதையும் இங்கு நினைவில் கொள்ளலாம். 'புதுவை முரசு' என்ற சுயமரியாதை இயக்க ஏடு 1931இல் குறிப்பிட்டவாறு,

> நாட்டார்கள் என்பவர்கள் யாரென்பது அநேகருக்குத் தெரியாது. அவர்கள்தான் சைவம் பரப்பப்படுவதற்கு முன்பு 'கள்ளர்கள்' என்று அழைக்கப்பட்டவர்கள் ... 'அன்பு'மயமாகிய சைவம் பரவ ஆரம்பித்துப் பழைய 'கள்ளர்கள்' புது 'நாட்டார்கள்' ஆன பின் அநேக விஷயங்களில் அவர்கள் நாகரீகமடைந்து விட்டார்கள்.[2]

வேளாளரே மிக உயர்சாதியாக விளங்கும் யாழ்ப்பாணச் சமூகத்திலும் இதனையொத்த சமூக அசைவியக்கம் தொழிற்படு வதைப் பேராசிரியர் கா. சிவத்தம்பி சுட்டிக் காட்டியுள்ளார்.[3]

வ. உ. சி.யும் சைவருலகும்

இந்தப் பின்னணியில் வ.உ.சி.யின் சைவச் செயல்பாடு களைப் புரிந்துகொள்ள வேண்டும். இந்திய தேசிய இயக்கம், தொழிலாளர் இயக்கம், நீதிக் கட்சி, சுயமரியாதை இயக்கம் எனத் தம் சமகால அரசியல் இயக்கங்கள் எல்லாவற்றுடனும் வ.உ.சி. தொடர்புகொண்டிருந்தவர்தான் எனினும், பொது வாழ்க்கையில் சைவருலகோடு இடையறாத ஈடுபாட்டை அவர் கொண்டவராய் இருந்திருக்கிறார்.

1872இல் இன்றைய தூத்துக்குடி மாவட்டம் ஒட்டப்பிடாரத் தில் பிறந்த வ.உ.சி., 1898இலேயே காங்கிரஸ் இயக்கத்தோடு தொடர்பு கொண்டிருந்தார்.[4] எனினும், அவரது ஆரம்பகட்டப் பொதுவாழ்க்கை சைவத்தோடு இணைந்திருந்திருக்கிறது. சைவக் கோலத்தில் பல அன்பர்களோடு சேர்ந்து எடுத்துக்கொண்ட புகைப்படம் ஒன்றும் இந்தக் காலப்பகுதியில் காணக்கிடைக் கின்றது.[5]

1900இல் ஒட்டப்பிடாரத்திலிருந்து தூத்துக்குடி நகருக்குக் குடிபெயர்ந்த வ.உ.சி., அங்கு சைவ சித்தாந்த சபையுடன் நெருங்கிய உறவுவைத்துக்கொண்டிருந்திருக்கிறார்.

> **சைவசித் தாந்த சபையினுட் புகுந்து**
> **கைவரக் கொண்டேன் கருத்தினி துரைத்தலை**

என்று அச்சபையில் உரையாற்றியதன் மூலம் தாம் பேச்சாற்றலை வளர்த்துக்கொண்டதை வ.உ.சி. தம் சுயசரிதையில் குறித்துள்ளார்.[6] 1904 ஜூன் முதல் 1905 ஆகஸ்டுவரை மட்டும் அச்சபையில் எட்டுச் சொற்பொழிவுகளை ஆற்றியிருக்கிறார் வ.உ.சி.[7] மேலும் தூத்துக்குடி சைவ சித்தாந்த சபையின் ஆண்டுக்

கூட்டங்கள் பலவற்றில் சிறப்பு அழைப்பாளர்களை வரவேற்று வாழ்த்துப்பாக்களைப் பாடியிருக்கிறார்.[8] சிவஞான போத உரைக்குத் தொடக்கப் புள்ளியாக அமைந்த வ.உ.சி.யின் முதற் சொற்பொழிவு தூத்துக்குடி சபையிலேதான் நிகழ்த்தப்பெற்றது என்பதை அவரே தம் உரையின் பிற்சேர்க்கையில் குறித்துள்ளார் என்பதும் இங்குக் கருதத்தக்கது.

சைவவுலகின் தனிப்பெரும் அறிஞராக விளங்கிய மறைமலையடிகளோடு 1903இலேயே வ.உ.சி.க்குத் தொடர்பு இருந்ததை முன்னவரின் நாட்குறிப்புகள் காட்டுகின்றன.[9] 1903இல் தம் ஆசிரியர் சூளை சோமசுந்தர நாயகரைப் பற்றி இயற்றிவந்த 'சோமசுந்தர விஜயம்' எனும் நூல் பற்றிய அறிக்கையைத் தூத்துக்குடியிலிருந்த வ.உ.சி.க்கு மறைமலையடிகள் அனுப்ப, அவர் அதற்குக் கையொப்பம் செலுத்தி இருக்கிறார்.[10] மறைமலையடிகளின் 'முல்லைப்பாட்டு ஆராய்ச்சியுரை'யினையும் வ.உ.சி. விலைக்கு வாங்கியிருக்கிறார்.[11] 1905 மே திங்களில், தூத்துக்குடி சைவ சித்தாந்த சபையில் உரையாற்ற வந்தபோது மறைமலையடிகள் வ.உ.சி.யின் இல்லத்தில் தங்கி உணவருந்தி இருக்கிறார்.[12] மறைமலையடிகள் நடத்திவந்த 'ஞானசாகரம்' இதழின் இரண்டாம் தொகுதிக்கு (1904) 10 ரூபாய் நன்கொடை செலுத்தி, 'கௌரவாபிமான சீலர்' ஆக வ.உ.சி. விளங்கி இருக்கிறார்.[13] 1906ஆம் ஆண்டில் ஒவ்வொரு நான்கு மாதத்திற்கும் கையொப்பம் செலுத்தி, சைவ சித்தாந்த மகாசமாஜத்திலும் வ.உ.சி. உறுப்பினராய் விளங்கியிருக்கிறார்.[14]

1906இல் வேகம்பெற்ற சுதேசி இயக்கக் காலத்தில் சுதேசிக் கப்பல் கம்பெனியை நிறுவியும், தொழிலாளர் வேலைநிறுத்தத்தை முன்னின்று நடத்தியும், தென் தமிழ்நாட்டில் பெருமளவு மக்களை அரசியல் ரீதியாகத் திரட்டியும் இந்திய தேசிய இயக்க வரலாற்றில் நீங்கா இடம்பெற்ற வ.உ.சி., 1908இல் கைது செய்யப்பட்டார். 1912ஆம் ஆண்டின் கடைசி நாள்களில் தான் சிறையிலிருந்து விடுதலை கிடைத்தது. இந்த வேகமான அரசியல் இயக்கச் செயல்பாடுகளுக்கிடையில் அவருடைய சைவச் செயல்பாடுகளுக்கு இடம் இருந்திருப்பது ஐயமே.

இதன் பிறகு சென்னையிலும் (1913–1920), கோயம்புத்தூரிலுமாக (1920–1924) அவருடைய வாழ்க்கைப் போராட்டம் தொடர்ந்திருக்கிறது. பொருள் வளம் குன்றிய நிலையிலும், அரசியல் வேலைகளோடு இலக்கியப் பணிகளும் தொடர்ந்திருக்கின்றன. தூத்துக்குடி சிவநேசச் செல்வர் சபையின் 10, 11ஆம் ஆண்டு நிறைவுக் கூட்டங்களில் 1922, 1923ஆம் ஆண்டுகளில் வ.உ.சி. கலந்துகொண்டு உரையாற்றியமைக்குச் சான்று உள்ளது.[15]

1925இல் பெரியார் ஈ.வெ.ரா. சுயமரியாதை இயக்கம் கண்ட பிறகு, தமிழ்நாட்டின் அரசியல் வாழ்க்கையில் பெருமாற்றம் ஏற்பட்டது. பார்ப்பனரல்லாதார் இயக்கத்தின் திசைப்போக்கையும் இந்நிகழ்வு மாற்றிவிட்டது. பார்ப்பனரல்லாத மேல்சாதிகளின் நலன்களையே பெரிதும் பிரதிபலித்து வந்த நீதிக் கட்சியிலிருந்து விலகி, தமிழ்ச் சமூகத்தின் இடைத் தட்டுச் சாதிகளை உள்ளடக்கி, தீவிரமான கருத்தியல் முனைப்பைச் சுயமரியாதை இயக்கம் பெற்றது. இப்பண்பு மாற்றமும் அளவு மாற்றமும் பார்ப்பனரல்லாதார் இயக்கத்துக்குள் வேளாளரின் நிலையை ஆட்டங்காண வைத்தன. சமய மறுப்பு, சாதி எதிர்ப்பு, புராணக் கண்டனம், கடவுள் மறுப்புப் பிரசாரம் முதலான சுயமரியாதை இயக்கத் தீவிரக் கொள்கைப் பிரசாரம் சைவருலகுக்குப் பெரும் அறைகூவலாக விளங்கியது.[16]

இதை எதிர்கொள்ள முனைந்தபொழுது சைவருக்குள் பிளவுகள் தோன்றின. முதல் பிரிவினரான பொ. முத்தைய பிள்ளை, சுவாமிநாத பண்டிதர், ராம.சொ. சொக்கலிங்க ஐயா, பலவான்குடி இராமசாமி செட்டியார் போன்றோர் கடுஞ்சைவர் எனத்தக்கவர். இவர்கள் எந்தவிதமான மாற்றத்தையோ சீர்திருத்தத்தையோ விரும்பாத வறட்டுத்தனம் மிக்கவர்கள். திரு.வி. கலியாணசுந்தர முதலியார், ச. சச்சிதானந்தம் பிள்ளை, ம. பாலசுப்பிரமணிய முதலியார் முதலான பெரும் பான்மைச் சைவப் பெருமக்களை நடுத்தரச் சைவர் எனலாம். காலத்துக்கேற்றவாறு சில சீர்திருத்தங்களைச் செய்து, சைவத்தைத் தகவமைத்துக் கொண்டு அதனைக் காப்பது இவர்கள் நோக்கம். வ.உ.சி., சொ. முருகப்பா, பொ. திரிகூடசுந்தரம் பிள்ளை, கே.எம். பாலசுப்பிரமணிய முதலியார் முதலானோரைச் சீர்திருத்தச் சைவர் எனக் குறிப்பிடலாம். இவர்கள் சுயமரியாதை இயக்கத்தின் பிரசாரத்தால் கவரப்பட்டு, சற்றுத் தீவிரமான நிலைப்பாட்டை மேற்கொண்டனர். ஆனால், நடைமுறைகளில் தான் இவர்களுக்கும் நடுத்தரச் சைவர்களுக்கும் வேறுபாடே யொழிய, கருத்தியல் முறையில் பெருமளவு இடைவெளி இல்லையென்றே சொல்ல வேண்டும்.

சைவருலகில் 1920களிலும் 1930களிலும் நிலவிய மேற்கண்ட பிரிவுகளினூடே வ.உ.சி.யின் சைவக் கருத்தியல் பார்வையில் ஏற்பட்ட மாற்றங்களை இனிப் புரிந்துகொள்ள முயல்வோம். 1928இல் செட்டிநாட்டில் அவர் ஆற்றிய சொற்பொழிவுகளில் பல சீர்திருத்தக் கருத்துகளைச் சற்று அழுத்தமாகவே வெளியிட்டார்.[17] பிறப்பின் அடிப்படையில் ஏற்றத்தாழ்வு

கற்பித்தல், பெண்ணடிமைத்தனம், குழந்தை மணம், நீத்தார் நினைவு கடைப்பிடித்தல், 'சிறு' தெய்வங்களுக்கு உயிர்ப்பலி யிடுதல் போன்றவற்றை அவ்வுரைகளில் கடிந்து பேசியதில் வ.உ.சி.யின் சீர்திருத்த உணர்வும், சுயமரியாதை இயக்கக் கொள்கைகளின் செல்வாக்கும் துலக்கமாக வெளிப்படுகின்றன.

"சிரார்த்தம் என்ற பெயரால் பார்ப்பாருக்கு அளிக்கப் படும் அரிசி, காய்கறி முதலியன பிதுர்களுக்குப் போய்ச் சேருமென்று கூறுவது பொய்யேயாகும்" என்றும், "மனுஸ்மிருதி கொடுமை நிறைந்த நூல்" என்றும் வ.உ.சி. எடுத்துக் கூறினார். இவற்றுக்கும் மேலாக,

எந்த நூலானாலும் குற்றமிருக்குமானால் அதனைத் தள்ளத் தயங்கக் கூடாது. நமக்குக் கடவுள் பகுத்தறிவைக் கொடுத்திருக்கிறார். அதனைக் கொண்டு ஆராய்வோம்... கடவுள் எழுதினார் என்று கூறப்படும் நூலிலும் பிழையிருக்குமானால் அதனையும் தள்ளவேண்டியது தான்... பெரியபுராணத்தில் கூறப்பட்டிருக்கும் மனுஸ்மிருதி இப்பொழுது உள்ளதுதான் என்று கூறினால், சேக்கிழாருக்கும் பிராமணருக்கும் சம்பந்தமுண் டென்று கூறுவதைத் தவிர வேறென்ன சொல்வது? வேதத்தில் பிழைகளிருக்கலாம். திருத்த வேண்டியதுதான். சைவத்திலும் அப்படியேதான்...[18]

கடுஞ்சைவர்கள் இதற்காக வ.உ.சி.யை மிகக் கடுமையாகத் தாக்கியுள்ளனர். குறிப்பாக, பொ. முத்தைய பிள்ளை 'அரங்கின்றி வட்டாடல்' என்ற தலைப்பில் கடிந்து எழுதியபோது, வ.உ.சி. சிறை சென்றதை இழித்துக் கூறினார். இதற்கு மறுமொழியாக, 'அரங்கு வகுப்பார் யார்?' என்ற பொருள் பொதிந்த கேள்வியை வ.உ.சி. எழுப்பினார். இவ்விவாதம் செட்டிநாட்டிலிருந்து வெளியான 'சிவநேசன்' என்ற கடுஞ்சைவ இதழில் நடந்தது. இதில் சுயமரியாதைக் கொள்கைகளில் சீர்திருத்தச் சைவருக் கிருந்த உறுதிப்பாடின்மையைக் காண முடிகின்றது. வ.உ.சி.யின் செட்டிநாட்டுச் சொற்பொழிவுகளில் காணப்படும் தீவிரம், பொ. முத்தைய பிள்ளைக்கு அவர் எழுதிய விடையில் பெருமளவு நெகிழ்ந்திருப்பதைப் பார்க்க முடிகின்றது.

1929 மார்ச்சில் திருநெல்வேலியில் நடந்த சைவப் பெரியார் தனிக் கூட்டம் இங்கு முக்கியத்துவம் வாய்ந்தது. சைவருலகில் பெரும்புயலைக் கிளப்பி, சுயமரியாதை இயக்கத்தின் அறை கூவலுக்கு நடுத்தரச் சைவரின் விடையாக இக்கூட்டம் அமைந்தது. அதில் கலந்துகொண்ட வ.உ.சி. சீர்திருத்தச் சைவரின் அணியினையே சார்ந்திருந்தார்.

> [விஷயாலோசனைக் கூட்டத்தில்] சைவ சமயத்தைச் சீர்திருத்த வேண்டிய முறைகளைப் பற்றி திரு. வ.உ. சிதம்பரம் பிள்ளை அவர்கள் எடுத்துக் கூறினார்கள். ஆனால் அவர்களுடைய சீர்திருத்த முறைகளைப் பலர் ஒத்துக் கொள்ளவில்லையாதலால் திரு. பிள்ளையவர்கள் உடனேயே கமிட்டிக் கூட்டத்தினின்றும் வெளியேறினார்,

என்று 'குமரன்' (11 ஏப்ரல் 1929) குறிப்பிட்டது. 'குடி அரசு' இதழ் (7 ஏப்ரல் 1929) இதனை உறுதிப்படுத்தும் வகையில்,

> [விஷயாலோசனைக் கமிட்டியில்] திருவாளர் வி.ஓ. சிதம்பரம் பிள்ளை, திரிகூடசுந்தரம் பிள்ளை முதலியவர்கள் கூட்டத்திற்கு அனுமதிக்கப்படவில்லையாம். இதனால் திரு. சிதம்பரம் பிள்ளை அவர்கள் சைவப் பெரியார் மகாநாட்டிற்கு வந்ததில் சைவத்தில் மற்றவர்களையும் பற்றுக்கொள்ளச் செய்வதற்குப் பதிலாகச் சைவத்தி லிருந்து பிரிந்துபோக நேரிட்டதுதான் சைவப் பெரியார் மகாநாட்டின் பலன் என்று சொல்லிக்கொண்டு வெளியேறி விட்டாராம்,

என்று எழுதியது. சுயமரியாதை இயக்க ஏடுகளான 'குடி அரசு', 'குமரன்' ஆகியவற்றின் கூற்றுகளில் மிகை உள்ளது என்று தோன்றுகிறது. இவற்றுக்கு மறுப்பாக, ம. பாலசுப்பிரமணிய முதலியார் எழுதிய பதிலில், சைவப் பெரியார் தனிக்கூட்டத் தில் வ.உ.சி.யின் பங்கைப் பற்றிப் பின்வருமாறு கூறியிருக்கிறார்.

> இனித் திருவாளர் வ.உ. சிதம்பரம் பிள்ளையவர்கள் கூட்டத்தில் நடந்துகொண்டதைப் பற்றிக் கூறுதும். முதல் நாள் இரவு விஷயாலோசனைக் கூட்டத்துக்கு அவர் வந்திருந்தார். ஒவ்வொரு தீர்மானத்தையும் நன்கு ஆராய்ந்து ஒவ்வொரு வார்த்தையையும் நன்றாய்க் கவனித்து, பல திருத்தங்களெல்லாம் சொன்னார். முதல் இரண்டு தீர்மானங்களை முழுவதும் ஒப்புக்கொண்டார். மூன்றாவது தீர்மானத்தில் சைவ உணவுகொள்ளுதல் அவசியம் என்பதை ஒப்புக்கொள்வதாகவும், சிவ சின்னங்களாகிய 'சாம்பல், கொட்டை'யால்தான் சைவர்கள் கெட்டுப் போகிறார்களென்றும், சின்னங்கள் அணிதல் அநுட்டானப் பகுதியென்றால் சைவர்கள் குறைந்து சைவமே அழியுமென்றும் வாது செய்தார். சின்னங்களணிவது இன்றியமையாதது என்று நான் வற்புறுத்தினேன். பிறகு தலைவரும் திருவாளர்கள் கே. சுப்பிரமணியப் பிள்ளையும், ந.மு. வேங்கடசாமி நாட்டாரும் கேட்டுக்கொண்டதின்மேல் இன்றியமை

யாதது என்ற சொல்லை நீக்கிப் பொது அநுட்டான மாகும் என்று முடித்தோம். அதற்கு திரு. வ.உ.சி. பிள்ளை ஒன்றும் குறை கூறவில்லை. மூன்றாவது நாள் பொதுக் கூட்டத்துக்கு வந்தபோதும் பட்டையாகத் திருநீறணிந்தே வந்தார். அன்று விஷயாலோசனைக் கூட்ட உறுப்பினர் களிடம் கையெழுத்து வாங்கியபோதும் தாமும் கையெழுத்து செய்துள்ளார். சைவப் பெரியார் தனிக்கூட்டத்தினிறுதியில் புகைப்படம் எடுத்தபோதும் விபூதியணிந்து வந்து இப்பெரியார் உடனிருந்தார்.[19]

சீர்திருத்த நாட்டத்திற்கும் நடைமுறை ஒழுகலாறுகளுக்கும் இடையே தத்தளிக்கும் நிலை வ.உ.சி.யிடம் இருந்ததை இது புலப்படுத்துகின்றது. அவருடைய சிவஞான போத உரையைப் புரிந்துகொள்வதற்கு இந்தப் பின்னணி இன்றியமையாதது.

சிவஞான போத உரை

1934–35ஆம் ஆண்டளவில் சிவஞான போத உரையின் முன் வடிவை வ.உ.சி. எழுதியிருக்கிறார். அதனைத் 'தினமணி'யின் 1935ஆம் ஆண்டு பாரதி (வருஷ) மலரில் வெளியிட்டுமிருக்கிறார். அதன்பிறகு, அவ்வுரை தூத்துக்குடி – எட்டயபுரம் நெடுஞ் சாலையில் உள்ள குறுக்குச்சாலையில் அ.செ.சு. தர்ம சத்திரத்தில் அரங்கேற்றப்பட்டுள்ளது. அவ்வரங்கேற்றத்தில் பெறப்பட்ட எதிர்வினைகளைக் கருத்தில் கொண்டு, தம் உரையைச் செப்பனிட்டு நூலாக்கியிருக்கிறார் வ.உ.சி. இதற்கு இடைப் பட்ட காலத்தில் 'ஞானவாசிட்டம்' என்ற வேதாந்த நூலை முறையாகப் பயின்றிருக்கிறார் எனத் தெரிகிறது. ச. சோமசுந்தர பாரதிக்கு எழுதிய ஒரு கடிதத்தில் (12 செப்டம்பர் 1935),

> 'ஒவ்வொரு காலையிலும் மணி 7 முதல் 9 வரையிலும் இவ்விடம் கீழூர் மகா–ள–ள–ஸ்ரீ பிரமானந்த சுவாமிகள் மடத்தின் தற்கால அதிபதி ஸ்ரீ சோமசுந்தர சுவாமிகள் துறவிகளும் இல்லாருமாகிய 25 பேர்களுக்கு 'ஞான வாசிட்டம்' சொல்லிவருகிறார்கள். அவ்விருபத்தைந்து பேர்களில் நான் ஒருவன்'[20]

என்று குறிப்பிட்டுள்ளார்.

ஒரு வாழ்நாள் முழுவதும் கொண்டிருந்த சைவ ஈடுபாட்டின் விளைவு வ.உ.சி.யின் சிவஞான போத உரை எனல் மிகையன்று. அதே வேளையில் மரபான சித்தாந்தப் புலமைக்கும், பொது வாழ்விலும் மக்கள் சார்ந்த அரசியல் இயக்கத்திலும் கொண்ட முனைப்புக்கும் இடைப்பட்ட ஒரு தத்தளிப்பை வ.உ.சி.யிடம் உணர முடிகின்றது.

புதுமை நாட்டமும் மக்கள் நலமும் மனத்தில் கொண்ட வ.உ.சி., கடுஞ்சைவத்தைக் கடுமையாக எதிர்கொண்டிருக்கிறார். இருப்பினும், ஓர் எல்லைக்குட்பட்ட அவருடைய சீர்திருத்த எண்ணங்கள், வேதாந்தத்தோடு (வைதீகம்) சித்தாந்தத்தைச் சமரசம் காணவைத்துள்ளன என்பதைச் சி.சு.மணி தம் ஆய்வுரையில் நுட்பமாக விளக்கியுள்ளார். ஆனால், அதே வேளையில், சிந்தாந்திகளால் கடுமையாக மறுக்கப்பட்ட நாத்திகக் கொள்கையினையும் அணைத்துச் செல்ல வ.உ.சி. முயன்றிருக்கிறார் என்பதையும் நாம் மறந்துவிடக் கூடாது.

வ.உ.சி. தாம் வாழ்ந்த காலத்தின், உலகத்தின் கருத்தியல் எல்லைக்குட்பட்டே செயல்பட்டிருக்க முடிந்திருக்கின்றது. இதைச் சுட்டும்போது, இதற்கும்கூடக் கடுஞ்சைவர்களிடமிருந்து கடும் எதிர்ப்பு வந்ததை நாம் மறந்துவிடலாகாது. தீக்கை பெறாதவர் உரை எழுதக் கூடாது என்ற வசைக்கு விடையாக, நூல் அச்சிட்டு முடிந்தபிறகு, உள்அட்டையில் நான்கு வெண்பாக்களை வ.உ.சி. எழுதியிருக்கிறார். மேலும், இவ்வளவில் அமைந்த உரையும்கூட சிவஞான போதம் பற்றிய கடுஞ்சைவரின் புரிதலுடன் ஒப்பிட எத்துணை முற்போக்குடைய தாக இருந்தது என்பதை வ.உ.சி.யின் சொற்களாலேயே அறிவோம்.

சிவஞான போதத்திற்கு ஓர் உரை எழுதித் 'தினமணி' வருஷ அனுபந்தத்திற்கு அனுப்பியுள்ளேன். ஸ்ரீ சிவஞான சுவாமிகள் உரையைக் கண்டித்தால், சைவர் பலர் மனம் நோகுமென்று கருதி அது செய்யாது விடுத்துள்ளேன். என் உரை சுவாமிகள் உரைக்குப் பல இடங்களில் வேறுபட்டும் மாறுபட்டுமுள்ளது. இதற்கும் போலிச் சைவர் குழாம் என்னை நிந்தித்தல் கூடும். அந்நிந்தனையை வந்தனையாகவே கொள்ளும் மனநிலையுடையேன் தற்காலம்.[21]

சான்றுக் குறிப்புகள்

1. இதேபோல் பெரிதும் புறக்கணிக்கப்பட்ட அடிமட்டச் சாதிகளின் அறிவாளர்களாக அயோத்திதாசப் பண்டிதர், அத்திப்பாக்கம் வெங்கடாசல நாயகர் முதலானோரைக் கருதலாம். இவர்களுடைய பங்களிப்புகளையும், இவர்கள் முன்வைத்த மாற்று களையும் அங்கீகரிக்கப்பட்ட அறிவு மரபு இப்பொழுது தான் அறிந்துகொள்ளத் தலைப்பட்டுள்ளது. இதன் தொடர்பில், அயோத்திதாசரைப் பற்றி அறிய: G. Aloysius, Religion as Emancipatory Identity : A Buddhist

Movement among the Tamils under Colonialism, New Delhi, 1998.

2. *புதுவை முரசு*, 5 சனவரி 1931, தலையங்கம்.

3. கா. சிவத்தம்பி, *தமிழ்ச் சமூகமும் பண்பாட்டின் மீள்கண்டுபிடிப்பும்*, நியு செஞ்சுரி புக் ஹவுஸ், சென்னை, 1994, ப. 73–4.

4. *சுதேசமித்திரன்*, 15 ஆகஸ்டு 1898 (குமரிமலர், மே 1981இல் மறு பதிப்பு).

5. இந்தப் படத்தை வ.உ.சி. கல்லூரி 1972இல் அவரது நூற்றாண்டு விழாவின்போது வெளியிட்ட மலரில் காணலாம்.

6. வ.உ.சி. *சுயசரிதை*, பாரி நிலையம், சென்னை, 1976 (6ஆம் பதிப்பு), ப. 41.

7. 'தூத்துக்குடி சைவ சித்தாந்த சபையின் 22ஆம் வருட அறிக்கைப் பத்திரமும் நிபந்தனைகளும், 1905'இன் அடிப்படையில் மா.ரா. அரசுவின் குறிப்பு : 'வ.உ.சி. யின் இலக்கியப் பணிகள்', *தமிழ்ப்பொழில்*, சூலை–ஆகஸ்டு 1982.

8. 22ஆம் ஆண்டு நிறைவில், விழாத் தலைவர் பாண்டித்துரைத் தேவர்க்கு வாழ்த்துப்பா (வ.உ.சி., *பாடற்றிரட்டு*, சென்னை, 1914, ப. 21–24); 29ஆம் ஆண்டு நிறைவுவிழாவில் தலைவருக்கு வாழ்த்துப்பா (வ.உ.சி., *பாடற்றிரட்டு*, ப. 88–92); 49ஆம் ஆண்டு நிறைவுவிழாவின் தலைவர் டி.கே. சிதம்பரநாத முதலியாருக்கு வாழ்த்துப்பா (வ.உ.சி. கையெழுத்துப் படிகள் – மறைந்த வ.உ.சி. சுப்பிரமணியம் அவர்கள் பார்வையிடக் கொடுத்தவை).

9. மறைமலையடிகள் ஆங்கிலத்தில் எழுதிய நாட்குறிப்பு களின் தேர்ந்தெடுத்த சில பகுதிகள் தமிழாக்கப் பெற்று நூலுருப்பெற்றுள்ளன. ஆ.இரா. வேங்கடாசலபதி (ப – ர்), *மறைமலையடிகளார் நாட்குறிப்புகள்*, சென்னை, 1988.

10. மறைமலையடிகள் நாட்குறிப்பு, 4–7–1903; 14–7–1903.

11. மறைமலையடிகள் நாட்குறிப்பு, 25–10–1903.

12. மறைமலையடிகள் நாட்குறிப்பு, 29–5–1905; 30–5 – 1905.

13. *ஞானசாகரம்,* இரண்டாம் தொகுதியின் (1904) ஒவ்வொரு இதழிலும் 'கௌரவாபிமான சீலர்' பட்டியலில் வ.உ.சி.யின் பெயர் இடம் பெற்றுள்ளது.

14. *ஞானசாகரம்,* 3(2), மாசி, விசுவாச; 3(7), ஆடி, பராபவ.

15. பத்தாம் ஆண்டு நிறைவில் 'திருவள்ளுவர் பெருமை' என்பது பற்றி உரை (*சுதேசமித்திரன்,* 28 டிசம்பர் 1922); பதினொன்றாம் ஆண்டு நிறைவில் 'திருவள்ளுவர் திறம்' பற்றி உரை (*சுதேசமித்திரன்,* 15 சூன் 1923).

16. திராவிட இயக்கத்திற்கும் சைவருக்குமான உறவைப் பற்றிப் பிறிதோரிடத்தில் நான் விரிவாக எழுதியுள் ளேன்: *திராவிட இயக்கமும் வேளாளரும்,* சவுத் ஏசியன் புக்ஸ், சென்னை, 1994; *'Dravidian Movement and Saivites', Economic and Political Weekly, 8 April 1995; 'At the Margins: Saivite Intellectuals in the Dravidian Movement', in K.A. Manikumar (ed.), History & Society: Essays in Honour of Professor S.Kadhirvel, Madras, 1996.*

17. *குமரன்,* 26 சனவரி 1928; 8 மார்ச் 1928; 15 மார்ச் 1928. (ஆ.இரா. வேங்கடாசலபதி, *திராவிட இயக்கமும் வேளாளரும்,* பிற்சேர்க்கை 3.)

18. *குமரன்,* 26 சனவரி 1928.

19. 'இதுவோ சுயமரியாதை', *சித்தாந்தம்,* மே 1929.

20. ஆ.இரா. வேங்கடாசலபதி (ப–ர்), *வ.உ.சி. கடிதங்கள்,* சேகர் பதிப்பகம், சென்னை, 1984, ப. 129.

21. ச. சோமசுந்தர பாரதிக்கு வ.உ.சி.யின் கடிதம் (12–9–1935), மேலது, ப. 130.

1999இல் பல பிற்சேர்க்கைகளோடும் சி.சு. மணியின் ஆய்வு முன்னுரையோடும் நான் பதிப்பித்த *வ.உ.சி. யின் சிவஞான போத உரை* (வ.உ.சி. சமூக அறிவியல் நிறுவனம், தூத்துக்குடி, 1999) நூலின் முன்னுரை. இது *நாவாவின் ஆராய்ச்சி* (இதழ் 47) இதழிலும், ஆர். பத்மநாப ஐயர் தொகுத்த *யுகம் மாறும்* (நியூஹாம் தமிழர் நலன்புரிச் சங்கம், இலண்டன், 1999) மலரிலும் வெளிவந்துள்ளது.

~~

‘பேனா துணையுண்டு’: புதுமைப்பித்தனின் வசைப்பாடல்

வே.மு. பொதியவெற்பன் 1990இல் தொகுத்து வெளியிட்ட ‘பறை’யில்தான் ‘மூனாவருணாசலமே ...’ என்ற, பேர்பெற்ற வசைப்பாடல் முதன்முதலில் வெளிவந்தது. ‘தமிழ் கூறு நல்லுலகின்கண் கர்ணபரம்பரையாய்’ அப்பாடல் அச்சு வடிவம் பெறாமலேயே உலவிவந்தது என்பது மட்டுமல்லாமல், அச்சாகாமல் தடுக்கப்பட்டது என்றே சொல்ல வேண்டும். புதுமைப்பித்தன் உயிரோடிருந்த பொழுது ஒருமுறை மீ.ப. சோமு இதன் வெளியீட்டைத் தடுத்திருக்கிறார்.[1] ஆனால் அவரே சொல்லியிருப்பது போல், ‘அதிகாரப் பூர்வமாக முழுப்பாட்டும் வெளியாகாவிட்டாலும் பலருக்கு முக்கிய பகுதிகள் மனப்பாடமே’ ஆகிவிட்டிருக்கின்றன. 1947இல், அதாவது புதுமைப்பித்தன் உயிரோடிக்கும்போதே எழுதிய ஒரு விவாதக் கட்டுரையில், “கத்தரிச்சு ஒட்ட வைச்ச காகிதப் பூஞ்சோலையிலே, சித்தரிச்ச காதல் சிறுகதையாய் சிறுக்கிகள்” என்ற வரியை எழுதியவர் பெயர் சுட்டாமல் தி.க. சிவசங்கரன் மேற்கோள் காட்டும் அளவுக்கு இந்தப் பாடல் அன்றைய இலக்கிய உள்வட்டத்தினர் பலரும் அறிந்த ஒன்றாக இருந்திருக்கிறது.[2]

புதுமைப்பித்தனும் தொ.மு.சி. ரகுநாதனும் இணைந்து எழுதிய இப்பாடல் பல காலமாகச் செவிவழியாவே பரவி வந்திருக்கிறது. புதுமைப்பித்தனின் தொகுக்கப்படாத படைப்பு களை வெளியிடுவதற்கான முயற்சியில், அவருடைய நண்பர் கி. பக்ஷிராஜனைத் தொடர்பு கொண்டது எனக்கு இங்கு நினைவுக்கு வருகிறது. ஆவணங்கள் எவையும் இல்லை எனக் கைவிரித்துவிட்டபோதும், 'மூனாவருணாசலமே...' பாடலின் பெரும்பகுதியை 92 வயதிலும் அவரால் நினைவி லிருந்து எழுதியனுப்ப முடிந்திருந்தது. (இந்தப் பாடல் 'பறை'யில் வெளிவந்துவிட்டதை அறியாத நிலையில், "நினைவில் நிற்கும் கண்டனப் பகுதிகளைத் தங்கள் பார்வைக்கு மட்டும்" அனுப்புவ தாக ஒரு குறிப்பும் இணைத்திருந்தார். இத்தகைய பாடல்களைச் சுவைத்த அதேவேளையில், அவை அச்சேறி வெளி உலகத்திற்குள் வந்துவிடக் கூடாது என்ற முந்தைய தலைமுறையினரின் மனப்பான்மையும் இதிலிருந்து புலப்படுகின்றது.) இவ்வாறு அச்சு வாகனம் ஏறாமல் காற்றில் மிதந்துவந்த கவிதையைக் கரிச்சான் குஞ்சு, சாலிவாஹனன், தி. நா. இராமச்சந்திரன் ஆகியோர் மூலமாகக் கேட்டறிந்து பொதியவெற்பன் பதிப்பித்தது, புதுமைப்பித்தன் படைப்புகளின் பதிப்பு வரலாற்றில் ஒரு முக்கிய நிகழ்ச்சி. 'கல்கி' இதழில் எழுதிய ஒரு தொடரில், மீ.ப. சோமு இப்பாடல் பிறந்த சூழலை (ஏன் அதனை வெளியிட இயலாது என்பதையும்தான்!) விளக்கி எழுதிய கட்டுரையினை யும் பொதியவெற்பன் 'பறை'யில் மறுஅச்சீடு செய்திருந்தார்.

இன்று புதுமைப்பித்தனின் தொகுக்கப்படாத / அச்சிடப் படாத படைப்புகளைக் கொண்ட 'அன்னை இட்ட தீ' வெளிவந்துவிட்டது. அதில் 'மூனாவருணாசலமே' பாடலின் இரண்டு வடிவங்களை நான் பதிப்பித்துள்ளேன். ஒன்று புதுமைப்பித்தன் கைப்பட எழுதிய பிரதி – மீ.ப. சோமு கொடுத்துதவியது; மற்றொன்று ரகுநாதனின் கையெழுத்துப் படிகளிலிருந்து எடுத்தது. இப்பாடல் பிறந்த கதையை விளக்கி மீ.ப. சோமுவுக்குப் புதுமைப்பித்தன் எழுதிய கடிதத்தையும் நூலில் தொகுத்திருக்கிறேன்.

மேலும், ரகுநாதன் 1947இல் எழுதிய 'ஞானமணிப் பதிப்பகம்' என்ற சிறுகதை,³ 'மூனாவருணாசலமே...' பாடலுக்குத் தூண்டுகோலாக இருந்த மு. அருணாசலம் எழுதிய 'இன்றைய தமிழ் வசன நடை' நூலின் வெளியீட்டைப் பற்றிய உருவகக் கதை என்பதும் மிகத் தெளிவாகத் தெரிகிறது.

அண்மையில் ஒரு சேரப் பார்க்கக் கிடைக்கும் இந்தத் தரவுகளின் அடிப்படையில், 'மூனாவருணாசலமே...' பாடல் தோன்றிய பின்னணியை விளக்குவது இக்கட்டுரையின் நோக்கம்.

2

1940களின் தொடக்கத்தில் 'தினமணி' நிர்வாகம் பல நூல்களை வரிசையாக வெளியிடத் தொடங்கியது. இதற்கான காரணத்தை ரகுநாதனின் 'ஞானமணிப் பதிப்பகம்' பின்வருமாறு கிண்டலாக விளக்குகிறது:

> மெசர்ஸ் ஞானமணி லிமிடெட் கம்பெனியார் ஞானமணிப் பதிப்பகத்தைத் தொடங்கி வைத்தது, தமிழ் இலக்கிய உலகில் தாங்கள் ஒரு 'பாட்லி ஹெட்'டாகவோ, 'ஹாடர் அண் ஸ்டாட்ட'னாகவோ விளங்கி, தமிழ் இலக்கியத்தை உத்தாரணம் செய்ய வேண்டும் என்ற எண்ணத்தோடோ, அல்லது தமிழ் நாட்டில் பட்டினியும் பசியுமாய்க் கிடந்து 'இலக்கிய சேவை' செய்துவரும் சிருஷ்டிகர்த்தாக்களுக்குத் தாங்கள் ஒரு வெண்ணெய்நல்லூர் வள்ளலாக விளங்க வேண்டும் என்ற காரணத்தோடோ அல்ல; தங்கள் அச்சகத்து மூலையில் வேலையற்றுக் கிடக்கும் மெஷினுக்கு ஒரு வேலை கொடுக்கவும், பெருவாரியான உற்பத்திப் பெருக்கத்தில் கழிவு விழும் பொருள்களிலிருந்து உபரிச் சரக்கு உண்டாக்குவது போல், தங்கள் பத்திரிகாலயத்துக்குச் செலவழிந்தது போக, மீதமுள்ள துண்டுப் பத்திரிகைக் காகிதங்களை மூலையிலே வெறுங்குப்பையாகக் கிடக்க விடாமல் தமிழரின் தலையில் அச்சடித்த 'குப்பை'யாக்கிக் கொட்டவும், அப்படிக் கொட்டுவதன் மூலம் தமது பாங்குக் கணக்கில் ஒன்றிரண்டு சைபர்கள் கூடுதலாகச் சேர்க்கவும் செய்த வியாபாரத் தந்திரமே தவிர வேறல்ல . . .

ஞானமணிக் கம்பெனி டைரக்டர்களுக்குத் தமிழில் எந்தவிதப் பரிச்சயமோ அபிமானமோ இல்லாவிட்டாலும், பொருள் வருவாயையும் புகழையும் முன்னிட்டு, 'தேசபக்தி', 'காந்தீயம்' போன்ற சர்வஜனரஞ்சக லேபிள்களோடு பத்திரிகைத் தொழிலில் இறங்கினர்.

இந்த வருணனைக்கு ஏற்பவே, 'தினமணி' வெளியீடுகள் 'நியூஸ் பிரிண்ட்' தாளில் அச்சிடப்பட்டு, இன்று மிகப் பழுப்பேறிக் காணப்படுகின்றன. 'கைக்குப் பூஷணம், வீட்டுக்குப் பொக்கிஷம்' என்ற விளம்பர வாசகத்தோடு வெளியான இந்நூல் வரிசைக்குப் பி.ஸ்ரீ. பதிப்பாசிரியராக விளங்கினார். 'மகாத்மா காந்தி – நினைவு மாலை', அ. மாதவையா ஆங்கிலத்தில் எழுதிய 'தில்லை கோவிந்தன்' நாவலின் தமிழாக்கம், வி.ஸி. கோபால்ரத்னத்தின் 'ஹாஸ்ய நாடகங்கள், கட்டுரைகள்', எம்.எஸ். சுப்பிரமணிய அய்யரின் 'தளவாய்த் தாத்தா', 'தஞ்சை நாயக்கர்', வையாபுரிப்

பிள்ளையின் 'சிறுகதை மஞ்சரி' முதலான நூல்களின் வரிசையில் 29ஆவதாக மு. அருணாசலம் எழுதிய 'இன்றைய தமிழ் வசன நடை' 1945இல் வெளிவந்தது.[4]

"இன்றைய தமிழ் வசனத்தைக் குறித்து எழுதியுள்ள இந்தப் புத்தகம், பொதுவாய்த் தமிழ் வசனநடையைப் பற்றியதாகும். ஆனால் இது வசனநடையைப் பற்றிய ஆராய்ச்சியுமல்ல, வசனநடையின் சரித்திரமுமல்ல" என்ற முகவுரைக் குறிப்புடன் (ப. 6) தொடங்கிய இந்நூல் பெரும் விவாதத்திற்குள்ளாகியது.

நவீன கால மாற்றங்களால் நூல் வெளியீடு பெருகுவதையும், எளிய உரைநடை உருப்பெறுவதையும், வாசகர் எண்ணிக்கை கூடி வருவதையும் சமூகச் சீரழிவின் விளைவுகளாகக் காணும் போக்கு மு. அருணாசலத்தின் நூல் நெடுகவும் இழையோடுகிறது. "சிறுகதைகள், நீண்ட கதைகள், நாவல்கள், கதையமைந்த நாடகங்கள், பிரயாண நூல்கள், அதிக விஷயமில்லாத கட்டுரைகள் போன்றவைகளே இக்காலத்து மக்கள் பெரிதும் விரும்புகிறார்கள்'' (ப. 10). அதிலும் நகரம் சார்ந்த நவீன மாற்றங்கள் நூலாசிரியரின் வெறுப்புக்குரியனவாக இருக்கின்றன. (நாகரிகச் சீரழிவுமிக்க) நகரம் (தூய பண்பாட்டின் உறைவிடமான) நாட்டுப்புறம் என்ற எதிர்வை அவர் முன்வைக்கிறார். நகரின் சீரழிவுக்கு ரிக்ஷா தொழிலாளி என்ற படிமம் குறியீடாகிறது.

> புதுத் தமிழ் என்னும் மறுமலர்ச்சி எழுத்தின் பக்தகோடிகளும் அதன் குருமாரும் இன்று பிரசாரம் செய்துவரும் பலவகையான விபரீதக் கருத்துக்களுள் ஒன்று . . . 'இன்னவிதமாகத்தான் எழுதவேண்டும் என்பது பற்றி நீங்கள் கூறுவதெவையும் எங்களுக்குப் பொருந்தமாட்டா . . . எதுவும் அறியாத, எதைப் பற்றியும் கவலைப்படாத, ரிஷாக்காரனுக்குத்தான் நாங்கள் எழுதுவோம் . . . எங்கள் எழுத்து அவனுக்கு விளங்கினால் போதும்' என்று இவர்கள் சொல்கிறார்கள் . . .
>
> ரிஷாக்காரனுக்கு பட்டண வாழ்க்கை காரணமாக, பட்டண நாகரிகம் தெரியும். அவன் கையில் தாராளமாய்க் காசு புழங்குகிறது. அவன் கஞ்சி குடியாமல் இருக்கலாம், ஆனால் கள்ளுக்கடைக்குக் காசு கொண்டு போகாமலிருக்க மாட்டான். சினிமாக் கொட்டகை அவனுக்குத் தண்ணீர் பட்டபாடு. காப்பிக்கடை அப்படியே. வேளைக்கு இரண்டு தடவை தெருவோரம் தேயிலை விற்பவனிடம் தேநீர் குடியாமலிருக்க மாட்டான். சட்டை அவன் சரீரத்தோடு பிறந்தது. பீடி பற்ற வைப்பது, மூச்சு விடுவதைப் போல. (ப. 89 -- 90)

ஆனால், அதே வேளையில், ஜனரஞ்சகத் தன்மையின் ஒரு முக்கியப் போக்கின் பிரதிநிதியாகிய 'கல்கி' நூல் நெடுகவும் பாராட்டப்படுகிறார்.

தமிழ்ப் புலவர்களைக் கண்டிப்பதோடுதான் நூல் தொடங்குகிறது. அரசியல் இயக்கங்களினால் தோன்றிய இதழ்களின்வழி உருவான புதிய உரைநடைக்கு எதிரிகளாக இவர்கள் இனங்காணப்படுகின்றனர்.

இதற்கு எதிர்வினையாகத் தோன்றிய குழுவினை 'மறுமலர்ச்சிக் குழாம்' என்று அடையாளப்படுத்துகிறார் மு. அருணாசலம். "பொதுவாக இது, மறுமலர்ச்சியைப் பற்றி அவ்வளவாகச் சிந்தனை செய்யாவிட்டாலும், பழைமையை அழித்துவிடவேண்டும் என்ற நோக்கத்தை அடிப்படையாகக் கொண்டிருக்கிறது" (ப. 25). எனவே, "இவ்வெழுத்தில் தமிழ், அதாவது தமிழ்ப் பண்பு இல்லாது போயிற்று. தமிழ் தெரியாமலும் தெரிய விரும்பாமலுமுள்ளோர் தமிழ் எழுதுகிறோம் என்று வந்தால், தமிழுக்கு எவ்வளவு கேடு" என்று நூல் முழுவதும் அடிச்சரடாகச் செல்லும் வாதமே விவாதத்திற்குக் காரணமாக அமைந்தது.

'கடுந்தமிழ்', 'பண்டிதத் தமிழ்', 'தேர்வடத் தமிழ்', 'நிகண்டுத் தமிழ்', 'எதுகை மோனைத் தமிழ்', 'பாட்டுத் தமிழ்', 'வடமொழித் தமிழ்', 'மணிப்பிரவாளம்', 'தனித்தமிழ்', 'சர்க்கார் தமிழ்', 'பாதிரித் தமிழ்' என்று வகைப்படுத்தி, எடுத்துக்காட்டுப் பத்திகளோடு அமைந்த மூன்றாம் இயல், நூலின் பிற்பகுதியில் விரிவாக எடுத்துரைக்கப்பட்ட 'மறுமலர்ச்சித் தமிழ்' பற்றிய விமரிசனத்திற்குப் பின்புலமாக அமைக்கப்பட்டதாகவே தெரிகிறது.

"அன்று மறுமலர்ச்சி என்ற ஒரு வார்த்தை புதிய வேகமும் பொருளும் கொண்டது. அதைச் சிலர் வரவேற்றார்கள். பலர் கேலி செய்தார்கள். பெரும்பான்மையோர் அதைப் பற்றி அறியாதிருந்தார்கள்" என்று புதுமைப்பித்தன் 'ஆண்மை' (1947) நூலின் முன்னுரையில் குறிப்பிட்டவற்றுள் மறுமலர்ச்சியைக் கேலி செய்யும் இரண்டாம் வகைக்குள்ளேயே மு. அருணாசலத்தின் நூல் அமைந்திருந்தது.

மறுமலர்ச்சி இலக்கியம் எனப்பட்டது முழுவதும் சிறுகதையாகவும் நாவலாகவும் மட்டுமே இருந்ததைப் பெருங்குறையாக மு. அருணாசலம் முன்வைத்தார். மேலும் "இதற்கு உயிர்நாடியாயுள்ளது ஒரே தத்துவம்: காதல் தத்துவம். இக்காதல் தத்துவம் இல்லையானால், கதைகளுமில்லை.

மேற்சொன்ன மறுமலர்ச்சியுமில்லை" (ப. 65). எனவே "இம் மறுமலர்ச்சி என்ற கட்டிடமானது, அட்டைத் துண்டுகளாலான ஒரு கட்டிடம்" (ப. 65). இதுமட்டுமல்லாமல் மறுமலர்ச்சித் தமிழில் "கருத்துகள் யாவும் உவமையும் உருவகமுமாகவே வெளிப்படுகின்றன" (ப. 67). அவ்வகையில் சாரமற்று, வெம்பிப் போன நடையாகவே மு. அருணாசலம் மறுமலர்ச்சித் தமிழைக் கண்டார்.

தமிழ் மறுமலர்ச்சி எழுத்தாளர்கள் தம் கருத்துகளையும் கற்பனைகளையும் ஆங்கிலத்திலிருந்தே பெற்றார்கள் என்பதோடு ஆங்கில மொழி மரபுகளை அறிந்து கொள்வதிலுள்ள நாட்டம் அவர்களுக்குத் தமிழ் மரபில் இல்லை என்ற விமரிசனத்தையும் மு. அருணாசலம் முன்வைத்தார். இந்த வாதங்களுக்கு அரணாக, வாய்ப்பான பல பத்திகளைத் தேர்ந்தெடுத்து, அவற்றை அக்குவேறு ஆணிவேராக அலசி, மறுமலர்ச்சித் தமிழ் பொருளற்ற, வெற்றுரையான, வெறும் 'மின்னல் சிலம்பத் தமிழ்' என நிறுவிக்காட்ட முயன்றார்.

மேலும், மறுமலர்ச்சியாளர்களைக் குறுங்குழுத்தன்மை வாய்ந்தவர்களாக, ஒருவர் எழுத்தை மற்றவர் புகழ்ந்து பாராட்டிக்கொள்பவர்களாக மு. அருணாசலம் சித்தரித்துக் காட்டுகிறார் (ப. 26). 'மணிக்கொடி' எழுத்தாளர்கள் பற்றிய மிகக் கடுமையான விமரிசனம் இது.

மறுமலர்ச்சித் தமிழுக்கு மாற்றாக, நல்ல நடை என ஆறுமுக நாவலர், தி. செல்வகேசவராய முதலியார், உ.வே. சாமிநாதையர், பாரதியார், திரு.வி.க., வெ. சாமிநாத சர்மா ஆகியோரை முன்வைக்கிறார். மறுமலர்ச்சியாளரிலிருந்து விதிவிலக்காக ஒருவர் மட்டும் இவ்வணியில் இடம் பெறுகிறார்: டி.கே.சி.யின் மகன் தீத்தாரப்பன் என்ற தீபன். இவர்களைத் தவிர 'மணிக்கொடி' தலைமையிலான மறுமலர்ச்சிக் குழுவுக்கு நேரெதிரான ராஜாஜி குழுவினரை வகைதொகை இல்லாமல் பாராட்டியிருக்கிறார் மு. அருணாசலம். ராஜாஜி புராணம் தொடர்பில்லாத இடங்களிலும் பாடப் பட்டிருக்கிறது. 'பேசுந்தமிழ்', 'வசனநடை' பற்றிய ராஜாஜியின் கட்டுரைகளை மு. அருணாசலம் வழிமொழிகிறார் (ப. 151).

முகவுரையிலேயே, "தமிழ்ப் பைத்தியம் டி.கே.சி. அவர்களிடமிருந்து எனக்குத் தொத்திக்கொண்டது. பொதுவாக, நடை சம்பந்தமான என் கருத்துக்கள் தெளிவடையவும் திட்டமான உருவம் பெறவும் அவர்களுடைய தொடர்பே காரணமாயிருந்தது" (ப. 8) என்ற ஒப்புதல் வாக்குமூலத்தையும் அவர் வழங்கியிருக்கிறார். டி.கே.சி.யை "படிக்கத் தொடங்கியவுடனே,

நாம் படிக்கிறோம் என்ற நினைவும் இழந்துவிடுகிறோம். ஆசிரியர் கூறிவருகிற விஷயத்தை அனுபவித்துக்கொண்டே நம் மனம் மேலும் மேலும் செல்கிறது" *(ப. 140).* டி.கே.சி. நடையின் பெருமை இவ்வாறிருக்க, கல்கியின் நடையோ "உயிர்த்தத்துவம் நிறைந்த துடிப்பு"மிக்கது; "முதல் வரியைப் படித்தவுடனேயே, படிப்பவரின் மனம் படித்த பொருளில் சென்றுவிடுகிறது. பிறகு மேலும் மேலும் படித்துக்கொண்டே போகிறோம். விஷயம் நம்முடைய மனத்தைக் கவர்ந்து விடுகிறது. கண்ணானது எழுத்தெழுத்தாய் அச்சிட்ட வரிகளின் மீது சஞ்சரிக்க, நம் மனம் விஷயத்தின் போக்கைத் தொடர்ந்து போய்க்கொண்டேயிருக்கிறது. கதை முடிந்தபிறகுதான் நாமும் படிப்பதை நிறுத்துகிறோம்." *(ப. 137–8).*

இவ்வாறு 'மணிக்கொடி' தலைமையிலான மறுமலர்ச்சிக் குழுவைத் தாக்கவும், ராஜாஜி – டி.கே.சி. அணியினரைத் தூக்கவும் மட்டுமே எழுதப்பட்டதாக நூல் அமைந்துவிட்டது.

நூலின் எள்ளலும் கிண்டலும் மிகுந்த நடையும், 'சொக்குந் தமிழ்', 'மின்னல் சிலம்பத் தமிழ்', 'துள்ளல் தமிழ்', 'சூறாவளித் தமிழ்' என்ற வகையான ஏளனமான பெயர் சூட்டல்களும் எதிர்ப்பைத் தூண்டுவதாக இருந்தன. நூல் முழுதும் தமிழ்ப் புலவர்கள், மறுமலர்ச்சியாளர்கள் பற்றிய கண்டனமாக இருக்க, "சமர்ப்பணம் – தமிழ்ப் பண்டிதர்களுக்கும் மறுமலர்ச்சி எழுத்தாளர்களுக்கும்" என்ற காணிக்கையுரை எதிராளிகளைச் சீண்டுவதாக இருந்தது.

"ஏதோ கோபத்திலும், விரோதத்திலும், அறியாமையிலும் எழுதிய குப்பைகூளங்களை எல்லாம் திரட்டி புஸ்தக உருவில் வெளியிட்டிருக்கிறார்கள்" என்பது மட்டுமல்லாமல், "ஏதோ நல்லெண்ணத்துடனாவது எழுதியிருந்தாரேயானால் ஏதோ இந்த முயற்சியை முயற்சி என்கிற அளவுக்குப் பாராட்ட முடியும். நல்லெண்ணம்கூட இல்லாத ஓரிடத்தில் எதைப் பாராட்டுவது என்றுதான் தெரியவில்லை"[5] என்ற க.நா. சுப்ரமணியத்தின் முடிவே இந்த நூல் பற்றிய அன்றைய தமிழ் இலக்கிய உலகின் பொதுக் கருத்தாக அமைந்தது.

3

நவீனத் தமிழ் இலக்கிய உலகில் குழுக்கள் கருத்தியல்ரீதியாக வும் நடைமுறை சார்ந்தும் தெளிவுறப் பிரிந்துவிட்ட 1940களில் மு. அருணாசலத்தின் நூல் பெரும் விவாதத்தைக் கிளப்பியது வியப்பில்லை.

நூல் அச்சாக்கமும் வெளியீடுமே கூடச் சர்ச்சைக்குரியதாகி விட்டன. தினமணி வெளியீடுகளின் பதிப்பாசிரியரான பி.ஸ்ரீ. நூலுக்குள்ளேயே கடும் விமரிசனத்திற்கு உள்ளாகி யிருந்தார். காரைக்காலம்மையார் பாடல்கள் சிலவற்றைத் தெளிவுறுத்துவதற்காக ஆனந்த குமாரசாமி போன்ற அறிஞர் களின் கருத்துகளைத் தழுவிப் பி.ஸ்ரீ. எழுதிய ஒரு கட்டுரையி லிருந்து மேற்கோள் காட்டி, "நடை என்பதற்கு உயிர் நாடியா யுள்ள ஓட்டம் மருந்துக்கும் காணப்படவில்லை" என்றும், "சொல்லடுக்கு என்பது பொல்லாத குதிரை. கடிவாளத்தை இழுத்துப் பிடித்திருக்கிறவரையில்தான் அது நம் வசப்பட் டிருக்கும்; போனால் போகிறது என்று கொஞ்சம் இடம் கொடுத்துவிட்டால், பிறகு நம் கைக்கு அடங்காது; எவ்வளவோ இடக்குப் பண்ணும். இப்படிப்பட்ட இடக்கையெல்லாம் இந்தச் சூறாவளித் தமிழில் காண்கிறோம்" (ப. 84) எனப் பி.ஸ்ரீ.யின் தலையிலேயே கைவைத்துவிட்டார் மு. அருணாசலம்.

இதற்கு எதிர்வினையாகப் பதிப்பாசிரியர் என்ற முறையில் பி.ஸ்ரீ. எட்டுப் பக்கம் கொண்ட முன்னுரை ஒன்றை எழுதினார். அதில் மு. அருணாசலத்தின் தமிழ்ப் புலமையில் குற்றம் கண்டார். 'சுள்ளியில் உறையும் குரங்கு' என்ற தொடர் கம்பனில் பயில்கின்றது என்பதுகூடத் தெரியாமல் அவர் ஒரு கட்டுரை யாசிரியரைக் கேலி செய்திருந்ததை விமர்சித்தார். டி.கே.சி.யும் கல்கியும் மிகைபடப் புகழப்பட்டிருந்ததைச் சுட்டினார். மேலும், மறுமலர்ச்சிக் குழாம் என்ற பெயரில் தம்மையும் விமர்சித்த தற்கு விளக்கம் தந்தார். மறுமலர்ச்சி இயக்கம் மூலமாகத் தமிழ்ச் சிறுகதை இந்தியாவே பெருமைப்படும் அளவுக்கு உயர்ந்துவிட்டதாகக் கூறினார். மேலும், மு. அருணாசலம் சுட்டும் குற்றங்கள் பல அவருடைய மொழிநடையிலும் உண்டென்பதை எடுத்துக்காட்டினார். மொத்தத்தில், மறுமலர்ச்சிக் குழுவிற்கு அரணாக, "இப்படியெல்லாம் பரிகாசப் பரமாணுக் குண்டுகளை வீசியபோதிலும், மறுமலர்ச்சி என்ற கட்டடம் தகர்ந்து போகாது என்பது உறுதி" என்று தம் வாதத்தை முடித்தார்.

அப்படியெனில், தாம் பதிப்பாசிரியராக இருந்த ஒரு வெளியீட்டகத்தில் பி.ஸ்ரீ. ஏன் இந்த நூலை வெளியிட்டார் என்ற கேள்வி எழுகிறது. இதற்கு "இத்தகைய நூலை நான் பதிப்பாசிரியராக வெளியிட முன்வந்ததற்குக் காரணம், தமிழரின் சிந்தனையைத் தூண்டிவிடப் பல்வேறு அபிப்பிராயங் களும் வெளிவர வேண்டும் என்ற தினமணி வெளியீடுகளின் தாராள நோக்கத்தை அனுசரித்ததுதான். மறுமலர்ச்சி எழுத்தாளர்களின் பலவித நடைகளையும் 'காய்தல் உவத்தல்

அகற்றி'ச் சீர்தூக்கிப் பார்க்கும் ஒரு நல்ல விமர்சன நூல் வெளிவர இந்நூல் ஒரு தூண்டுகோலாயிருக்கும் என்பது என் நம்பிக்கை" என்று விடையிறுத்திருந்தார்.

ஆனால் இது உண்மைக் காரணம் அன்று; நொண்டிச் சாக்குதான். நூல் அச்சான பிறகே பி.ஸ்ரீ. அதனைப் படித்தார் என்பதற்கு அகச் சான்றும் உள்ளது. 'இன்றைய தமிழ் வசனநடை' நூல், தலைப்புப் பக்கங்கள் நான்கினை அடுத்து, மு. அருணாசலத்தின் முகவுரையுடன் ஐந்தாம் பக்கத்தில் தொடங்குகிறது. இவ்விரண்டுக்கும் இடையில் பி.ஸ்ரீ.யின் எட்டுப் பக்கப் பதிப்புரை *I- VIII* என ஒரு தனிப் படிவமாக *(forme)*, ரோமன் இலக்கத்தைப் பக்க எண்ணாகக் கொண்டு சேர்க்கப்பட்டிருப்பது வெள்ளிடைமலையாகத் தெரிகிறது.

4

அவ்வாறெனில் நூல் எப்படி பதிப்பாசிரியரின் பார்வைக்குத் தப்பி வெளிவந்தது? இதைத் தெரிந்துகொள்ள ரகுநாதனின் 'ஞானமணிப் பதிப்பகம்' உருவகக் கதைக்குத் திரும்ப வேண்டும்.

ஞானமணி லிமிடெட் கம்பெனி, பத்திரிகை வெளியிட்டது போகக் கழிவாக விழும் தாளை அச்சிட்ட குப்பையாகத் தமிழர் தலையில் கொட்டுவதற்கென 'ஞானமணிப் பதிப்பகத்' தைத் தொடங்குகிறது. பத்திரிகை நிர்வாகத்தின் உட்பூசலில், ஞானமணிப் பதிப்பகத்தின் பதிப்பாசிரியர் தாத்தாச்சாரியார் (பி. ஸ்ரீ.)[6] நிர்வாக இயக்குநரின் நேரடி மேற்பார்வையில், அலுவலக மேலாளரின் அதிகாரக் கட்டுப்பாட்டுக்கு அப்பால் தனியாகச் செயல்பட்டுவருகிறார். அவருக்குக் கீழே "மறுமலர்ச்சிப் பரம்பரையில் வந்த கடைக்குட்டி வாரி"சான குருசாமி (ரகுநாதன்) உதவியாசிரியராகப் பணியாற்றுகிறார். அவருடைய நண்பர் சொக்கலிங்கம் (புதுமைப்பித்தன்), "தமிழ்நாட்டில் தமக்கென்று ஒரு இலக்கிய ஸ்தானத்தைச் சம்பாதித்துக்கொண்டு, அதையே மூலதனமாகக் கொண்டு பிழைப்பு நடத்திவருபவர்"; "கூடுவிட்டுப்போன உடம்பும், குழிவிழுந்த கண்களும், நரையோடிய தலைமயிருமா"கப் புதுமைப்பித்தனின் சாயலிலே இருக்கிறார். புதுமைப்பித்தனை அவருடைய நண்பர்கள் 'சோவி' என்று அழைத்தது போல் சொக்கலிங்கம் 'சோனா' என்று அழைக்கப்படுகிறார். போதாததற்குப் புதுமைப்பித்தன் ரகுநாதனை அழைத்தது போலவே, ஒரு நாள் 'ராசா' என்று அழைத்தவாறே சொக்கலிங்கம் குருசாமியைக் காண வருகிறார். அப்போது அண்ணாமலை (அருணாசலம்) எழுதிய புத்தகத்தின் மெய்ப்புகளைப் பார்த்துக் கொண்டிருக்கிறார் குருசாமி. "சரி, அண்ணாமலை பயல்

என்ன உளறி இருக்கான்" என்ற சோனாவின் கேள்விக்கு, "உளர்றது என்ன? மறுமலர்ச்சிக்காரங்களையெல்லாம் ஒரு மூச்சுக்குத் திட்டியிருக்கான்?" என்று குருசாமி பதில் சொல்கிறார்.

காலத்தின் செலவில் ஏற்படும் அணிவகுப்பு மாற்றங்களால், "செத்துவரும் பழம் பரம்பரையைத் தமது தலைமையில் புதுப்பிக்க எண்ணுவதைவிட, வளர்ந்து வரும் மறுமலர்ச்சிப் பரம்பரையில்" இடம் பிடிக்க முயன்றுவந்த தாத்தாச்சாரியாரையும் அண்ணாமலை விட்டுவைக்கவில்லை.

> மறுமலர்ச்சி என்றால் மறுமலர்ச்சியா! என்று இளப்பமாகக் கேலி செய்த காலம்போக, மு. அருணாசலம், பி.ஸ்ரீ. போன்ற 'பேரறிஞர்'கள் மறுமலர்ச்சி என்று ஆச்சரியக்குறி இல்லாமல் பேசுகிற காலம் வந்ததே ஆச்சரியம்தான்!
>
> இன்னமும் மு. அருணாசலம் போன்றவர்களுக்குப் புரியாத விஷயங்கள் ஏதாவது தமிழில் வெளிவந்தால் அதை 'மறுமலர்ச்சி' என்று சொல்லிக் கேலிசெய்கிற பழக்கம் போய்விட்டதாக எனக்குத் தெரியவில்லை.[7]

என்று க.நா.சு., 'இன்றைய தமிழ் வசன நடை' நூலுக்கு எழுதிய மதிப்புரைக்கேற்ப, சோனாவும் குருசாமியும் தாத்தாச்சாரியாரின் போலிமையை அம்பலப்படுத்தவும், அதே சமயத்தில் அண்ணாமலையைக் கவிழ்க்கவும் திட்டமிடுகிறார்கள்.

தாத்தாச்சாரியார் சபலநிலையில் இருக்கும்போது அவரைப் பற்றிய பாரத்துக்கு 'ஸ்ட்ரைக் ஆடர்' வாங்கி, அச்சிட்டும் விடுகிறார் குருசாமி. பிறகு செய்தியறிந்து பதறும் தாத்தாச்சாரியாருக்கு, அண்ணாமலையினை மறுத்து ஒரு காரசாரமான பதிப்புரை எழுதுமாறு யோசனையும் தருகிறார். அதனையும் விரைந்து அச்சிட்டு, நிர்வாக உட்பூசலைப் பயன்படுத்தி, முகவர்களுக்கும் நூற்படிகள் அனுப்பிவைக்கப் படுகின்றன. பதிப்புரையை நீக்குமாறு வற்புறுத்துகிறார் அண்ணாமலை. பத்திரிகைகளிலெல்லாம் எதிர்ப்புக் குரல்கள் எழுகின்றன. நூலில் விமர்சிக்கப்பட்டவர்கள் சிலர் வக்கீல் நோட்டீஸ் விடுகிறார்கள். (இவர்களுள் ஒருவர் மஞ்சேரி ஈஸ்வரன்.) மேலும் வேலூர் வெ. கந்தசாமி கவிராயர், திருச்சிற்றம்பலக் கவிராயர் ஆகியோர் பாணியில்,

> **அண்ணாமலை யுன்னை**
> **அடுப்பில் முறிச்சி வச்சிக்**
> **கொன்னாலும் எம்மனசின்**
> **கோபங்கள் தீராது**

என்று ஒருவர் கவிதைகூட எழுதிவிடுகிறார்!

இந்தச் சிக்கல்களின் விளைவாக, தாத்தாச்சாரியார் 'கம்ப ராமாயணமே துணையாக' ஞானமணிப் பதிப்பகத்தி லிருந்து வெளியேற வேண்டியவராகிறார். "விமர்சகப் புலிகள் ஓங்கியறைந்துவிட்டதா"ல் தற்கால இலக்கியத்திலிருந்து ஒதுங்கி, குருகுலவாசம் செய்யத் தொடங்கிவிடுகிறார் அண்ணாமலை. குருசாமியும் வேலையை இழக்கிறார். ஞானமணிப் பதிப்பகத்தில் "மீண்டும் கழிவுக் காகிதங்களும் குப்பைகூளங்களும் நூலாம்படையும் அடைய ஆரம்பித்தன."

6

மீ.ப. சோமுவின் "விருப்பப்படி மூனாவருணாசல விவகாரத்தை இயன்றவரை ஞாபகத்திலிருந்து எழுதி அனுப்பியிருக்"கிறார் புதுமைப்பித்தன். இதன் மூலமாகப் பாடல் பிறந்த கதையை அவர் வாயிலாகவே அறிய முடிகின்றது. "இது இரண்டு பேர் பெற்ற கதம்ப விவகாரம்" என்று தொடங்குகிறார் புதுமைப்பித்தன்.

> *தமிழ் வசன நடை* புத்தகம் வெளிவந்தவுடன் ரகுநாதன் ஒரு பிரதியை எடுத்துவந்து என்னிடம் கொடுத்து மதிப்புரை 'காரமாக' எழுத வேண்டும் என்றார். நான் புத்தகத்தை வாங்கியதும்
>
> **மூனா வருணா சலமே மூடா**
> **ஆனா முதல் அம் வரையும் முளறும்**
> **மூனா எனவே மொழிவேனுனையே**
> **பேநா யுளறல் பித்தா போடா**
>
> என்பதுதான் இதற்கு மதிப்புரை என்று சொன்னேன். மறுநாள் ரகுநாதன் என்னை சந்தித்தபொழுது, மூனா வருணாசலமே என்றெடுத்த பாட்டைக் கொண்டுவந்தார். அதை நான் திருத்தி அமைத்ததுதான் இப்பொழுது அது பெற்றுள்ள உருவம். உண்மையில் அது நாங்கள் இருவரும் 'பாடியது' (!). கேட்டவர்கள் அதை நான்தான் எழுதி இருக்க வேண்டும் என்று நம்புகிறார்கள். என்ன செய்வது. சுமைதாங்கிதான். டி.கே.ஸி., ராஜாஜி, கல்கி விளக்கங்கள்தான் என் கைச்சரக்கு.[8]

தம் கைவசமிருந்த பிரதியை மஞ்சேரி ஈஸ்வரன் எடுத்துச் சென்றுவிட்டதால், தம் நினைவிலிருந்து "ஒட்டுப்போட்டு நூலோட்டிய மேஜோடு மாதிரி" ஒரு பாடத்தை மீ.ப. சோமு வுக்கு அனுப்பியிருக்கிறார் புதுமைப்பித்தன். அப்பாடத்தை 'அன்னை இட்ட தீ'யில் பதிப்பித்திருக்கிறேன். ரகுநாதனின் கையெழுத்துப் படியில் உள்ள பாடல்களிலிருந்து இது சிறிது

வேறுபடுகிறது. வாய்மொழி மரபில் பாடல் இயற்றும் பாணர்கள் சூழ்நிலைக்கேற்ப ஒவ்வொரு முறையும் புதியதாக இட்டுக் கட்டிப் பாடுவது போல் சில வரிகளைப் புதுமைப்பித்தனும் சேர்த்திருப்பதாகத் தெரிகிறது. (இதனை ரகுநாதனும் என்னிடம் உறுதிப்படுத்துகிறார்.) ரகுநாதன் தரும் பாடத்தோடு ஒப்பிட, புதுமைப்பித்தன் பாடத்தில் சந்திப் பிழைகளும், கொச்சை வழக்குகளும் கூடுதலாக உள்ளன. மேலும், இதில் புதுமைப்பித்த னின் "கைச்சரக்கு" என ரகுநாதன் அடையாளங்காட்டிய பகுதிகள் 'அன்னை இட்ட தீ' நூலின் அச்சுவடிவத்தில் தடித்த எழுத்தில் தனியே காட்டப்பட்டுள்ளன.

"இப்போது படித்தாலும் சிற்சில இடங்களில் மூச்சுத் திணறுகிறது! அதே சமயம் அதன் கவிநயம் உள்ளத்தைக் கொள்ளை கொள்ளுகிறது" என்று மீ.ப. சோமு குறிப்பிடும் 'மூனாவருணாசலமே' பாடல் பிறந்த கதை இது. கருத்தியல், அரசியல் அணிசேர்க்கை, குழுவாதம், படைப்பாற்றல் முதலானவை இணைந்து ஒரு படைப்பு உருவாகி இலக்கிய உலகில் உலவுவதைச் சொல்லும் – 'திருக்குறள் செய்த திருக்கூத்து' போன்ற – ஒரு துப்பறியும் கதையாக இக்கட்டுரை அமைந்துவிட்டது!

சான்றுக் குறிப்புகள்

1. மீ.ப. சோமு, *நீங்காத நினைவுகள்,* வானதி பதிப்பகம், சென்னை, 1990; 24 ஆகஸ்டு 1997இல் எனக்கும் பழ. அதியமானுக்கும் வழங்கிய நேர்காணலிலும் இதை அவர் உறுதிப்படுத்தினார்.

2. *கிராம ஊழியன்,* 11 (9), 1 மார்ச் 1947.

3. இக்கதை *தேனீ* (முதல் தொகுதி, இரண்டாம் இதழ்) ஸர்வஜித் பங்குனி இதழில் (மார்ச் 1948) வெளிவந்தது. புதுமைப்பித்தன் உயிரோடிருக்கும்போது வெளிவந்த கதையாயினும், இதை அவர் படித்திருக்க வாய்ப்பில்லை என்கிறார் ரகுநாதன். *ரகுநாதன் கதைகள்,* மீனாட்சி புத்தக நிலையம், மதுரை, 1980 (முதல் பதிப்பு 1951) என்ற நூலில் இது தொகுக்கப்பட்டுள்ளது. இந்நூலைப் புதுமைப்பித்தனுக்குக் காணிக்கையாக்கி இருக்கிறார் ரகுநாதன். இக்கதையைத் தவிர, 'வாத்தியார் கண்டிக்கிறார்' என்ற தலைப்பில் மு. அருணாசலத் தின் நூலுக்குத் தனியே ஒரு மதிப்புரையையும் என். ராமரத்தினம் ஆசிரியராக இருந்த 'பாரத தேவி'யில் ரகுநாதன் எழுதியுள்ளார். இம்மதிப்புரை எனக்குக் கிடைக்கவில்லை.

4. இவ்வெளியீடுகள் பற்றியதொரு சமகால நெடுங் குறிப்புக்குக் காண்க: டி.வி.இராதாகிருஷ்ண சாஸ்திரி, 'தினமணி வெளியீடுகள்', *பாரதமணி*, ஏப்ரல் 1945.

5. 'மு. அருணாசலமும் தமிழ் மறுமலர்ச்சியும்', *சந்திரோதயம்*, 20 அக்டோபர் 1945.

6. இந்த உருவகக் கதையில் வரும் கதைமாந்தர்களின் உண்மைப் பெயர்கள் உரிய இடங்களில் அடைப்புக் குறிக்குள் தரப்பட்டுள்ளன. இவற்றை அடையாளங் காண்பதற்குரிய குறும்பான குறிப்புகளை ரகுநாதன் கதைக்குள்ளேயே வழங்கி இருக்கிறார். (இவற்றை அவரிடமே நேரிலும் உறுதிப்படுத்திக்கொண்டேன்.) பி.ஸ்ரீ. விரைவாதத்தால் அல்லலுற்ற செய்தி குறிப்பாக உணர்த்தப்படுவது ஓர் எடுத்துக்காட்டு. 'தினமணி'யில் ரகுநாதன் பணியாற்றியபோது அவருக்கும் பி.ஸ்ரீ.க்கும் இடையே ஏற்பட்ட சிக்கல்கள் தொடர்பாக ரகுநாதனுக்குப் புதுமைப்பித்தன் எழுதிய கடிதத்தில் வரும் கிழட்டு ஆட்டின் மூட்டை போன்ற வரட்டு மடு பற்றிய குறிப்பு வாசகர்களுக்கு நினைவிருக்கும். காண்க: ஆ.இரா.வேங்கடாசலபதி (ப – ர்), *அன்னை இட்ட தீ*, நாகர்கோவில், 1998, ப. 233–8.

7. *சந்திரோதயம்*, 20 அக்டோபர் 1945.

8. மீ.ப.சோமுவுக்குப் புதுமைப்பித்தன் 5 நவம்பர் 1945இல் எழுதிய கடிதம், *அன்னை இட்ட தீ*, ப. 198.

வே.மு. பொதியவெற்பனின் பொன்விழா மலரான பொதிகையில் (குடந்தை, 1999) வெளியான கட்டுரை,

~~

கலைச்சொல்லாக்கமும் தமிழ் அடையாளமும்

தாய்மொழிப் பற்றென்பது மக்கள் உள்ளத்துள் ஆழ்ந்து கிடப்பதொரு சிறந்த பகுதி யாகும். இதனை இரண்டொருவர் மறந் திருக்கலாம்; பிறமொழி பயின்றோர் புறக் கணிக்கலாம். ஆனால் அவ்வுணர்ச்சி பொது மக்களின் உள்ளத்தே பொதிந்துகிடப்பதை வரலாற்று வாயிலாக அறிகிறோம். எனவே, தமிழர் தமிழ்ச் சொற்களைப் பேணுவது இயல்பேயாகும். அதைக் கண்டு பிறமொழி யாளர் வெகுள்வது பொருத்தமற்றதாகும். பள்ளிகளில் பாடங்களைத் தாய்மொழியில் கற்பிக்க வேண்டும் என்ற எண்ணம் தோன்றியதற்குக் காரணம் ஆங்கில வெறுப் பன்று; தாய்மொழிப் பற்றேயாகும். அங்ஙனமே, தமிழர் தமிழ்ச் சொற்களை வேண்டுவது வடமொழி வெறுப்பாலன்று; தமிழ் ஆர்வத்தால் என்க. தமிழரது தாய் மொழியுணர்ச்சியைக் கண்டு வடமொழி யினர் வெகுண்டு சச்சரவு விளைவிப்பின் அது தமிழரை வீண் வழக்கிற்கிழுப்பதே யாகும்.

அ. இராமசாமிக் கவுண்டர், *தமிழ்ப் பொழில்*, டிசம்பர் 1943

சில மாதங்களுக்கு முன்பு கலைச்சொல் லாக்கத்தைப் பற்றிக் கல்வியுலகில் பெரிய தொரு விவாதம் நடந்துகொண்டிருந்தது.

ஆ.இரா. வேங்கடாசலபதி

ஒரு சாரார் புதிய அறிவுத்துறைப் பொருளைக் குறிப்பதற்குப் பிறமொழிப் பதங்களை எடுத்தாளுதலில் எவ்வகையான தடையும் இருக்கக் கூடாது என்றனர். வேறொரு சாரார் தூய தமிழ்ச் சொற்களைத்தான் நாம் வழங்குதல் வேண்டும் என்றனர். இவ்விவாதம் இன்றும் முடிந்துவிடவில்லை. என்றேனும் முடிந்துவிடப் போவதும் இல்லை. இது புதிதாக உண்டான ஒரு விவாதமும் அல்ல... ஆனால், முன்பெல்லாம் கட்சிப் பிரதி கட்சிகள் இல்லை; வாதப் பிரதிவாதங்களும் இல்லை; 'பிறமொழிக் கலப்பினால் நமது மொழி பாழாய்விடும். அதைப் பாதுகாப்பதற்குத் தமிழ்ப் பாதுகாப்புப் படை ஒன்று வேண்டும்' என்று படை திரட்டியதும் இல்லை.

ச.வையாபுரிப் பிள்ளை, *சொற்கலை விருந்து*, சென்னை, 1956, ப. 31 (*தினமணி* 10 மே 1947இல் முதலில் வெளியானது)

சென்னைப் பல்கலைக்கழகத் 'தமிழ் அகராதி', பேராசிரியர் வையாபுரிப் பிள்ளையின் மேற்பார்வையில் ஆறு பெருந்தொகுதிகளாகப் பன்னிரண்டு ஆண்டு இடைவெளியில் (1924– 1936) வெளிவந்தது. 1939இல் இதற்கு ஓர் இணைப்புத் தொகுதி வெளியிடப்பட்டது. முதலில் வெளிவந்த தொகுதிகளில் விடுபட்ட சொற்களோடு, 1930களில் தமிழில் வழங்கத் தொடங்கிய நூற்றுக்கும் மேற்பட்ட புதிய சொற்களும் அவ்விணைப்புத் தொகுதியில் நிரல்படுத்தப்பட்டிருந்தன. அத்தகைய புதிய சொற்களை இனங்காணும் வகையில் 'modern' என்பதன் சுருக்கமாக 'mod' என அடையாளப்படுத்தப்பட்டிருந்தது.

தமிழ்ச் சொற்களஞ்சியத்தில் புதிதாகச் சேர்க்கப்பட்ட இவற்றை ஆராய்ந்த அகராதியியலாளரான பா.ரா. சுப்பிரமணியன், அவற்றுள் பல வழக்கொழிந்துவிட்டதைச் சுட்டிக் காட்டுவதோடு, 'வழக்கில் நிலைக்காமல் போய்விட்ட சொற்களில் பெரும்பாலானவை சமஸ்கிருதச் சொற்கள் நிரம்பிய தொடர்களாக இருக்கின்றன' என்றும், இதற்கு மாறாகத் 'தமிழ்ச் சொற்களாலான சிறு தொடர்கள்' நிலைபெற்றுவிட்டன என்றும் கூறுகிறார்.[1]

சொற்களஞ்சியத்தில் ஏற்படும் இத்தகைய மாற்றங்களைக் காலத்தின் கைவண்ணம் என்ற அருவமான கருத்தாக்கத்தின்

மேல் ஏற்றிவிடாமல் கூர்ந்து ஆராய்வோமானால் பா.ரா. சுப்பிரமணியனின் இந்த ஒரு முடிவின் வழியும்கூட இருபதாம் நூற்றாண்டின் தமிழ்ப் பண்பாட்டு அரசியலைப் புரிந்து கொள்ளலாம்.

சமூகத்தில் மொழி பெறும் இடம் பற்றி இன்று சமூக அறிவியலாளர்களும், குறிப்பாக வரலாற்றாசிரியர்களும் மிகுந்த அக்கறை செலுத்தி வருகின்றனர். மொழி என்பது வெறும் கருவி, தொடர்பு கொள்வதற்குரிய ஊடகம் என்கின்ற கருத்துநிலை, மொழியைப் பற்றுவதற்குரிய பொருளாகவும் கொண்டாடுவதற்குரிய தெய்வமாகவும் கருதுகின்ற நிலைப்பாட்டுக்கு எதிராகத் தன்னைத் தர்க்கப் பூர்வமானதாகக் காட்டிக்கொண்டாலும், இந்தப் பயன்பாட்டுவாதம் சமூக அசைவியக்கத்தையும் மனவியலையும் புரிந்துகொள்வதற்குப் பெரிய தடை என்றே சொல்ல வேண்டும்.

> மொழி என்ற சமூகத்தின் ஆற்றல்மிக்கதொரு சக்தியைத் தனிமனிதர்களும் சமூகப் பிரிவுகளும் பிறரைக் கட்டுப்படுத்துவதற்கோ, தங்களைப் பிறர் கட்டுப்படுத்தாமல் இருப்பதற்கோ அல்லது சமூகத்தை மாற்றுவதற்கோ, சமூகம் பிறரால் மாற்றப் படாமலிருப்பதற்கோ பயன்படுத்துகின்றனர்

என்று பீட்டர் பர்க் என்ற சமூக வரலாற்றாளர் மொழியின் சமூக வரலாறு பற்றி இன்று உருவாகிவரும் கருத்தொற்றுமையைச் சுட்டுகிறார்.[2] பண்பாட்டுப் பொருண்மைவாதத்தை முன்னெடுத்த பிரித்தானிய மார்க்சியர் ரேமண்டு வில்லியம்ஸ், 'முக்கியமான சமூக மற்றும் வரலாற்று அசைவியக்கங்கள் மொழிக்குள் நிகழ்கின்றன'[3] என்று வலியுறுத்தியுள்ளதையும் இங்கு நினைவுகொள்ளலாம்.

இந்தக் கோட்பாட்டுப் பின்னணியில், இருபதாம் நூற்றாண்டின் முதற் பகுதியில், அறிவியல், தொழில்நுட்பக் கலைச்சொல்லாக்கத்தை எப்படிச் செய்ய வேண்டும் என்பது பற்றி நடந்த விவாதங்களையும் போராட்டங்களையும் முன் வைத்துத் தமிழ் அடையாளம் எவ்வாறு வரையறுக்கப்பட்டது என்பதை இக்கட்டுரை ஆராயும். இவ்விவாதங்களில் தமிழ் அணி, வடமொழி அணி என்று பிரிக்கத்தக்க வகையில் இரு போக்குகள் பொருதின. இதன் விளைவாக, கலைச் சொல்லாக்கத்தில் சமஸ்கிருதத்திற்கும் பிற அயல்மொழிகளுக்கும் இடம் இல்லை என்று வற்புறுத்திய தமிழறிஞர்களின் செயல்பாடுகளின் மூலமாகக் கலைச்சொல்லாக்க நெறிகள் உருவாக்கப்பட்டன என்பது மட்டுமன்றி, புதிதாக உருவாகி வந்ததொரு

தமிழ் அடையாளத்திற்கு இது உரமிட்டது என்பதும் இக் கட்டுரையில் நிறுவப்படும். தமிழ்ச் சமூகம் நவீனத்துவத்தை எவ்வாறு எதிர்கொண்டது என்பது பற்றிய மொழிவழிப்பட்ட சில பார்வைகளும் இடைப்பிறவரலாகச் சுட்டப்படும்.

1

காலனிய இந்தியாவில் பரவத் தொடங்கிய மேனாட்டுக் கல்வி, சீரான சொல்லாக்கங்களுடன் கூடிய தரப்படுத்தப் பட்ட, பொதுவான பாடநூல்கள் இயற்றும் தேவையை உணர்த்திற்று. தொடக்க காலத் தமிழ்ப் பாடநூல்கள் பெரிதும் ஆங்கில மூலச் சொற்களை அப்படியே ஒலிபெயர்த்து வழங்கின. நவீனத்துவத்தைத் தன் தேவைகளுக்கேற்பக் கைவயப்படுத்திக் கொள்ள முயன்ற தேசிய இயக்கக் கருத்தாடல் இப்பிரச்சனைக்கு முதன்முதலில் முகங்கொடுக்க முயன்றது எதிர்பார்க்கக்கூடியதே.

வளர்ந்துவந்த காங்கிரஸ் கட்சியின் தலைவர்களில் ஒருவரான சக்கரவர்த்தி ராஜகோபாலாச்சாரி (ராஜாஜி), கே.ஜி. வேங்கடசுப்பையர் என்பவரோடு இணைந்து *Journal of the Tamil Scientific Terms Society* என்ற ஓர் இதழை 1916இல் தொடங்கினார்.[4] இவ்விதழ் உருவாக்கிய கலைச்சொற்கள் வடமொழி சார்ந்தனவாக இருந்தன என்பது எதிர்பார்க்கக் கூடியதே. தேசிய இயக்கப் பெருங்கவிஞரான பாரதியார், 'தமிழருக்கு வேண்டிய இக்காரியத்தை இங்கிலீஷ் பாஷையிலே' தொடங்கியதற்காக ராஜாஜியைக் குறை கூறினார் என்றாலும், அவர் கைக்கொண்ட சொல்லாக்க நெறிகளைப் பொதுவாக ஏற்றுக்கொண்டு,

> ஸ்ரீகாசியிலே, 'நாகரி ப்ரசாரிணி சபையார்' ஐரோப்பிய ஸங்கேதங்களையெல்லாம் எளிய ஸம்ஸ்கிருத பதங்களில் போட்டு, மிகப் பெரியதோர் அகராதி உண்டாக்கி வருகிறார்கள். அந்தச் சொற்களை வேண்டியவரை, இயன்றவரை, தேச பாஷைகள் எல்லாவற்றிலும் ஏக காலத்தில் கைக்கொண்டு வழங்கலாம். ஐரோப்பாவில் எல்லா பாஷைகளும் இவ்விதமாகவே லத்தீன், யவன பரிபாஷைகளைக் கைக்கொண்டிருக்கின்றன. இவ்வாறு செய்வதால் நமது தேச பாஷைகளில் ஸங்கேத ஒற்றுமை யேற்படும்

எனக் கருத்துரைத்தார்.[5] உயர் ஆரியத்திற்கு நிகராக, அதற்கு மேலல்ல, வாழத் தகுதியுடைய தமிழும் 'தேச பாஷை' (*vernacular*) என்ற வகைக்குள் அடங்கி, செம்மொழி (தேவ பாஷை)யான வடமொழிக் கலைச்சொல்லாக்கங்களை ஏற்றுக்

கொள்ள வேண்டும் என்று பாரதி பரிந்துரைப்பது இந்திய தேசியக் கருத்தாடலின் எல்லைக்குள்ளே பாரதி தொழிற் பட்டதைக் காட்டுகின்றது. வில்லியம் ஜோன்ஸ், மாக்ஸ் மியூல்லர் முதலான ஓரியண்டலிச அறிஞர்களின் முடிவுகளை உள்வாங்கி, வடமொழிக்குக் கீழானதாகத் தமிழை நவீன காலத்திற்கு ஏற்ப மீளவும் தகவமைத்துக்கொண்ட பார்ப்பன அறிவாளர்களின் குரலும் இதுவே. குடிமைச் சமூகத்தில் பார்ப்பன மேலாண்மையின் வேர் சமஸ்கிருதத்தின் மேன்மை யினையும் தமிழின் தாழ்வினையும் அடிப்படையாகக் கொண்டிருந்தது என்ற கருத்துரை இங்கு நினைவுகொள்ளத் தக்கது.[6] இந்திய தேசிய இயக்கத்தின் ஒன்றுபட்ட அகண்ட பாரத தேசம் என்ற கருத்தாக்கத்திற்கு, சமஸ்கிருதமே தேசத்திற்கும் மொழிக்கும் வேர் என்ற அடிப்படை அமைந்திருந்தது.

இந்திய / தமிழ் வரலாறு, பண்பாடு பற்றிய இந்தப் பார்வை கேள்விக்குள்ளாக்கப்படாமல் போகவில்லை. பத்தொன்பதாம் நூற்றாண்டின் பிற்பகுதியிலிருந்து பெ. சுந்தரம் பிள்ளை, வி. கனகசபை பிள்ளை, ஜே.எம். நல்லசாமி பிள்ளை போன்ற பார்ப்பனரல்லாத, பெரும்பாலும் வேளாளச் சாதிகளைச் சேர்ந்த தமிழறிஞர்கள் இராபர்ட் கால்டுவெல், வின்ஸ்லோ, ஜி.யு. போப் போன்றோரின் ஓரியண்டலிச மொழியியல் ஆய்வுகளிலிருந்தும், புதிதாக நூலுருவாக்கம் பெற்றுவந்த சங்க இலக்கியத்திலிருந்தும் ஊட்டம் பெற்று, தனித்தன்மை வாய்ந்த தமிழ்மொழியினையும் பழம் சமூகத்தினையும் கட்டமைத்தனர்.

> கடந்த பதினைந்து ஆண்டுகளில் ஒரு புதிய தமிழ் அறிஞர்கள் குழு உருவாகியுள்ளது ... ஆரியர்களுக்கு எந்த வகையிலும் கடன்பட்டுள்ளதை மறுப்பதும் நிராகரிப்பதும், பண்டைத் தமிழரின் பெருமைகளைப் பீற்றுவதும், வரலாற்று ஆராய்ச்சி என்ற பெயரில் தற்கால ஒழுகலாறுகளையும் இலக்கியங்களையும் திரிப்பதும், தமிழ் இனம் பிராமணமயமாக்கப்பட்டது என்பதை ஆதரிக்கும் முந்தைய ஆய்வாளர்களின் கருத்துகளைப் 'பூ'வெனப் புறக்கணிப்பதும் இவர்களின் நோக்கமாக இருக்கிறது[7]

என்ற எம். சீனிவாச அய்யங்காரின் கூற்றிலிருந்து எதிராளியின் கசப்பினையும் பகைமையினையும் கழித்துவிட்டுப் பார்த்தால், பார்ப்பனரல்லாத தமிழறிஞர்களின் சாதனையை இதைவிட முத்தாய்ப்பாகச் சொல்ல முடியுமா என்பது ஐயமே.

சீனிவாச அய்யங்காரால் கடியப்பெற்ற தமிழறிஞர்களே சமஸ்கிருத அடிப்படையில் கலைச்சொல்லாக்கங்கள் செய்வதை

எதிர்க்க முன்வந்தனர் என்பது எதிர்பார்க்கக் கூடியதே. இவர்களுடைய தொடக்க கால எதிர்வினைகளை அறியச் சான்றுகள் கிட்டவில்லை. ஆனால்,

> பிரதிபதங்களைத் தனித் தமிழ் வேர்களினின்றே அமைத்துக்கொள்ள வேண்டுமென்று சிலர் வற்புறுத்துகின்றனர். தமிழுக்குச் சகோதர பாஷையாயிருந்துவரும் வடமொழியினின்று அப்பிரதிபதங்களைத் தேடிக்கொள்ளலாமென்று சிலர் துணிகின்றனர். வேறு சிலர், வீண் முயற்சி ஏன், உலகெங்கும் பரவிவரும் ஆங்கில மொழிகளை அப்படியே ஏற்றுக்கொண்டாலென்னவென்று கேட்கின்றனர்

என்று 1920ஆம் ஆண்டளவில் 'தமிழர் நேசன்' (4(6), புரட்டாசி ரௌத்திரி) ஆசிரியர் பெ.நா. அப்புஸ்வாமி வகை பிரித்துப் பார்க்கக்கூடிய அளவில் நிலைப்பாடுகள் திரட்சி பெற்று விட்டன. 'இதைப் பற்றி நாம் ஒருவிதமான தீர்மானத்தைக் கொள்ள வேண்டும்' என்ற பெ.நா. அப்புஸ்வாமியின் எதிர்பார்ப்பு நிறைவேறுவதுதான் அவ்வளவு எளிதாக இருக்கவில்லை. இது பற்றி 1930களில் சூடுபிடித்த விவாதங்கள் ஒரு தீர்மானமான முடிவுக்கு வரக் கால்நூற்றாண்டாகிவிட்டது.

2

1933 டிசம்பரில் சென்னையில் கூட்டப்பட்ட தமிழ் அன்பர் மாநாடு தொடக்கத்திலிருந்தே சர்ச்சைக்குரியதாக அமைந்திருந்தது. தமிழ் வளர்ச்சி பற்றிய தம் கோட்பாடுகளை முன்னெடுத்துத் திணிப்பதற்கான பார்ப்பனத் தமிழ் அறிஞர்களின் முயற்சியாக இம்மாநாடு பரவலாகக் கருதப்பட்டது. மறைமலையடிகள், ச.சோமசுந்தர பாரதி, மு.கதிரேசன் செட்டியார், வ.உ.சி., கா. சுப்பிரமணிய பிள்ளை, த.வே. உமாமகேசுவரன் பிள்ளை, மு.சி. பூர்ணலிங்கம் பிள்ளை, ச.சச்சிதானந்தம் பிள்ளை, ந.மு. வேங்கடசாமி நாட்டார் முதலான (பார்ப்பனரல்லாத) 'தமிழ்ப் பேரறிஞர்களின் கூட்டுறவின்றியும் ... ஒத்துழைப்பின்றியும் நடத்தும் மகாநாட்டைப் பற்றி நாம் கூறாமலிருக்க முடியவில்லை. தமிழ் பாஷாபிவிருத்தியில் கட்சி, ஜாதி, மதப் பிணக்குகள் இல்லவே இல்லை. அப்படியிருந்தும் எல்லாத் தமிழ்ப் பெரியார்களையும் இதில் கலந்துகொள்ளும்படி இந்த நிர்வாகிகள் ஏன் செய்திருக்கக் கூடாது?' என்று 'பாரதி' (செப். – அக். 1933) வினவியது. கட்சி சார்பற்ற அறிவாளர்களின் ஆதங்கம் இவ்வாறு இருந்ததென்றால், பெரியாரின் 'குடி அரசு' (12 செப். 1937) வெளிப்படையாகவே விஷயத்தைப் போட்டு உடைத்தது: 'புரோகிதக் கூட்டத்தார் சென்னையில் தமிழ்

அன்பர்கள் மகாநாடு என்று ஒரு மகாநாடு கூட்டி அதில் தமிழ் பாஷையின் ஆதிக்கம் பூராவும் தங்கள் கையிலேயே இருக்க வேண்டும் என்கின்ற சூழ்ச்சியை மனதில் கொண்டு ஒரு பெரிய முயற்சி செய்ததும் அறியாதார் யார்?'

1933 டிசம்பர் 23இல் சென்னை பச்சையப்பன் கல்லூரி மண்டபத்தில் தமிழ் அன்பர் மாநாடு கோலாகலமாகத் தொடங்கியது. வி.எஸ். சீனிவாச சாஸ்திரி, சத்தியமூர்த்தி, பி. வரதராசுலு நாயுடு, திரு.வி.க., பி.எஸ். குமாரசாமி ராஜா, டி.கே.சி., வ.ரா., கல்கி, சங்கு சுப்பிரமணியன், அம்புஜம் அம்மாள், வை.மு. கோதைநாயகி அம்மாள், சகோதரி பாலாம்மாள் போன்ற முக்கியமான தேசிய இயக்க ஆளுமை களும் இலக்கியவாணர்களும் கலந்துகொண்டனர். காந்தி, பி.எஸ். சிவசாமி அய்யர், சி.பி. ராமசாமி அய்யர் போன்றோரிட மிருந்து வரப்பெற்ற வாழ்த்துச் செய்திகளும் படிக்கப்பட்டன.[8]

மாநாட்டுக்கு உ.வே. சாமிநாதையர் தலைமையேற்று உரையாற்றினார். அவ்வுரையில், இடைப்பிறவரலாக, கலைச் சொல்லாக்கம் பற்றிய தம் கருத்துகளை வெளியிட்டார். ஏற்கெனவே வழக்குக்கு வந்துவிட்ட கலைச்சொற்களை மாற்றக் கூடாதென்றும், 'சொற்களின் வழக்கமும் அவற்றின் பொருள் எளிதில் விளங்குதலும் முக்கியமேயன்றி எல்லாம் தனித்தமிழ்ச் சொற்களாகவே இருக்க வேண்டுமென்பது அனுபவத்தில் இயல்வதன்று' என்றும் கூறினார். 'பிற பாஷைச் சொற்களை எடுத்தாளும்பொழுது தமிழுக்கு ஏற்றபடி அவற்றின் உருவத்தை மாற்றிக்கொள்ளலாம்' என்ற சலுகையை அளித்தாரெனினும், 'இந்தக் காலத்திலோ யாதொரு நலனுமின்றித் தேசம், சாதி, சமயம் முதலியவற்றிலுள்ள கொள்கை வேறுபாட்டைப் பாஷை சம்பந்தமான முயற்சியிலும் சிலர் புகுத்திவருவது மிகவும் வருந்தற்குரியது' என்று தம் சார்பை வெளிப்படுத்தினார்.[9] ஆதிக்கக் கருத்தியல் எப்போதுமே தன்னைப் பரந்த நோக்கு கொண்டதாகவும், எதிராளியின் கருத்தை அரசியல் சார்புடைய தாகவும் காட்டும் என்பதற்கு மேலும் ஒரு சான்று உ.வே. சாமிநாதையர் கூற்று.

ஆனால் இதுவும்கூட வடமொழிப் பற்றாளர்களுக்கு நிறைவு தரவில்லை. இம்மாநாடு பற்றி 'மணிக்கொடி'யில் (31 டிசம்பர் 1933) எழுதிய 'ஒரு அன்பர்', 'மகாமகோபாத்தியாய சாமிநாதய்யரின் பிரசங்கம் வழவழா. அது எல்லோருக்கும் சாதகம்; ஒருவருக்கும் பாதகமில்லை. அது "பாலுக்குங் காவல், பூனைக்கும் தோழன்", என்று குறை கூறினார். 'புதுக்கருக்கு ஏற வேண்டும். பழங்கதை பேசி என்ன லாபம்' என்று '...செய்யுள் நூல்களில் வழங்கும் சொற்களைத் தேடிப் பிடித்தும் வழக்கத்தி

வில்லாத சொற்களைப் புதிதுபுதிதாகக் கண்டுபிடித்தும், பொருட் பொருத்தமில்லாமல் அச்சொற்களை வழங்கி, யாருக்கும் ஒன்றுமே விளங்காமல் தம் ஆற்றலை வெளிப் படுத்தலையே பிரதானமாகக் கொண்டு, இதனைப் படிப்பவர்கள் எவர் என்பதைக் கனவிலும் கருதாமல், விடாப் பிடியோடும் ஆவேசத்தோடும் எழுதப்படும் சில புத்தகங்கள் பாஷையின் முன்னேற்றத்துக்குக் கேடு விளைவிப்பனவேயாம்'[10] என்ற ராஜா சர் அண்ணாமலை செட்டியாரின் வேகமான விரிவுரையே தமிழன்பர் மாநாட்டின் உட்கிடக்கையைச் சரியாக எதிரொலித்தது.

மாநாட்டுக்கு இடையில் சுயமரியாதை இயக்கத் தொண்டர்கள் எழுந்து கேள்விகேட்டதால் குழப்பம் விளைந்த தென்று சில செய்திகள் கிடைக்கின்றன.[11] கடவுள் வாழ்த்து பகுத்தறிவுக்கு முரணானதா, அரணானதா என்ற புகழ்பெற்ற விவாதமும் இம்மாநாட்டில்தான் ஏற்பட்டதாகத் தெரிகின்றது.[12] இவை ஒருபுறமிருக்க, தமிழ்ப் பயிற்று மொழி, தமிழில் கலைக் களஞ்சிய உருவாக்கம், தமிழுக்குச் செம்மொழி நிலை, நாட்டார் வழக்காறுகள் சேகரித்தல் முதலானவை பற்றிய தீர்மானங்களும் நிறைவேற்றப்பட்டன.

ஆனால், இரண்டு தீர்மானங்கள் பெரும் விவாதத்தைத் தூண்டிவிடும் வகையில் அமைந்திருந்தன. 'தமிழில் தக்க பதங்கள் இல்லாத இடத்து வழக்கத்திலுள்ள பதங்களை உபயோகித்தல் உசிதமென்று இம்மாநாடு தீர்மானிக்கிறது' என்ற தீர்மானமும், தமிழ் எழுத்துகளின் எண்ணிக்கையைக் குறைக்க வேண்டுமென்ற முடிவும் பெரும் எதிர்ப்பைக் கிளப்பிவிட்டன.

தமிழ் அன்பர் மாநாடு முடிவடைந்த இரண்டு வாரத்திற் கெல்லாம் மா.வே. நெல்லையப்ப பிள்ளை, இ.மு. சுப்பிரமணிய பிள்ளை ஆகியோரின் தலைமையில் பார்ப்பனரல்லாத தமிழறிஞர்கள் திருநெல்வேலி வசந்த மண்டபத்தில் கூடிக் கலைச்சொல்லாக்கம், தமிழ் நெடுங்கணக்கு பற்றிய தீர்மானங் களைக் கண்டித்தனர். அதற்கு முன்னர், தமிழுக்கு ஆக்கம் தேடும் கலைக்களஞ்சிய உருவாக்கம், தமிழ்ப் பயிற்றுமொழி முதலியவை தொடர்பான தீர்மானங்கள் எல்லாம் வழிமொழியப்பட்டன. மரபுவழிப்பட்ட தமிழ்ப் புலவர்கள் நவீனமயமாக்கத்துக்கு எதிரானவர்கள் என்று பரவலாக அன்றும் இன்றும் சொல்லப்பட்டுவரும் குற்றச்சாட்டுகளை இதுபோன்ற தகவல்களோடு உறழ்ந்து நோக்க வேண்டும். மேலும், தமிழ் அன்பர் மாநாட்டில் நிறைவேற்றப்பட்ட தீர்மானங்களில் பயின்று வந்த பாஷை, பிரதான்யம்,

மஹாநாடு, உபயோகம், சாஸ்திரம் முதலான சொற்கள் நீக்கப்பட்டு மொழி, முதன்மை, மாநாடு, பயன், அறிவுநூல் ஆகியவை பயன்படுத்தப்பட்டே தீர்மானங்கள் வழி மொழியப்பட்டதென்பது கருதத்தக்கது. 'மேலைநாட்டு அறிவு நூல்களைத் தமிழில் மொழிபெயர்க்குமிடத்து உரிய சொற்களைச் சங்கநூல் முதலிய பழந்தமிழ் நூலாராய்ச்சி வாயிலாகத் திரட்டியும் தமிழ்ப் பகுதிகளை அடிப்படையாகக் கொண்டு சொற்களை ஆக்கியும் தமிழ்ச் சொற்றொகுதியை வளப்படுத்த வேண்டும்' என்ற மாற்றுத் தீர்மானமும்,[13] சென்னை மாகாணத் தமிழர் மாநாடு ஒன்றை நெல்லையில் கூட்டுவதென்ற முடிவும் கலைச்சொல்லாக்கம் பற்றிய பல்வேறு கருத்துநிலைகள் வெளியிடத் தூண்டுகோலாயின.

இந்தச் சூழ்நிலையில், திருநெல்வேலிக் கண்டனக் கூட்டத்திற்கு உந்தாற்றலாக விளங்கியவரும், தமிழ்வழிக் கலைச்சொல்லாக்க முயற்சிகளுக்கெல்லாம் தலைமையேற்றவருமான இ. மு. சுப்பிரமணிய பிள்ளை, நடைபெறவிருந்த மாநாட்டின் நோக்கம் பற்றிய பல்வேறு தரப்புக் கருத்துகளையும் மனங்கொண்டு நிலைவிளக்க அறிக்கையொன்றை அதன் அமைச்சர் பொறுப்பிலிருந்தவர் என்ற முறையில் வெளியிட்டார்.

திருநெல்வேலியில் அண்மையில் நடைபெறவிருக்கும் 'சென்னை மாகாணத் தமிழர் மாநாடு' பற்றிச் சிலர் பலவிதமாகக் கூறுகின்றனர். சென்னையில் சென்ற டிசம்பர் மாதம் நடைபெற்ற 'தமிழன்பர் மகாநாட்டினர்' சிலர் தமக்குப் போட்டியாக இம்மாநாடு கூடுகின்ற தென்றும், சுயமரியாதைக் கூட்டத்தினர் சிலர் இது வேளாளர் மாநாடென்றும் கூறுகின்றனர்... தமிழ் முன்னேற்றத்திற்கான செயல்களை ஆராய வேண்டுமென எமக்கு ஓர் எண்ணம் பல காலமாக இருந்துவந்தது... 7-1-34இல் நடைபெற்ற பொதுக்கூட்டத்தில் 'சென்னை மாகாணத் தமிழர் மாநாடு' என்ற பெயர் ஆராய்ந்து ஒருமுகமாக அமைக்கப்பெற்றது. சாதி, சமய வேறுபாடில்லாமல் தமிழ் மக்களும், தமிழன்பர்களும் இம்மாநாட்டில் வந்து கலந்துகொள்ள வேண்டுகிறோம். பல்வேறு வகைப்பட்ட அரசியல் இயக்கத்தினரும் இதிற் சேர இடமுண்டு. ஆதலின் சாதி சமயங்கள் அரசியல் இயக்கங்கள் பற்றிய தீர்மானங்கள் மாநாட்டில் இடம் பெற வேண்டுவதின்று. அவைகள் இடமும் பெறா. இம்மாநாட்டைக் கூட்டுவிக்கிறவர்களின் நோக்கம் தமிழ்மொழித் தூய்மையைப் பேணல் ஆதலினால் அதன் தூய்மைக்கும் அறிவு வளத்துக்கும் குறைவராமல் அதனை

வளர்த்தற்கேற்றனவும், ஒற்றுமையையும் அன்பையும் ஓங்கச் செய்வனவும் ஆகிய தீர்மானங்களே மாநாட்டில் ஆராய்ந்து முடிவு செய்யப்பெறும்.[14]

தமிழ் வளர்ச்சி என்பதில் அரசியலும் அதிகாரமும் எந்த அளவிற்குப் பிணைந்துள்ளன என்பது இவ்வறிக்கையில் எதிர்மறையாகப் பிரதிபலிக்கப்படுவது கண்கூடு.

இ.மு.சு. திட்டமிட்ட மாநாடு கடைசியில் 1934 ஜூனில் நடைபெற்றது. இதன் விளைபொருளாகச் சென்னை மாகாணத் தமிழ்ச் சங்கம் அமைந்தது.[15] அதன் அமைச்சர் இ.மு.சு.வின் தலைமையில் சங்கத்தின் முதன்மையான பணி ஏராளமான சொல்லாக்கங்களைச் செய்வதாக அமைந்தது. 1934இலிருந்து வரிசையாக ஒவ்வோர் ஆண்டும் கலைச்சொல்லாக்க மாநாடுகள் நடத்தப்பெற்றன. சங்கத்தின் கொள்கைகளைப் பரப்பத் 'தமிழ்த் தாய்' என்றோர் இதழும் தொடங்கப்பெற்றது. கணக்கு, இயற்பியல், வேதியியல், தாவரவியல், விலங்கியல், உடலியல், நிலவியல், வேளாண்மை ஆகிய துறைகளில் சொல்லாக்கங்கள் செய்ய, சிறப்பு வல்லுநர் குழுக்கள் அமைக்கப் பெற்றன. இக்குழுக்கள், மாநாடுகள் ஆகியவற்றின் பயனாகக் *கலைச்சொற்கள்* என்றொரு தொகுதி 1938இல் வெளிவந்தது,

இவ்வாறு 1934இல் தொடங்கிய முனைப்பான முயற்சிகள் சில ஆண்டுகளுக்குள்ளேயே நல்ல பயனை ஈட்டின. பார்ப்பனரல்லாதார் இயக்கத்தோடோ, வேளாளரோடோ தொடர்பில்லாத அறிஞர்களும் தமிழ் மாகாணச் சங்கத்தின் முயற்சியில் பங்கெடுக்கத் தொடங்கினர். காட்டாக, 1936ஆம் ஆண்டு மாநாட்டுக்கு இராமகிருஷ்ண மடத்தைச் சேர்ந்தவரும், யாழ்நூல் இயற்றியவருமான மட்டகளப்பு விபுலானந்தர் தலைமையேற்றார் என்பது மட்டுமல்லாமல், 'வடமொழியிலிருந்து எடுத்துத் தமிழான்றோராலே தமிழுருவாக்கி வழங்கப்பட்ட சொற்களைப் பிறமொழிச் சொற்களெனக் கடிந்தொதுக்குதல் மேற்கொள்ளாது, அவைதம்மை ஆக்கத் தமிழ் மொழியாகத் தழுவிக் கொள்வதே முறையாகும்' என்றும் கருத்துரைத்தார்.[16] தமிழ் மாகாணச் சங்கத்துக்குத் தலைமையேற்றவர்களும், பார்ப்பனரல்லாதார் இயக்கத்தோடு தொடர்புடைய தமிழறிஞர்களும் ஏற்றுக்கொள்ளாத கருத்துகளை வெளியிடுவதற்கு (அதுவும் தலைமையுரையாக) வாய்ப்பளிக்கப்பட்டது அவர்களுடைய ஜனநாயக உணர்வையும் பரந்த பார்வையினையும் காட்டுவதாக உள்ளது.

தமிழ் மாகாணச் சங்கத்தின் கலைச்சொல்லாக்கச் சிறப்புக் குழுக்களில் பார்ப்பனரல்லாத இயக்கத் தமிழறிஞர்

களோடு ஏற்கெனவே குறிப்பிட்ட விபுலானந்தர் மற்றும் எஸ்.ஜி. மணவாள இராமானுஜம், அ. சீனிவாசராகவன், க.ப. மகிழ்நன், சாமி வேலாயுதம் பிள்ளை, ரா.பி. சேதுப்பிள்ளை, அருள் தங்கையா முதலானோர் உறுப்பியம் வகித்தனர். இக்குழுக்களில் பார்ப்பனர்களும் இருந்தனர் என்பது குறிப்பிடத் தகுந்தது. இவர்களைத் தவிரத் தெ.பொ. மீனாட்சிசுந்தரம், டி.என். சேஷாசலம் ஆகியோரும் தமிழ் மாகாணச் சங்க மாநாடுகளில் கலந்துகொண்டனர். இவ்வாறு, பார்ப்பனரல்லா தார் உணர்வுகொண்ட வேளாளத் தமிழறிஞர்களால் தொடக்கத்தில் முன்னெடுக்கப்பட்ட நிலைப்பாடுகள் பல்வேறு தரப்பினராலும் மேற்கொள்ளப்பட்டன.[17]

போராட்டத்தின் முதல் சுற்று, தமிழ்வழிச் சொல்லாக்கத் திற்கு வெற்றியாக முடிந்தது என்பதற்குக் கலைச்சொற்கள் நூலுக்கு (பட்டும் படாமலும்) ராஜாஜியே ஒரு முன்னுரை எழுதினார் என்பதும், சென்னை மாகாணத்தின் தமிழ் மாவட்டங்களிலுள்ள உயர்நிலைப் பள்ளிகளிலெல்லாம் அரசாங்கத்தின் செலவில் அந்நூற்படிகள் வழங்கப்பட்டன என்பதும் போதிய சான்றாகும்.[18]

ஆனால் இவ்வெற்றி முழுமையானதாக இல்லை. முதற்கட்ட வரவேற்பால் ஊக்கம்பெற்ற இ.மு. சுப்பிரமணிய பிள்ளை, ஆசிரியப் பணியில் ஈடுபட்டுள்ளவர்களின் கருத்து களைக் கணக்கிலெடுத்துக் கொண்டு,[19] செப்பம் செய்யப்பெற்ற கலைச்சொற்களை அரசாங்கம் பொதுக்கல்விப் பயன்பாட்டுக்கு ஒப்புதல் வழங்க வேண்டும் என்று அப்போதைய சென்னை மாகாணத்தின் பிரதம மந்திரியாக இருந்த ராஜாஜிக்கு விண்ணப்பித்தார்.[20]

‘பழைய கலைச்சொற்களைத் தேடித் திரட்டுவதும், புதிய சொற்களை ஆக்குவதுமான இந்தப் பணியை, தனித்தமிழ் இயக்கத்துடன் கலந்து கலவரமுண்டாக்கிக் கொள்ளுதல் தவறாகும்; தமிழில் கலந்துகொள்ளும் தன்மைகொண்ட சமஸ்கிருத மொழிகளைக் காரணமின்றி வெறுத்தல் கூடாது’[21] என்ற கருத்துடைய ராஜாஜி, இ.மு. சுப்பிரமணிய பிள்ளையின் திட்டத்தை ஏற்றுக்கொள்ள முன்வரவில்லை. ‘இப்போதைக்கு இதிலிருந்து ஒதுங்கி இருக்கலாம்’ (*‘Perhaps we may keep aloof for the time being’*) என்று தனக்கே உரிய கித்தாய்ப்போடு அரசாணையில் குறிப்பெழுதினார் ராஜாஜி.[22]

கழுவும்போது நழுவுகின்ற சென்னை அரசாங்கத்தின் தெளிவற்ற நிலைப்பாடு அடுத்த கட்டப் போராட்டத்திற்கு வழி சமைத்தது.

3

‘உயர்நிலைப் பள்ளிகளில் மேலதிகமான அளவில் தாய்மொழியைப் பயிற்றுமொழியாக்குவதன் முக்கியத்துவத்தையும், அதற்குப் பாடநூல்களை உருவாக்க, தக்கதும் பொதுவாக ஏற்றுக் கொள்ளக் கூடியதுமான அறிவியல், கலைச் சொற்களஞ்சி’யத்தின் தேவையினையும் உணர்ந்து *1940* ஜுனில் சென்னை அரசாங்கம் ‘தரப்படுத்தப்பட்ட கலை, அறிவியல் சொற்களுக்கான சீரான அமைப்புக்கேற்ற பொதுக் கோட்பாடுகளை’ உருவாக்க வி.எஸ். சீனிவாச சாஸ்திரியின் தலைமையில் ஒரு குழுவினை அமைத்தது. சென்னை மாகாணத்தில் வழக்கிலிருந்த ஒவ்வொரு மொழிக்கும் தனியே ஒரு துணைக் குழு அமைப்பதெனவும் முடிவுசெய்யப்பட்டது. குழுவின் ஆய்வுக்குரியனவாகப் பின்வரும் கேள்விகள் முன் வைக்கப் பட்டன: *(அ)* தென்னிந்திய மொழிகளில் அயல்மொழிக் கலைச்சொற்களுக்கு ஈடாக வழங்கிவரும் சொற்கள் கல்வித் தேவைகளுக்கு எந்த அளவுக்குப் போதுமானவை? *(ஆ)* ஏற்றுக்கொள்ளத்தக்க கலைச்சொற்கள் தென்னிந்திய மொழிகளில் இல்லையென்றால் ஆங்கிலச் சொற்களை அப்படியே பயன்படுத்துவது உகந்ததா? *(இ)* அல்லாவிடின், எல்லாத் தென்னிந்திய மொழிகளுக்கும் பொதுவாக அயல்மொழிக் கலைச்சொற்களுக்கு ஈடாகப் புதிய, சீரான சொற்பட்டியலைத் தயாரிக்க வேண்டுமா?[23]

இவ்வாறு ஒரு குழு அமைக்கப்பட்டது சென்னை மாகாணச் சங்கத்துக்குப் பேரிடியாக வந்தது. இ.மு. சுப்பிரமணிய பிள்ளை உடனே அரசுக்குக் கடிதம் விடுத்தார்.

> தமிழர்களுக்குப் போதிய பிரதிநிதித்துவம் இல்லாமலும், இத்துறையில் பலகாலமாக உழைத்த தமிழ்ச் சங்கத்துக்கு எந்தப் பிரதிநிதித்துவமும் இல்லாமலும் ஒரு புதிய குழுவை அமைப்பது உகந்தது என அரசாங்கம் கருதுவது வியப்புக்குரியது . . .
>
> இக்குழுவின் உருவாக்கத்தையும் அதற்கு வழங்கப்பட்டுள்ள கேள்விகளையும் பெரும் நம்பிக்கையின்மையோடும் அச்சத்தோடும் தமிழர்கள் பார்க்கிறார்கள்; பல நூற்றாண்டுகளாக நடந்த படையெடுப்புக்களை எதிர்த்து நின்று, இன்றளவும் அயல் உதவி இல்லாமல் தனித்து ஒளிரும் தன்னியல்பு மிகுந்த தமிழ்மொழியும் பண்பாடும் ஒரே சீரான கலைச்சொற்கள் என்ற போர்வையில் அழுத்தப்பெறுவதாக நினைக்கிறார்கள்.[24]

குழுவை உடனே கலைக்க வேண்டுமென்றும், அக்குழுவிற்கு வழங்கப்பட்ட கேள்விகளைத் திரும்பப் பெற வேண்டுமென்றும், ஒவ்வொரு மொழிக்கும் தனியே குழு அமைக்க வேண்டு மென்றும் இ.மு. சுப்பிரமணிய பிள்ளை கேட்டுக்கொண்டார். தம் கோரிக்கை ஏற்றுக்கொள்ளப்படாவிட்டால் பொதுமேடை யிலும் இதழ்கள் வாயிலாகவும் போராட்டம் நடத்தவேண்டி யிருக்கும் என்றும் அச்சுறுத்தினார்.[25] அதற்குச் சிறிது காலத்திற்கு முன் வெற்றிகரமாக நடந்து முடிந்திருந்த இந்தி எதிர்ப்புப் போராட்டத்தின் பின்னணியில் இவ்வச்சுறுத்தலைப் புரிந்து கொள்ள வேண்டும்.

இ.மு. சுப்பிரமணிய பிள்ளையும் தமிழ் மாகாணச் சங்கமும் கொண்டிருந்த அச்சத்திற்குக் காரணமில்லாமல் இல்லை. வி.எஸ். சீனிவாச சாஸ்திரி வடமொழிக்குச் சார்பானவர். அவரே ஒருமுறை வெளிப்படையாக ஒப்புக்கொண்டதுபோல் அவருக்குத் தமிழில் போதிய பயிற்சி இல்லை. அரசு கல்வித் துறைச் செயலாளருக்கு அவர் எழுதிய கடிதத்தில் அவரது ஓரவஞ்சனை வெள்ளிடைமலையாகத் தெரிகிறது:

ஒரே சீரான சொற்களஞ்சியம் விரும்பத்தக்கதுதான். ஆனால், மொழியியல் செம்மையின் நுட்பங்களுக்காகக் குரல் கொடுக்கும் தூய்மைவாதியும், அயல் மூலங்களி லிருந்து கடன் வாங்குவதை வெறுக்கும் குறுகிய மனத்தோனும் ஒப்புக்கொள்ளக் கூடிய இலட்சியச் சொற்களஞ்சியத்திற்காகக் காத்திருக்க முடியாது.[26]

தமிழ் அறிஞர்களை மட்டும் குறுகியமனத்தோர் என்று சுட்டிய சீனிவாச சாஸ்திரி, குழு உறுப்பினர்களைத் தேர்ந்தெடுப்பதில் அளவுக்கதிகமான அக்கறை காட்டினார். கல்லூரிகளிலிருந்தும் உயர்நிலைப் பள்ளிகளிலிருந்தும் இரண்டிரண்டு ஆசிரியர் களைச் சேர்த்துக்கொள்ள வேண்டும் என்பதோடு, சென்னை மாகாணத் தமிழ்ச் சங்கத்தைத் தவிர்த்துவிட்டு மதுரை, கரந்தைத் தமிழ்ச் சங்கங்களிலிருந்து சார்பாளர்களை அமர்த்த வைத்தார். கடைசியாக, வையாபுரிப் பிள்ளை உறுப்பியம் வகிக்க வேண்டும் என்றும் வற்புறுத்தினார்.[27]

சென்னை மாகாணத் தமிழ்ச் சங்கம் அரசாங்கத்தின் முயற்சியைக் கண்டித்துச் சரம்சரமாகத் துண்டறிக்கைகள் வெளியிட்டது. தமிழிலேயே கலைச்சொற்களை வழங்க வேண்டிய தேவையினையும், அதற்குரிய கோட்பாட்டு விளக்கங் களையும் வற்புறுத்தும்முகமாக அவை அமைந்தன. கலைச்சொற் களை அடிக்கடி மாற்றுவதால் குழப்பமே மிகுமென்றும், சமஸ்கிருத வழிப்பட்ட சொற்கள் தமிழுக்கு ஏற்றவை

அல்லவென்றும் நிறுவப்பட்டது. எடுத்துக்காட்டாக, 1932இல் அரசாங்கம் வெளியிட்ட கலைச்சொற்பட்டியிலிருந்து மாதிரிகள் எடுத்துக்காட்டப்பட்டு, அவற்றுக்கீடாக மாகாணத் தமிழ்ச் சங்கம் செய்த சொல்லாக்கங்கள் முன்வைக்கப்பட்டன. அப்பட்டியலில் உள்ள, அரசு பரிந்துரைத்த கலைச்சொற்கள் சில: க்ஷாரமான, வித்யுத் விஸ்லேஷணம், பாக்கியமிகஜம், அப்ஜனகம், புப்புசம், கசேருலதை, பரிசோஷணம், கிஞ்ஜல்கம், சலாபாக்ருதி, அநிஷ்கர்ஷித, ஸமபுஜத்ரிகோணம்.[28]

இந்த எதிர்ப்புகளையெல்லாம் பொருட்படுத்தாமல் சாஸ்திரி குழு மூன்று மாதத்திற்குள்ளேயே தன் பரிந்துரை களை வெளியிட்டது. 'கொடுக்கப்பட்ட பணியின் முக்கியத் துவத்தைக் கருதாமல் தனது வேலையை இவ்வளவு குறுகிய காலத்திலும் அவசரமாகவும் கலைச்சொற் குழு செய்துவிட்டது விந்தையே' என்று மாகாணத் தமிழ்ச் சங்கம் குறை கூறிற்று.[29] ஆனால் இந்தப் புகார்களையெல்லாம் அரசாங்கம் பொருட் படுத்தவில்லை. 'இதற்கு முந்திய விண்ணப்பங்களைப் போலவே இதனையும் பொருட்படுத்த வேண்டியதில்லை' என்ற குறிப்போடு அவை குப்பைக்கூடைக்குப் போயின.

சாஸ்திரி குழுவின் பரிந்துரைகள் தமிழறிஞர்களின் அச்சத்தை உறுதிப்படுத்துவனவாகவே அமைந்திருந்தன.

> (அ) கீழ்நிலைப் பள்ளிகளுக்குரிய அயல் சொற்களுக்கீடான தென்னிந்திய மொழிச் சொற்கள் ஏற்கெனவே நிலை பெற்று விட்டனவாதலால் அவை ஏற்றுக்கொள்ளத்தக்கன.
>
> (ஆ) கருத்தாக்கம் மற்றும் அருவமான பெயர்கள், கருத்துகளுக்கான ஒரே சீரான கலைச்சொற்களை உருவாக்கி, தென்னிந்திய மொழிகளுக்கெல்லாம் பொதுவாக்க வேண்டியது அவசியம்.
>
> (இ) பிற கலைச்சொற்கள் ஆங்கிலத்திலிருந்து அப்படியே எடுக்கப்பட்டு, தென்னிந்திய மொழி எழுத்துகளில் ஒலிபெயர்க்கப்பட்டு, வேண்டுமிடங்களில் மூலச்சொற் களை ஆங்கில எழுத்திலேயே அடைப்புக் குறிக்குள் கொடுக்க வேண்டும்.[30]

இப்பரிந்துரைகளைக் கண்டித்து மேலும் பல துண்டறிக்கை களும், ஆய்விதழ்களிலும் பொது இதழ்களிலும் கட்டுரைகளும் வெளிவந்தன.[31] ஆரிய மொழிக் குடும்பத்துக்கு முற்றிலும் மாறானதொரு (திராவிட) மொழிக் குடும்பத்தைச் சேர்ந்த தமிழ் மொழிக்கு அதன் வேர்ச்சொற்களின் அடிப்படையிலேயே சொல்லாக்கம் நிகழ வேண்டுமென்பது வற்புறுத்தப்பட்டது.

இதற்கான சான்றுகள் பழந்தமிழ் இலக்கியங்களிலிருந்து மட்டு மல்லாமல், கால்டுவெல், மாக்ஸ் மியூல்லர், சுனிதி குமார் சாட்டர்ஜி போன்ற மொழியியலாளரிடமிருந்தும் திரட்டப் பட்டன. இவ்வாறு தனித்தன்மை வாய்ந்த தமிழ் மொழியை மையமாகக் கொண்டு தமிழ் அடையாளம் கட்டமைக்கப் பட்டது. இக்கட்டமைப்பு பல்வேறு சமூகப் பிரிவினரை மொழி அடிப்படையில் இணைக்க முயன்றது. இச்சொல்லாடல் 1940களில் தமிழ்ச் சமூகத்தில் பெருமளவு வேரூன்றியும் விட்டது.

இவற்றுக்கு மணிமகுடமாக, தமிழ்ச் சார்பான நிலைப் பாட்டை விளக்கும்வகையில் சென்னை மாகாணத் தமிழ்ச் சங்கம் 25 நவம்பர் 1940இல் அளித்த நெடும் அறிக்கை தொடர்புடைய செய்திகள் அனைத்தையும் கோவையாகவும் வாதத்திறமையோடும் முன்வைக்கின்றது. 'செய்திகள் நிறைந்தது; திறமாக வாதிக்கப்பட்டது' என்று 'மாடர்ன் ரிவியு'[32]வால் பாராட்டப்பட்ட அவ்வறிக்கையைக் கீழே சுருக்கித் தருகிறோம்:

> சாஸ்திரிக் குழு ஒரே போக்குடையது; ஆங்கில, சமஸ்கிருத சொற்களில் உறுதியான பற்றுடையவர்களே பொறுக்கிச் சேர்க்கப்பட்டுள்ளனர்; மிகச் சிறியது; பதினைந்து பேர், சில மணிநேரத்தில், பல மொழிகளின் இயல்புகளை, அடக்கியாண்டுத் தம் வழிக்குக் கொண்டுவர முயன்றிருக் கின்றனர்; இக்குழுவினர் தமிழறிவும் திராவிட மொழியறி வும் இல்லாதவர்கள்.
>
> சாஸ்திரிக் குழுவிற்குக் கொடுக்கப்பட்ட கேள்விகள் குறுகியன (கல்வி பற்றி மட்டுமே பேசுகின்றன; பொதுப் பயன்பாடு பற்றிக் கூறவில்லை); தென்னிந்திய மொழி களைத் தனியாகவோ, ஒன்றாகவோ எடுத்துக்கொள்ள வில்லை; பிழையுடையன (ஏனெனில், ஆங்கிலச் சொற்கள் பயன்படுத்தப்படாத நிலையில் அச்சொற்களை அப்படியே வைத்துக்கொள்வதென்ற கேள்வி எழவில்லை).
>
> சாஸ்திரிக் குழுவின் பரிந்துரைகள் ஒரு போக்குடையன (சில சொற்களுக்குப் பதிலாக சமஸ்கிருதச் சொற்களையும் பிறவற்றுக்கு ஆங்கிலச் சொற்களையும் பயன்படுத்த வேண்டுமென்பதில் காரணம் கூறப்படவில்லை); முரண் பாடுடையன (உருது மொழிக்கு அரபு, பாரசீக வேர்ச் சொற்களைப் பரிந்துரைக்கையில், திராவிட மொழிகளுக் கெல்லாம் திராவிட வேர்ச்சொற்களையல்லவா பரிந்துரைத்திருக்க வேண்டும்); இயன்முறையற்றன (கடன் வாங்க வேண்டுமாயின் சமஸ்கிருதம் போன்ற இறந்த இடைமொழியினின்று வாங்குவதினும் நேராகக்

> கடன் வாங்குவது மேலல்லவா); கேடு விளைவிப்பன (ஆங்கிலச் சொற்களை அப்படியே தமிழில் எழுதுவது நகைப்புக்குரியது; அவற்றிலிருந்து வகைச் சொற்கள் முக்கியமாக வினைவகைச் சொற்கள் உண்டாக்குவதற்கு இயலாது; குறுகிய நோக்கமுடையன (தாய்மொழிகள் கூடிய விரைவில் உரிமையடைந்து உயர்கல்விவரை உரிய இடம் அடைய உள்ள நிலையில் பிறமொழி வழியாகப் பாடங் கற்பிப்பது பொருந்தாது); நடைமுறைக்கு ஒவ்வாதன; வீணானவை (ஏனெனில், கலைச் சொற்களுள் ஒருவகை ஒற்றுமையுமின்றியே, கலையறிவை அவ்வம் மொழிப் பரப்பில் கற்பித்துப் பரப்பச் செய்தலே எளிது.)

இவ்வாறு, சாஸ்திரி குழு பற்றிய விரிவான விமர்சனத்தை முன்வைத்த சென்னை மாகாணத் தமிழ்ச் சங்கம், தன் எதிர் பார்ப்பைப் பின்வருமாறு தொகுத்துரைத்தது.

> இச் சாத்திரியார் குழுவின் தாங்குரைகள் நன்முறைக்குக் கொண்டுவரத் தகாதன. இவற்றை விடுத்தும், பொது மக்களிடையேயும், கலையறிவு பரவும்படிக்கும், ஒவ்வொரு மொழிக்கும் தனித்தனிக் குழு புதிதாக ஏற்படுத்தி, முறைப்படி வேலை செய்ய வேண்டும். இதற்கிடையே, குழப்பத்தைத் தீர்க்க, *கலைச்சொற்கள்* எனும் நூலுட் கண்டுள்ள சொற்கள், சடுதியில் மாறுமென்று பயமின்றிக் கல்லூரி ஆசிரியர், நூலாசிரியர், பதிப்பாளர் யாவராலும் பயன்படுத்தப்படலாமென்று, அரசியலாளர் அறிவிக்க வேண்டும் . . . இவ்வாறு, தமிழ்நாடெல்லாம் கிளர்ச்சி செய்து, விண்ணப்பமனுப்பி, முறையீட்டுக் குழு அமைத்து, அரசியலாரை நல்வழியில் படுத்தினால்தான் தமிழாக்கம் மேன்மையுறும்.[33]

இதைப் போன்றதொரு அறிக்கையை டி. எஸ். நடராஜ பிள்ளை, அ. முத்தையா, அருள் தங்கையா ஆகியோரும் இணைந்து தமிழ் அறிஞர் கழகத்தின் சார்பாக வழங்கினர். மிகுந்த கவனத்தோடும் நிதானத்தோடும் எழுதப்பட்டதாக இவ்வறிக்கையும் அமைந்திருந்தது.[34]

இதனைத் தொடர்ந்து சென்னை கோகலே அரங்கத்தில் 31 ஆகஸ்டு 1941இல் ஒரு பெரும் பொதுக்கூட்டம் அன்றைய சென்னைப் பல்கலைக்கழகத் துணைவேந்தர் சர் முகம்மது உஸ்மான் தலைமையில் நடைபெற்றது. 'ஃப்ரி பிரஸ் ஜர்னல்' குறிப்பிட்டதுபோல் எஸ். முத்தையா முதலியார், டாக்டர் டி.எஸ். திருமூர்த்தி அய்யர், சுவாமி அருணகிரிநாதர், அருள் தங்கையா, தெ.பொ.மீ., குஞ்சிதம் குருசாமி, பரவஸ்து

இராஜகோபாலாச்சாரியார் முதலான ‘பல்வேறு அரசியல் கருத்துகள் கொண்டவர்களும் பல்வேறு பிரிவினரும்’ கலந்து கொண்டனர்.[35]

தலைமையேற்று உரையாற்றிய முகம்மது உஸ்மான் ‘தமிழ் மொழியின் பண்பிற்கேற்றவாறு அறிவியற் சொற்களை அமைக்க வேண்டும். அவை மாணவர்களாலும் பொதுமக்களாலும் எளிதில் உணர்ந்து கொள்ளப்படத்தக்கனவாக இருத்தல் வேண்டும்’ என்று வற்புறுத்தினார். ‘தமிழ்க் கலைச்சொற்கள் கண்டுபிடிக்கும் வேலை தமிழர்களுக்கே கொடுக்கப்பட வேண்டுமென்றும், இதில்கூடத் தமிழர்களுக்குச் சுயஆட்சி கொடுக்கக் கூடாதா’ என்றும் டி.எஸ். திருமூர்த்தி அய்யர் வினவினார். ராஜாஜி மட்டும் சிறைப்படாமலிருந்திருந்தால் இப்பொதுக் கூட்டத்தை ஆதரித்திருப்பார் என்று கருதிய தெ.பொ.மீ., ‘சமஸ்கிருதச் சொற்கள் ஆங்கிலச் சொற்களைவிடக் கடினமானதாகலான் அவற்றைத் தமிழில் புகுத்துவது மாணவர் கழுத்தில் அம்மிக்கல்லைக் கட்டுவது போலாகும்’ என்றும் உரைத்தார்.[36]

இப்பொதுக் கூட்டத்தில் இயற்றப்பட்ட முக்கியத் தீர்மானங்களாவன:

> (1) பலதிறப்பட்ட மொழிகளும் கலையொழுக்கங்களும் உள்ள இந்தியா முழுவதுக்கும் ஒரேவகையான கலைச் சொற்களாக்குவது பொருத்தமற்றதும் அவசியமில்லாதது மாகும்.
>
> (2) எல்லா வகையான அறிவியற் கலைச்சொற்களுக்கும், இயன்ற மட்டும், எவ்வகையிலும் தமிழையே அடிப்படை யாகக் கொண்ட பொருத்தமான தமிழ்க் கலைச்சொற்கள் கண்டுபிடிக்கப்பட வேண்டுமென்று இக்கூட்டம் கருதுவதோடு, இவ்வகையிற் செய்வதற்கு, சென்னை அரசாங்கத்தாரால் அமைக்கப்பட்ட கலைச்சொற் கமிட்டியில் அதிகமான தமிழ் அறிஞர்களை நியமிக்க வேண்டுமென அரசினரை வேண்டுகின்றது.
>
> (3) தென்னிந்தியாவிலுள்ள திராவிட மொழிகள் எல்லா வற்றிற்கும் வடமொழியை அடிப்படையாகக் கொண்ட ஒரேவகைக் கலைச்சொற்கள் ஆக்க வேண்டுமென்று அரசாங்கக் கமிட்டியார் முடிவுசெய்திருப்பது தமிழ் மொழியில் வெற்றிபெற நடத்திவைக்க முடியாததாகும். ஆகவே, தமிழ்மொழியின் பண்பிற்குப் பொருத்தமானதும், இயற்கையானதுமான தமிழ் வேர்ச்சொற்களையே அடிப்படையாகக் கொண்ட தனிப்பட்ட தமிழ்க் கலைச் சொற்களையே அமைக்க வேண்டும்.[37]

இத்தீர்மானங்கள் ஏற்றுக்கொள்ளப்படவில்லையென்றால் (1937–39) இந்தி எதிர்ப்புப் போராட்டம் போன்றதொரு பெருங்கிளர்ச்சியைச் சந்திக்க நேரிடுமெனப் பச்சையப்பன் கல்லூரிப் பொருளியல் பேராசிரியர் அ. முத்தையாவும், 'சண்டே அப்சர்வர்' பாலசுப்பிரமணிய முதலியாரும் எச்சரித்தனர்.

இவ்வாறு பல தரப்பு அறிஞர்களின் ஆதரவிருந்தும் அரசு தன் நிலையிலிருந்து மாறாமல் நின்றது. இதன் தொடர்பில் இ.மு.சு.வின் ஏமாற்றம் சைவ சித்தாந்த நூற்பதிப்புக் கழக நிறுவனர் வ. சுப்பையா பிள்ளைக்கு எழுதிய கடிதத்தில் வெளிப் படுகின்றது. 'அரசியலார் வடமொழிப் பார்ப்பனர் சூழ்ச்சியின் வசப்பட்டுத் தமிழ்க் கலைக் கழகமும் அமைத்துவிட்டார்கள். நமது தீர்மானங்கள் கவனிக்கப் பெறவில்லை. ஆனால் வடமொழிப் பார்ப்பனர் சூழ்ச்சியை அரசியலாருக்கு நாம் நேரில் கண்டு எடுத்தியம்பினால் மாறுதல் ஏற்படலாம்.'[38]

4

அரசின் நிலைப்பாட்டில் மாற்றமில்லாதிருந்தாலும் எதிர்ப்பு தொடர்ந்துகொண்டே இருந்தது. சாஸ்திரி குழுவின் பரிந்துரைகள், குறிப்பாக வடமொழியிலிருந்து சொற்களை வழங்கவேண்டுமென்ற பரிந்துரை, பெருங்கண்டனத்திற் காளானது. இதனை ஆதரித்தவர்கள் யாராக இருந்தாலும் அவர்களும் கடியப்பட்டனர். 1941 டிசம்பரில் நடந்த மாகாணத் தமிழ் இசை மாநாட்டிலும் தமிழ்ப் புலவர் மாநாட்டிலும் உ.வே. சாமிநாதையரைக் கண்டித்துத் தீர்மானம் நிறைவேற்றப் பட்டது. கே. பொன்னையா பிள்ளையும் ச. சோமசுந்தர பாரதியும் முன்னின்று நடத்திய இம்மாநாட்டில் 'தமிழில் உயர்ந்த பட்டங்கள் பெற்று, தமிழரிடமிருந்து தமிழ் மூலமாக ஏராளமான சொத்து சேர்த்த பின்னும், சமஸ்கிருதத் தொடர் களைத் தமிழ் மரபு என்று திரித்துக் கூறும் உ.வே. சாமிநாதையரின் செய்கையைக் கண்டித்து, அவர் தம் பிழையை உணரவேண்டு மென'த் தீர்மானம் இயற்றப்பட்டது.[39]

இதன் தொடர்பான இன்னொரு விவாதத்தில், சேலம் கல்லூரி முதல்வர் அ. இராமசாமிக் கவுண்டருக்கும் வையாபுரிப் பிள்ளைக்கும் இடையே பேராசிரியர் சுந்தரம் பிள்ளையை முன்வைத்து ஒரு கருத்துமோதல் நடந்தது. சுந்தரம் பிள்ளை பற்றிய தமது கட்டுரையொன்றில் ('வசந்தம்' இதழில் முதலில் வெளியிடப்பட்டுப் பின்னர் 'தமிழ்ச் சுடர் மணிகள்' நூலில் தொகுக்கப்பட்ட கட்டுரை), கலைச் சொல்லாக்கம் பற்றிய தமிழறிஞர்களின் பார்வையைக் குறுகலானது என்று குறிப்பிட்டு, சுந்தரம் பிள்ளையைப் போல் பிறமொழிச்

சொற்களை வழங்கவேண்டுமென வையாபுரிப் பிள்ளை வாதிட்டிருந்தார். மேலும், கலைச்சொல்லாக்கம் பற்றிய விவாதத்தை வெறும் "சாதிச் சச்சரவாக" வையாபுரிப் பிள்ளை புரிந்துகொண்டிருந்தார். திராவிட மொழிக் குடும்பம், சமஸ்கிருத மொழியின் வழக்கொழிந்த தன்மை ஆகியன பற்றிய சுந்தரம் பிள்ளையின் கருத்துகளைத் திரட்டி வையாபுரிப் பிள்ளையினை மறுத்தார் அ. இராமசாமிக் கவுண்டர். தமிழ் மறுமலர்ச்சியின் தந்தை எனக் கருதப்படும் சுந்தரம் பிள்ளையின் நிலைப்பாடு பற்றிய இவ்விவாதம் கவனத்திற்குரியது.[40]

1946இல் சென்னை மாகாணத்தில் இடைக்கால அரசைக் காங்கிரஸ் கட்சி அமைத்தது. இதன் பின்பு கலைச்சொல்லாக்க விவாதத்திற்கு அரசுமுறையிலான தீர்வு ஏற்பட்டது. இடைக்கால அரசில் கல்வி அமைச்சகப் பொறுப்பைத் தி.சு. அவினாசிலிங்கம் செட்டியார் ஏற்றிருந்தார். காங்கிரஸ்காரராயினும் தமிழ்ப் பற்றுடையவர் என்ற பெயரை அவர் பெற்றிருந்தார். தமிழ்ச் சொல்லாக்க நெறிகளுக்காக நின்ற தமிழறிஞர்களுக்கு மீண்டும் நம்பிக்கை தளிர்த்தது. சென்னை மாகாணத் தமிழ்ச் சங்கம் மீண்டும் துண்டறிக்கைகளை வேகமாக வெளியிட்டது. 'நமது சங்கமும் தமிழ் மாகாணக் காங்கிரசும்' என்ற துண்டு வெளியீட்டில் சங்கத்திற்கும் முந்தைய காங்கிரஸ் அமைச்சரவைக்கும் இடையே இருந்த தொடர்புகளை நினைவூட்டும் வகையில் அவ்வறிக்கையை இ.மு.சு. அமைத்திருந்தார்.

> இன்று காங்கிரசு ஆட்சி மறுபடி தொடங்கியிருக்கிறது. காங்கிரசும் மந்திரிகளும் முன்மாதிரி நமது சங்கத்துக்கு அளித்துவந்த ஆதரவை மேற்கொள்ள வேண்டும். கவர்னர் ஆட்சியில் ஏற்பட்டுள்ள மாறுபாடுகளை ஒழித்து, நமது சங்கம் வெளியிட்டுச் சென்ற எட்டு ஆண்டுகளாக ஆட்சியிலிருந்துவரும் கலைச் சொற்களின் புதிய பதிப்பு வெளிவந்து பள்ளிக்கூடங்களில் கட்டாயமாக ஆக்கப்பெறுதல் வேண்டும் . . .
>
> தமிழ் மாகாணக் காங்கிரசுத் தலைவர் திருவாளர் காமராசரவர்களும் கல்வி மந்திரி திருவாளர் அவினாசிலிங்கம் அவர்களும் நமது மந்திரிமார்களும் ஏனைய தமிழ்நாட்டுத் தலைவர்களும் புலவர்களும் முன்வந்து உடனே உயர் பள்ளிகளிலும் கல்லூரிகளிலும் எல்லாப் பாடங்களும் தமிழிலேயே கற்பிக்குமாறு, வேண்டுமானால் சட்டமும் கொண்டுவர வேண்டும்.[41]

இந்தப் பிரச்சனையில் அவினாசிலிங்கம் செட்டியார் உடன்பாடான முறையில் ஆர்வம் காட்டினார். 1946 ஏப்ரலில்

சீனிவாச சாஸ்திரி மறைந்த பிறகு செயலற்றிருந்த சொல்லாக்கக் குழுவை உயிர்ப்பித்தார். கோகலே அரங்கப் பொதுக் கூட்டத்தில் முழங்கிய டாக்டர் திருமூர்த்தி அய்யர் தலைவராக்கப்பட்டார். சுவாமி விபுலானந்தர், ரா.பி. சேதுப் பிள்ளை, வையாபுரிப் பிள்ளை, ஜி. சுப்பிரமணிய பிள்ளை, அ. சிதம்பரநாத செட்டியார் ஆகியோர் தமிழ்த் துணைக் குழு உறுப்பினராக்கப்பட்டனர்.[42] இவர்களுள், வையாபுரிப் பிள்ளை ஒருவரைத் தவிர மற்ற அனைவரும் தமிழ்ச் சார்பானவர்களெனக் கருதப்பட்டவர்கள் என்பது குறிப்பிடத்தக்கது. ஒருவகையில் இத்துணைக் குழு அமைக்கப்படுவதற்கு முன்பே, தமிழார்வலர்களின் எண்ணத்தை ஈடேற்றும் வகையில் மொத்தக் குழுவின் பொதுப் பரிந்துரைகள் அமைந்திருந்தன. தமிழ்த் துணைக் குழு, சென்னை மாகாணத் தமிழ்ச் சங்கத்தின் 'கலைச்சொற்கள்' நூலிலிருந்து ஏராளமான சொல்லாக்கங்களைக் கைவயப்படுத்திக் கொண்டதை வெளிப்படையாக அறிவித்ததோடு, சொல்லாக்க நெறிமுறைகளும் அந்நூலிலிருந்து பெறப்பட்டனவென்று கூறியது.

> ஏராளமான ஆங்கிலச் சொற்களையும் வடமொழி மூலம் கொண்ட சொற்களையும் கையாள்வது இன்று தமிழ் ஆய்வுலகம் செல்லும் போக்குக்கு எதிரானதெனக் கருதி, *(சாஸ்திரி)* குழுவின் பரிந்துரைகளைக் கறாராகவும் நேராகவும் பின் பற்றுவது ஏற்றுக்கொள்ளத்தக்கதன்று எனத் துணைக் குழு கருதுகிறது.[43]

மேலும், சாஸ்திரி குழுவின் பரிந்துரைகளைப் புறந்தள்ளும் வகையில் இரண்டு துணைப் பிரிவுகளையும் உண்டாக்கியது: (1) உயர்நிலைப் பள்ளிகளில் ஏற்கெனவே பரவலாகப் பயன் பட்டுவந்த தமிழ்ச் சொற்களை ஏற்றுக்கொள்ளுதல் (2) பண்புகள், இயக்கங்கள் முதலானவற்றுக்கு ஆங்கிலத்திலிருந்து நேராகத் தமிழுக்கு மொழிபெயர்த்துக் கொள்ளுதல்.

தான் வழங்கிய சொற்பட்டியல் 'கலைச்சொல் குழுவின் கல்வித் துறைசார் இலக்குகளுக்கும், மொழிசார்ந்த பற்றின் ஆணித்தரமான *(insistent)* வேண்டுகைகளுக்கும் இடையே ஒரு சமன்பாட்டைக் காட்டுவதாகத் துணைக் குழு கூறியது. இவ்வாறு ஒரு காலத்தில் குறுகிய எண்ணம் *(chauvinism)* என்று கடியப்பட்டது மொழிப் பற்று என உடன்பாடாகச் சுட்டப்பட்டது.

5

கலைச்சொல்லாக்கம் பற்றிய இவ்விவாதம் மொழி பற்றிய பயன்பாட்டு நோக்கை மறுபரிசீலனை செய்யவேண்டிய

கட்டாயத்தை உண்டாக்குகிறது. அறிவு மக்களுக்குச் சென்று சேர வேண்டும், எளிமையான மொழி கையாளப்பட வேண்டும், புரிந்துகொள்ளத் தக்கதாகவும் அது அமைய வேண்டும் என்று வாதிக்கப்பட்ட அதே வேளையில், தமிழ் மொழியும் தமிழ்ப் பண்பாடும் ஆரிய, வடநாட்டு மொழி – பண்பாட்டுக்கு மாறானவை, சாதியப் பிரிவுகளுக்கு அப்பாற்பட்டவை, சமத்துவமான பண்டைக் காலத்தை மீட்டுருவாக்க வழிசெய்பவை என்றும் வற்புறுத்தப்பட்டது. இதன் மூலமாக மேலதிகமான ஜனநாயகத்தன்மை உடைய தமிழ் அடையாளம், மொழிவழி நின்று கட்டமைக்கப்பட்டது. அ. இராமசாமிக் கவுண்டர் குறிப்பிட்டது போல்,

> இன்றைய தனித் தமிழ் உணர்ச்சியே பிற்காலத்தில் திருமணம், கடவுள் வழிபாடு, இன்னிசை, அரசியல் முதலிய துறைகளிலும் இத்தகைய கிளர்ச்சிகளை அடுத்தடுத்துத் தோற்றுவித்துத் தமது உரிமையை அழித்து விடும் என அஞ்சும் ஆரியர் கலைச்சொல்லாக்கத்தைக் கண்டிப்பது இயல்பே.[44]

கலைச்சொல்லாக்கம் என்பது வெறும் மொழியின் பயன்பாடு பற்றியது மட்டுமன்று. தமிழ் அடையாளம் என்பதோடும் அதன் அரசியலோடும் பிணைந்தது. இதைத் தான் மற்றொருவர் வேறு மாதிரியாகச் சொன்னார்.

> நமது மேன்மைக்கும் அந்தஸ்துக்கும் ஏற்றதும், நம் சுதந்திர உணர்ச்சியைத் தூண்டக் கூடியதும், நம் இழிவைப் போக்கக் கூடியதுமான எம்மொழியிலிருந்தும் நம் மொழிக்கு ஆக்கம் தரக்கூடியதும் அவசியமானதும் ஆகிய சொற்களை எடுத்துக்கொள்ளலாம். எம்மொழித் தொடர்பிருந்தாலும் பரவாயில்லை. நமக்கு வடமொழித் தொடர்பு மட்டும் கூடவே கூடாது.[45]

இவ்வாறு பொட்டில் அறைந்தாற்போல் சொல்லக்கூடியவர் பெரியாரைத் தவிர வேறு யாராக இருக்க முடியும்?

சான்றுக் குறிப்புகள்

1. பா.ரா. சுப்பிரமணியன், 'சொற்களின் வரவும் மறைவும்', *தமிழ் மணி* (தினமணி இணைப்பு), 5 செப்டம்பர் 1992.

2. Peter Burke and Roy Porter (eds.), *The Social History of Language*, Cambridge, 1987, முன்னுரை ப. 13. மேலும் காண்க Peter Burke, *The Art of Conversation*, Cambridge, 1993.

3. Raymond Williams, *Keywords*, London, 1983, ப. 22. அழுத்தம் மூல நூலில் உள்ளவாறு.

4. *தமிழர் நேசன்*, 1 (3), பிங்கள, மார்கழி.

5. *பாரதி கட்டுரைகள்: கலைகள்* (பாரதி பிரசுரலாயப் பதிப்பு), ப. 110. இக்கட்டுரைகள் பெரும்பான்மையும் சுதேசமித்திரன் நாளேட்டில் 1916–19ஆம் ஆண்டுகளில் எழுதப்பட்டவை.

6. M.S.S. Pandian, 'Notes on the Transformation of 'Dravidian' Ideology, Tamil Nadu, c.1900 –1940', *Social Scientist*, Nos. 252–3, May–June 1994.

7. M. Srinivasa Aiyangar, *Tamil Studies*, Madras, 1914, ப. 46.

8. தமிழ் அன்பர் மாநாட்டின் முழு நடவடிக்கைகளும் *மணிக்கொடியில்* (24 திசம்பர் 1933) விரிவாகப் பதிவுசெய்யப்பட்டுள்ளன.

9. உ.வே.சா.வின் தலைமையுரை *மணிக்கொடி*, 24 டிசம்பர் 1933 இதழில் வெளியாகியுள்ளது. அவருடைய நல்லுரைக் கோவை (இரண்டாம் பாகம்) கட்டுரை நூலில் 'தமிழ் வளர்ச்சி' என்ற தலைப்பில் இத்தலைமையுரை தொகுக்கப்பட்டுள்ளது.

10. *மணிக்கொடி*, 24 டிசம்பர் 1933.

11. 'சில சுயமரியாதை நண்பர்கள் மகாநாட்டுக்கு வந்தது நல்ல காரியம். ஆனால், அவர்கள் ஆதிமுதலே இந்த முயற்சியில் கலந்து கொண்டிருக்க வேண்டும். எந்தக் கூட்டத்தையும், பத்துப் பேர் சேர்ந்து கொண்டால் 'தவிடுபொடி'யாக்கிவிடலாம். இந்த அபாரமான சக்தி எந்தக் கட்சியாருக்கும் தனித்த பொக்கிஷமல்ல' என்று *மணிக்கொடி* (31 டிசம்பர் 1933) இல் எழுதிய 'ஒரு அன்ப'ரின் அச்சுறுத்தல் 1940களில் திராவிட இயக்கக் கூட்டங்களில் அவ்வப் பொழுது கட்டவிழ்த்துவிடப்பட்ட காங்கிரஸ் வன்முறைக்குக் கட்டியம் கூறுவதாக அமைந்துள்ளது.

12. தமிழ் அன்பர் மாநாட்டின்போது சிதம்பரம் என். தண்டபாணி பிள்ளை என்ற சுயமரியாதை இயக்க முன்னணியில் இருந்த ஒருவர் 'தமிழ்நாட்டுப் பள்ளிக் கூடங்களில் சிறுவர் சிறுமிகளுக்குப் பகுத்தறிவுக்கு முரணான கடவுள் வாழ்த்து கற்றுக்கொடுப்பதைக் கண்டிப்பதாக' ஒரு தீர்மானத்தை முன்மொழிந்தார்;

மாநாட்டில் ஏற்பட்ட அதிர்ச்சியும் பரபரப்பும் திரு.வி.க. இதை ஆதரிப்பதாகக் கூறியதும் பன்மடங்காகியது. 'பகுத்தறிவுக்கு அரணான கடவுள் வாழ்த்தைக் கற்பிக்கலாம்தானே' என்று திரு.வி.க. இதைப் பின்பு தெளிவுப்படுத்தித் தீர்மானத்தைத் தோற்கடித்ததாகச் சொல்லப்படுகிறது. செவிவழியாகப் பல முறை சொல்லப்பட்டுவரும் இந்நிகழ்ச்சியை பி.எஸ். ராமையா (*மணிக்கொடி காலம்*, சிதம்பரம், 1980, ப. 78–9) பதிவு செய்துள்ளார்.

13. *குமரன்*, 25 ஜனவரி 1934.

14. *குமரன்*, 10 மே 1934. இம்மாநாட்டு நடவடிக்கைகளைக் கண்டித்து வ.ரா, *மணிக்கொடியில்* (17 ஜூன் 1934) 'தூய தனித்தமிழ்' என்றொரு கட்டுரை எழுதியுள்ளார். டி.எஸ். சொக்கலிங்கமும் வ.ரா.வையொத்த கருத்துகளைக் கலைச்சொல்லாக்கம் பற்றி வெளியிட்டுள்ளார்: *எனது ராஜினாமா*, சென்னை, 1943, ப. 45. ஆங்கிலக் கலைச்சொற்களை அப்படியே வழங்கவேண்டுமென்ற இன்னொருவர் ஏ.வி. சுப்பிரமணிய அய்யர்: *தற்காலத் தமிழ் இலக்கியம்*, சென்னை, 1985, ப. 56–8 (1942ஆம் ஆண்டுப் பதிப்பின் மறு அச்சு).

15. இவ்வமைப்பு இன்றளவும் 'தமிழ் மாநிலச் சங்கம்' என்ற பெயரில் உள்ளீடற்ற வெறும்கூடாகப் பாளையங்கோட்டையில் இருக்கின்றது. 1960களின் கடைசியில் ஏற்பட்ட அதிகாரப் போட்டியில் இ.மு.சு. ஓரங்கட்டப்பட்டு, இச்சங்கம் ஒடுங்கி மறைந்தது ஒரு சோகக் கதை. இதனை எனக்குத் தெரிவித்தவர் திரு. சி.சு. மணி.

16. விபுலானந்தரின் தலைமையுரை *சித்தாந்தம்* (அக்டோபர் 1936) இதழில் முழுமையாக வெளியிடப்பட்டுள்ளது.

17. தமிழ்மொழியின் செவ்வியல்தன்மை, தூய்மை, சிறப்பு முதலானவை முதல் இந்தி எதிர்ப்புப் போராட்டத்தையொட்டி (1937–39) நடத்தப்பட்ட ஏராளமான பொதுக் கூட்டங்கள், வெளியிடப்பட்ட கட்டுரைகள், பாடல்கள், துண்டறிக்கைகள் முதலான மக்களை அணிதிரட்டும் ஊடகங்களின் மூலமாகப் பரந்துபட்ட மக்களைச் சென்றடைந்தன. சமூகத்தின் கீழ்த்தட்டுகள்வரை இத்தகைய கருத்தாக்கங்கள் எட்டின என்று கூற முடியும். இதனைப் பற்றிய ஆய்வு தனியே மேற்கொள்ளப்பட வேண்டும்.

18. அரசாணை எண் 2164, கல்வி, 12 செப்டம்பர் 1938, சென்னை அரசாங்கம்.

19. நடப்பு நிலையைப் பற்றிக் கவலைப்படாமல் தம் கருத்துகளை மற்றவர்மீது தமிழறிஞர்கள் திணிக்கிறார்கள் என்று சொல்வோர் கவனிக்க வேண்டிய செய்தி இது.

20. அரசாணை எண் 1051, கல்வி – பொதுச் சுகாதாரம், 8 ஜூன் 1940.

21. *ராஜாஜி கட்டுரைகள்,* காரைக்குடி, 1944, ப. 19–20.

22. அரசாணை எண் 1051, கல்வி – பொதுச் சுகாதாரம், 8 ஜூன் 1940.

23. மேலது.

24. அரசாணை எண் 1319, கல்வி – பொதுச் சுகாதாரம், 17 ஜூலை 1940.

25. மேலது.

26. அரசாணை எண் 1051, கல்வி – பொதுச் சுகாதாரம், 8 ஜூன் 1940.

27. மேலது.

28. 'கலைச்சொற்களின் சீர்கேடு', தமிழ் அறிஞர் கழக அறிக்கை – 4.

29. அரசாணை எண் 1319, கல்வி – பொதுச் சுகாதாரம், 17 ஜூலை 1940.

30. அரசாணை எண் 1818, கல்வி – பொதுச் சுகாதாரம், 18 செப்டம்பர் 1940.

31. தமிழ் அறிஞர் கழக அறிக்கைகள்; ந.மு. வேங்கடசாமி நாட்டார், 'தமிழில் கலைச்சொற்கள்', *செந்தமிழ்ச் செல்வி,* ஆகஸ்டு 1941; ஞா. தேவநேயன் (பாவாணர்), 'கலைச்சொல்லாக்க நெறிமுறைகள்', *செந்தமிழ்ச் செல்வி,* ஆகஸ்டு 1941.

32. *Modern Review,* பிப்ரவரி 1941.

33. இவ்வறிக்கை தமிழிலும் ஆங்கிலத்திலுமாகத் தனித் தனியே அச்சடிக்கப்பட்டுப் பரப்பப்பட்டுள்ளது. தமிழ் வடிவம் 'தமிழ்ப் பொழி'லிலும் (16 (9), விக்கிரம, மார்கழி) வெளியாகியுள்ளது.

34. *Memorandum submitted by the committee appointed at the meeting of educationists held on Sunday, 10 August 1941.*

35. *Free Press Journal,* 1 செப்டம்பர் 1941.

36. மேலது. மற்றும் *The Hindu,* 1 செப்டம்பர் 1941; *Indian Express,* 1 செப்டம்பர் 1941; *பாரத தேவி,* செப்டம்பர் 1941; *செந்தமிழ்ச் செல்வி,* ஆகஸ்டு 1941.

37. மேலது

38. 13 பிப்ரவரி 1941 நாளிட்ட கடிதம். இ.மு. சுப்பிரமணிய பிள்ளை கடிதக் கோப்பு, சைவ சித்தாந்த நூற்பதிப்புக் கழகம்.

39. உ.வே. சாமிநாதையர் கடிதக் கோப்பு.

40. அ. இராமசாமிக் கவுண்டர், 'கலைச்சொல்லாக்கம்', *தமிழ்ப்பொழில்,* டிசம்பர் 1943. இதன் தொடர்ச்சி, *தமிழ்ப்பொழில்,* பிப்ரவரி 1944 இதழில் வெளி வந்துள்ளது. 1941இல் அமைந்த தமிழ்க் கலைச் சொல்லாக்க வினைக்குழுவில் வையாபுரிப் பிள்ளை, இராமசாமிக் கவுண்டர் இருவரும் உறுப்பியம் வகித்தனர். அக்குழுக் கூட்டத்தில் இருவருக்குமிடையே நிகழ்ந்த கருத்து மோதலை இராமசாமிக் கவுண்டர் பதிவு செய்துள்ளார்.

41. 'நமது சங்கமும் தமிழ் மாகாணக் காங்கிரசும்'. இ.மு.சு. 24.6.1946இல் கையெழுத்திட்டு, சென்னை மாகாணத் தமிழ்ச் சங்கத்திற்காக வெளியிட்ட துண்டறிக்கை.

42. அரசாணை எண் 1222, கல்வி, 20 ஜூன் 1946.

43. மேலது.

44. *தமிழ்ப்பொழில்,* டிசம்பர் 1943.

45. வே. ஆனைமுத்து (ப – ர்), *பெரியார் ஈ.வே.ரா. சிந்தனைகள்,* தொகுதி 2, திருச்சி, 1974, ப. 922–3.

இக்கட்டுரையின் கரட்டு வடிவம் நெல்லை ஆய்வுக் குழு சுங்கான்கடையில் நடத்திய ஆராய்ச்சிக் கூட்டத்தி லும் (பிப்ரவரி 1997), சுந்தர ராமசாமி ஏற்பாடு செய்த பாம்பன்விளை இலக்கியச் சந்திப்பிலும் (ஏப்ரல் 1997), மதுரை ஆராய்ச்சி வட்டம் நடத்திய 'திராவிட இயக்கமும் கருத்தியலும்' கருத்தரங்கிலும் (மே 1997) படிக்கப்பட்டது.

இதன் ஆங்கில வடிவம் *'Coining Words: Language and Politics in Late Colonial Tamil Nadu'* என்ற தலைப்பில் *South Asia Bulletin : Comparative Studies of South Asia, Africa and the Middle East,* Vol. XV, No. 2, 1995 *(Duke University Press)* இதழில் வெளிவந்தது. இக்கட்டுரையின் மலையாள மொழிபெயர்ப்பு, கேரள சாகித்ய அகாதமியின் *சாகித்திய லோகம் (1997–1998)* தமிழ்ச் சிறப்பிதழில் *(*சிறப்பு ஆசிரியர்: ஆற்றூர் ரவிவர்மா*)* வெளிவந்துள்ளது: 'வாக்குகளுடே நிர்மிதி' *(*மொழிபெயர்ப்பு: தேசமங்கலம் ராமகிருஷ்ணன்*).*

~~

தமிழில் பகடி இலக்கியம்

1

பகடி : வரையறை, வகைமை, வரலாறு

'பாரடி' (parody) என்பது ஓர் இலக்கிய வடிவம், வகைமை. 'லிமெரிக்'கை (limerick) ஈழத்து மஹாகவி 'குறும்பா' என்றாற்போல் 'பாரடி'யை 'நகைப்பா' என இருபொருள் தொனிக்க அழைக்கலாமா? 'பாரடி' என்பது பாட்டு வடிவில் மட்டும் தான் இருக்க வேண்டுமென்பதில்லையாதலால் வேறு பெயர் சூட்டுவதே பொருத்தமுடையது. இலங்கைத் தமிழில் 'பகடி' என்ற சொல் நையாண்டி, கேலி என்ற பொருளில் பெருவழக்காக உள்ளது. 'பாரடி'யின் முகாமையான தன்மை கிண்டலே என்பதாலும், ஒலியொப்புமை கருதியும் 'பகடி' என்பதனையே இதற்கீடாக வழங்கலாம் என்று கருதுகிறேன்.

இந்த இலக்கிய வகைமைக்குத் தமிழ்ப் பெயரிடுவது பற்றிய இத்தோற்றுவாயே, தமிழ் இலக்கிய மரபிற்கு இது புதியது என்பதைக் காட்டுகின்றது. இந்திய இலக்கிய மரபில் நகைச்சுவைக்கு இடம் உண்டா என்ற கேள்வியும் உண்டு.[1] தமிழ் இலக்கியத்தைப் பொறுத்தவரை, தொல்காப்பியம் அங்கதத்தைப் பற்றிக் குறிப்பிடுகின்றதாயினும் அதற்குரிய எடுத்துக்காட்டு இலக்கியங்கள் காணப் படவில்லை. தொல்காப்பிய உரையாசிரியர்களும் அந்நூற்பாவிற்கு விளக்கம் எழுதி அமைகின்றனரே யன்றி எடுத்துக்காட்டுகளைக் காட்டவில்லை.

ஆதிசங்கரரின் 'மோகமுத்கர'த்தை முதல்நூலாகக் கொண்டு வழிநூலாக ராஜாஜி எழுதிய 'பஜ கோவிந்த'த்தைப் பகடி செய்து 'பசி கோவிந்தம்' எழுதிய விந்தன்,

> **இருவர் நூற்கும் ஒருசிறை தொடங்கித்**
> **திரிபுவே றுடையது புடைநூ லாகும்**

என்ற நன்னூல் நூற்பாவை ஆதாரமாகக்கொண்டு, தம் நூலைப் புடைநூல் என்று அழைத்தார். 'பசி கோவிந்தம்' பகடி இலக்கியத்திற்கு ஒரு சிறந்த வகைமாதிரியாயினும், புடைநூல் என்பது பகடி என்ற பொருளைத் தரவில்லை என்று உறுதிபடக் கூறலாம். முதல் / வழி நூல்களைப் பின்பற்றி, வேறு நோக்கில் எழுதப்படுவதே புடைநூல் என்பது பவணந்தியார் கருத்து. புடைநூலில் நகைச்சுவை இருக்க வேண்டுவதில்லையாதலால் இதனையும் பகடியிலிருந்து வேறுபடுத்தியே காண வேண்டியுள்ளது.

எண்வகை மெய்ப்பாடுகளில் ஒன்றாக நகை என்பது ஏற்றுக்கொள்ளப்பட்டுள்ளதெனினும் அச்சுவை தமிழ் இலக்கியப் பெருமரபில் இடைப்பிறவரலாகவே காணப்படுகின்றது. நாயக்கர் ஆட்சிக் காலத்தில் பிறந்த தனிப்பாடல்களில்தான் – குறிப்பாகக் காளமேகப் புலவரிடமும் ஆண்டான் கவிராயரிடமும் – நகைச்சுவை தூக்கலாக, வசையாகவும் வஞ்சப் புகழ்ச்சியாகவும் அமைகின்றது. நிறுவனச் சமயங்களின் பெருந்தெய்வங்களும்கூட அவர்தம் உயர்பீடங்களிலிருந்து இறக்கப்பட்டுக் கேலிக்குள்ளாவதைத் தனிப்பாடல்களில் காண்கிறோம்.

பகடி என்பது அங்கதத்திலும் தனி வகை – சிறப்பு வகை. முதல் நூல் ஒன்றை நையாண்டி செய்து அதைப் போலவே எழுதப்படுவது பகடி. ஆனால் இது வெறும் போலியன்று (போல இருத்தல் என்ற பொருளில்); ஒரு மிகைப்படுத்தப்பட்ட, நையாண்டிப் போலி. முதல்நூலின் சாரத்தையோ, உயிர்க் கூறுகளையோ, கருப்பொருளையோ, நடையினையோ, உத்தியினையோ அடியொற்றி, மிகைப்படுத்தி எழுதப்படும் போலி. இவ்வாறு போலச் செய்யும்பொழுது நகைச்சுவையே நோக்கமாக இருக்க வேண்டும். இது பகடியின் பொது இலக்கணம். இதன்படி, விக்கிரமாதித்தன் கதையைப் போலி செய்த புதுமைப்பித்தனின் 'கட்டிலை விட்டிறங்காக் கதை'யில் மூட்டைப் பூச்சி அபிவாதயே சொல்வது பகடியாகிறது. ஆனால், கட்டாய இந்தியைக் கண்டித்து வெள்ளைவாரணர் எழுதிய 'ச. இராசகோபாலாச்சாரியார் அவர்களிடத்து, வெண்கோழியுய்த்த காக்கை விடு தூது'ம் (1939), ம.இலெ. தங்கப்பா,

பாரதியின் 'குயில் பாட்டை' அடியொற்றி எழுதிய 'ஆந்தைப் பாட்டு'ம், நகர மாந்தனை இயற்கைக்கு ஆற்றுப்படுத்தும் 'இயற்கை ஆற்றுப்படை'யும் பகடி ஆகா. ஆத்திசூடியை அடியொற்றிய பாரதியின் 'புதிய ஆத்திசூடி'யும், அறிவுமதியின் 'அணுத்திமிர் அடக்கு'வும் இவை போன்றனவே. ஏனெனில், போலச் செய்தல் என்ற முறையில் இவை அமைந்திருந்தாலும் இவை நகைச்சுவை, நையாண்டிக் கூறுகளைக் கொண்டவை அல்ல.

இலக்கியம் என்று தோன்றியதோ பகடியும் அதனோடே தோன்றியிருக்க வேண்டும். தமிழ் இலக்கியத்தைப் பொறுத்த வரையில் எழுத்து வடிவில் பகடி இல்லையாயினும், வாய்மொழி மரபில் அது இல்லாமல் இருந்திருக்கும் என்று சொல்ல முடியாது. பகட்டும் படாடோபமும் போலிமையும் தலைதூக்கி நடைபயிலும்போது பகடி தோன்றாமலிருக்க முடியாது. உயர்ந்தவற்றையும் ஒளிவட்டங்களையும் புனிதங்களையும் நையாண்டி செய்வதும், அதை நுகர்ந்து சிரிப்பதும் மனித இயல்பின்பாற்பட்டவை. தேசிய கீதத்தின் பகடி சிறுவயதில் நாம் பாடிக் களித்ததுதானே? (வாய்மொழி மரபில் பயிலும் பகடிகள் அச்சிட முடியாதன என்பதும் உண்மை!) குறளுக்குக் கிறள் உண்டு. இராமாயணம் கீமாயணம் ஆகி இருக்கிறது. ஆத்திசூடிக்கு உண்டு கீத்திசூடி. நந்தனைக் கிந்தனாக்கினார் கலைவாணர் என்.எஸ்.கிருஷ்ணன். புகழ்பெற்ற திரைப்பாடல் களின் பகடி வாய்மொழி மரபில் மட்டுமல்லாமல் ஒலிப்பேழையாகவும் உலவுகின்றன.

ஆனால் தமிழ் எழுத்திலக்கியப் பெருமரபில் பகடி என்ற வடிவம் மட்டுமல்லாமல், அதன் கூறு எதுவும்கூடக் காணப் படவில்லை. தமிழின் முதல் பகடி நூல் எனத்தக்க கவிமணி தேசிக விநாயகம் பிள்ளையின் 'நாஞ்சில் நாட்டு மருமக்கள் வழி மான்மியம்' நூலுக்கு விரிந்த முன்னுரை எழுதிய பேராசிரியர் ச.வையாபுரிப் பிள்ளை, கவிமணி "வரைந்த சமுதாயச் சித்திரம் ஒரு நூதன இலக்கிய வகையை நமது தமிழ் மக்களுக்குக் கொடுத்தது" என்றும், "தமிழிலே ஒரு நூதன இலக்கியம்" தோன்றிவிட்டது, என்றும் ஒருமுறைக்கு இருமுறை 'நூதனம்' என்ற சொல்லைக் கையாண்டு இவ்வகைமையின் புதுமையை வலியுறுத்துகிறார்.[2]

நான் அறிந்து பகடியைத் தமிழுக்கு அறிமுகப்படுத்தி முதலில் கட்டுரை எழுதிய அ. மாதவையாவும் 'விகடப்பா' என்ற பெயரிட்டு, பகடி தமிழுக்குப் புதியது என்ற பாவனை யிலேயே எழுதுகிறார். அதனை ஊக்குவிக்கும் முகமாகப்

பலரிடமிருந்து பகடிப் பாடல்களை வருவித்தும் வெளியிட்டிருக்கின்றார்.[3] (மூன்றாம் கட்ட) 'மணிக்கொடி'யில் பகடிப் பாடல்களை 'ரகளைக் கவி' என்ற பெயரில் வெளியிட்ட பி.எஸ். ராமையாவும் "தமிழில் காளமேகம், இரட்டைப் புலவர்களின் கவிகளைப் போல அசலிலேயே கிண்டல், நையாண்டிப் படைப்பாக இல்லாமல் இலக்கியத் தரம் பெற்ற கவிகளைப் போலிசெய்து அதே பாணியில் நையாண்டியாக எழுதப்படுவதுதான் ரகளைக் கவி"[4] என்றதன் மூலம் பகடி இலக்கியம் புதிதென்பதைச் சுட்டுகிறார்.

மேலைச் சிந்தனைத் தாக்கம் இருபதாம் நூற்றாண்டில் ஆழமாக ஏற்படும்வரை தமிழ் எழுத்திலக்கியத்தில் பகடி தோன்றவில்லை என்றே கொள்ள வேண்டியுள்ளது. இதற்கான காரணிகளும் பின்புலமும் என்ன?

ஏற்கெனவே சுட்டியவாறு பகடி என்பது முதல்நூலுக்கே உரிய சில முக்கியக் கூறுகளை மிகைப்படுத்துவதோடு, உருவத்திற்கும் உள்ளடக்கத்திற்குமான இயைபை முறிக்கின்றது. முதல்நூலைப் புறத்திலிருந்து அணுகாமல், உள்ளிருந்து நோக்கி, முதல்நூலின் அடிப்படையிலேயே பகடி அமைகின்றது. இதன் மூலமாக விளையும் நகைச்சுவை ஒருவகையான முறைமீறல்; கலகம். ஏனெனில், முதல்நூலின் கருதுகோளை (அமைப்பு, உள்ளீடு என்ற இருநிலையிலும்) ஏற்றுக்கொண்டு / ஏற்றுக் கொள்வதைப் போல் பாவனை செய்து, முதல்நூலையே புரட்டிப்போடுகின்றது பகடி. (அவ்வகையில், அழுத்தமான தன்னுணர்வோடு இதைச் செய்வதால், பகடியை ஒருவகை *meta - fiction* என்று சொன்னாலும் பிழையில்லை.)

முன்னோர் சொல் பொருளேயன்றி அவர் சொல்லும் பொன்னே போல் போற்ற வேண்டும் என்பது நன்னூல் கூறும் தமிழ் மரபு. முன்னோர் சொன்னதை அவர் சொற்களாலேயே கிண்டல் செய்வதுதானே பகடி? அவ்வாறிருக்க, இம்மரபில் பகடி தோன்றுவதும் கூடுமா?

மேலும், இடைச்செருகல் என்பது தமிழ் இலக்கிய மரபில் ஆழங்கால்பட்டுவிட்டதொரு வழக்கம். பிற்காலப் புலவரெலாம் முன்னோர் பேரில் தம் பாடல்களைச் சேர்த்து விட்டனர். கம்பராமாயணத்தில் உள்ள மிகைப்பாடல்களின் எண்ணிக்கை பல காவியங்களைவிட அதிகம். பெரியபுராணத்தில் புதிய பாடல்களை எழுதிச் சேர்த்த வெள்ளியம்பலத் தம்பிரான், இடைச்செருகல்களுக்கு 'வெள்ளிப்பாடல்கள்' என்ற பெயரையும் அளித்துவிட்டார். இவ்வாறு தனிப்பாடல்களை முன்னோர் பெயரில் எழுதிச் சேர்த்தது போதாதென்று முழு நூல்களேகூடப்

பெயர்பெற்ற புலவர்களின் தலையில் சுமத்தப்பட்டிருக்கின்றன. அகத்தியன், வள்ளுவன், அவ்வையார், கம்பன், புகழேந்தி ஆகியோர் பெயரில் இலக்கிய நூல்கள் முதல் கதைப்பாடல், நீதிபோதனை, மருத்துவம், சோதிடம் வரை பலப்பல நூல்கள் வழங்கிவருகின்றன. தனியாளுமைமிக்க தனித்த தொரு நூலாசிரியன் என்ற கருத்தாக்கமே தமிழ்ப் பண்பாட்டில் உண்டா என்ற கேள்விக்கும் இடமுண்டு. பகடி என்பது இத்தகைய கருத்தாக்கத்தின் மேலேயே எழக்கூடும். தம் எழுத்தை மற்றவர் எழுத்தாகக் காட்டுவதன்மூலம் பெருமை பெறும் எழுத்தாளர்கள் கொண்ட ஒரு சமூகத்தில், மூல நூலாசிரியனின் பாணியிலேயே அவரை நையாண்டி செய்யும் இலக்கியம் தோன்றும் என்று எண்ணுவதற்கில்லை.

பகடி இலக்கியத்திற்கென ஒரு மரபு இல்லாத பண்பாட்டுச் சூழலில், பகடி இலக்கியம் உருவாகவில்லை என்பதுமட்டு மன்றி, அது மெல்லத் தோற்றம்பெற்று வருகையில் வாசகர் களால் அது பகடியாக உள்வாங்கப் பெறாமல் போவதையும் காண்கிறோம். இலக்கிய அனுபவம் என்பது பழக்கத்தாலும் பயிற்சியாலுமே வருவது. இது பொதுப்பட இலக்கியம் முழுமைக்கும் மட்டுமல்லாமல், ஒவ்வோர் இலக்கிய வடிவத்தின் நுகர்ச்சிக்கும் பொருந்தும். மேலும், இப்பயிற்சி என்பது தனியொருவரைச் சாராமல், மொத்தப் பண்பாட்டின் வழியே வருவது.

இதற்கு இரண்டு எடுத்துக்காட்டுகளைக் காண்போம். த. கோவேந்தனின் 'புதுநானூறு' பாடலாகிய 'கெடுக சிந்தை கடிதிவன் துணிவே' (இக்கட்டுரையின் பிற்பகுதியில் முழுமை யாக எடுத்தாளப்பட்டுள்ள பாடல்) என்பதனை எடுத்துக்காட்டி, இலக்கியத் திறனாய்வாளர் பாலா பின்வருமாறு கூறுகிறார்:

> இந்தக் கவிதையின் கருத்து இன்றைய வாழ்வை ஒட்டியது – சாதாரணமானது. பரிசுச்சீட்டு, சாராயம், சூது, குதிரைப் பந்தயம் ஆகியவற்றில் பொருளை இழக்கும் இன்றைய மனிதனின் துணிவைக் கவிஞர் சாடுகிறார். இவன் அரசியல் அறிஞன்தான் ஆதல் தகும் என்று நையாண்டி செய்கிறார். இங்கு கவிதையின் உருவமும் உள்ளடக்கமும் இயையாமல் தனித்தனியாக கிடக்கிறது. கவிதையில் தோன்றும் சங்கப் பழம்பாடல் வடிவம்தான் நகைப்பை விளைவிக்கிறது. இன்று தெருவில் இராஜ உடை அணிந்து ஒருவன் வீதியுலா வந்தால் வெளிப்படும் கால முரண் விளைவிக்கும் நகை இது. இரக்க உணர்வோ சோக உணர்வோ கவிதையின்

உட்பொருளாகவும், கவிதையின் வடிவம் இதுபோல் செய்யுளாகவும் இருந்தால் அது இன்னும் அபத்தமாகி விடும். எனவேதான் பழைய வடிவம் புதிய கருத்துடன் ஒன்றிணையாது என்கிறார் பிரெஷ்டு.[5]

இப்பாடலின் கூறுகளை – சாதாரண விஷயத்தைப் பாட உயர் நடை, உருவத்திற்கும் உள்ளடக்கத்திற்கும் இடையிலான இயைபின்மை, காலமுரண் – பாலா சரியாகவே இனங்காண் கிறார். ஆனால், எந்தக் கூறுகள் இப்பாடலைப் பகடிப் பாடலாக்குகின்றனவோ, அவற்றையே காரணமாகக் கொண்டு இது கவிதையன்று என்ற வாதத்தை முன்வைக்கிறார். இதன் மூலம் பகடி என்ற தனித்துவம்மிக்க இலக்கிய வடிவத்தின் இருப்பும்கூட மறுக்கப்படுவதைக் காண்கிறோம்.

சில ஆண்டுகளுக்கு முன்பு, 'ஊடகம்' இதழ் 'பிசாசு எழுதுதல்' என்று 'நவீன தமிழ்க் கவிகளின் கவிதைகள்' எனப் பெயரிட்டு விக்ரமாதித்யன், பழமலய், நகுலன், பசுவய்யா, ஞானக்கூத்தன், நாகார்ஜுனன், பிரம்மராஜன், அறிவுமதி ஆகியோரைச் சிறப்பாகப் பகடி செய்தது.[6] இவை 'தினமணி சுட'ரில் மறுபதிப்பும் செய்யப்பட்டன. இவற்றைப் படித்த வாசகர்கள் பலர், பகடி செய்யப்பட்ட ஆசிரியர்கள் உண்மை யிலேயே எழுதியவைதாம் இவை என்று நம்பிவிட்ட கதை பின்னரே தெரியவந்தது. 'ஆசிரியன் செத்து விட்டான்' என்ற பின்அமைப்பியல் கருத்தாக்கத்தை இந்நிகழ்வு நிறுவுவதாகக் கூறப்பட்டாலும்[7] ('ghost writing' என்பதன் நேர் மொழியாக்கமான 'பிசாசு எழுதுதல்' என்ற தொடரே ஆசிரியனை அங்கீகரிப்பது தான்; ஆகவே 'போலச் செய்தல்' என்ற கருத்தாக்கத்திற்குள் இது வைக்கப்பட்டது என்றும் வாதிடலாம்), தமிழ்ப் பண்பாட்டுச் சொல்லாடலில் பகடி என்பது இல்லை என்பதே இதிலிருந்து பெறப்படுகிறது. (இளவேனில், 'விடியல்' வேணுகோபால் ஆகியோர் விளையாட்டாக ஓர் இருண்மைக் கவிதையை எழுதி, 'அரூப சொரூபன்' என்ற பெயரில் அனுப்பிவைக்க, அசோக மித்திரன் அதைக் 'கணையாழி'யில் வெளியிட்டதும் இங்கு நினைவு கூரத்தக்கது.)

இந்தப் பின்புலத்தில், பகடியின் வகைமைகளை முதலில் காண்போம். பகடியின் வகைகளைப் பிரித்துக்காட்டுவது புரிந்துகொள்ளும் வசதி கருதியேயன்றி, ஒரே பகடி இலக்கியம் ஒன்றுக்கும் மேற்பட்ட வகைக்குள் அமைவதைப் பரக்கக் காணலாம். மேலும், பகடியின் வகைகளைப் பகுத்துக் காட்டு வதோடு, அதற்குரிய எடுத்துக்காட்டுகளினூடே தமிழில் பகடி இலக்கியத்தின் வளர்ச்சியினையும் காண்போம்.

எளிய பொருள்களைப் பற்றி உயர்ந்த காவிய நடையில் பாடுவது பகடியின் முதல் வகை; மிக எளிய வகை. புதுமைப்பித்தனின் 'புதிய கந்த புராணம்' இதில் அடங்கும்.

அண்ண னானவன் தம்பிக்கு மூத்தவன்;
திண்ணை யானது தெருவிற் குயர்ந்தது;
பண்ணை யானது மூங்கிலின் பண்ணையே;
எண்ணெ யானது வாணியன் எண்ணெயே.[8]

தருவைக்கு மேற்கே சங்காணி – வெள்ளம்
தானே வரும்போது விடுவானே தோணி
இரும்பால் அடித்ததே ஆணி – எருமை
என்னத்தைத் தின்னாலும் போடுமே சாணி – சங்கர[9]

நாடிய பொருள் கைகூடும் நாமுமே பாடுபட்டால்;
வீடது வெளியாய்ப் போகும் மேற்கூரை பிரிந்துவிட்டால்;
ஆடிக்கு முந்தி ஆனி; அப்பனைப் பெற்றாள் பாட்டி;
காடிதான் புளித்திருக்கும்; கருப்பட்டி இனிக்குந்தானே.[10]

(ஸி. எம். இராஜா செட்டியார்)

கூழையும் உப்பக்கம் காண்பேன், குறடா
மிளகாய்த் துவையல் பெறின்.[11]

(மாதவையா)

பாரதிதாசனின் 'பூசணிக்காய் மகத்துவம்' பாடலும் இவ்வகையில் அடங்கும்.

மெய்வண்ண வீடுகட்ட உனைத் தொங்க விடுகின்றார்கள்
செய்வண்ண வேலைசெய்து திருமாடம் முடிக்கின்றாய் நீ
பொய்வண்ணப் பூசணிக்காய்! கறியுனைச் செய்துண்டேன் உன்
கைவண்ணம் அங்குக் கண்டேன் கறிவண்ணம் இங்குக்
கண்டேன்[12]

கம்பனின் எதிரொலியைப் படிப்போர் இதில் கவனிக்கத் தவறமாட்டார்கள்.

ஆத்மாநாமின் 'காலி ப்ளவர்' கவிதையும் முதல் வகையில் அடங்கும்.

கோஸின் தமக்கை நீதானோ
என்பது போல ருசிக்கிறாய்
இலையை இடுப்பில் சுற்றியே
வெளுப்பாய் நீயும் மினுக்குறாய்
சிறிதே மஞ்சள் பூசிக்கொண்டு
ஐஸ்க்ரீம் போலும் தோன்றுகிறாய்
புதுசாய் சந்தையில் இருந்தாலும் நீ
துணியேன் அணிந்து கொள்ளலை.
தமிழில் உனக்குப் பெயரில்லை.

தமிழ் மண்ணில்தானே விளைகிறாய்.
காலிப்பூவெனச் சொன்னாலோ
ஆட்சேபம் ஏதும் உனக்குண்டோ ?[13]

மூலத்தின் ஓரிரு சொற்களை மாற்றியமைத்து நகைப்பை உண்டாக்குவது பகடியின் இன்னொரு வகை; பலரும் கையாளும் வகை. தமிழில் திருக்குறள் இதற்குப் பெரிதும் இலக்காகி இருக்கிறது. குறளின் அமைப்பு மேலோட்டமாகப் பார்த்தால் (ஏமாற்றக்கூடிய) எளிமை உடையதாக இருப்பது இதற்கொரு காரணம். தமிழ்ப் பண்பாட்டின் ஒரு தனிப்பெரும் அடையாளமாகவும் இது விளங்குவது அடுத்த, முக்கியமான காரணம். புனிதங்களே மிகுதியும் பகடிக்கு உள்ளாகின்றன; பகடி செய்யவாரும் செகத்தீரே என அழைக்கின்றன.

சிறப்பொடு பூனை இறப்பில் இருப்பின்
புறப்பட மாட்டா தெலி

சுண்டைக் கறியின் சுவை அறியார் அறியார்
பண்டைத் தமிழ்ப் பெருமை[14]

டை கட்டி வாழ்வாரே வாழ்வார் மற்றெல்லாம்
கை கட்டிப் பின்செல் பவர்[15]

(ஆவுடையப் பிள்ளை)

தின்றதனா லாயபயனென் கொல் ஏப்பந்தான்
நன்று வராஅ தெனின் ?

நீரில் பால் ஊற்றுவான் பால்காரன்; பாலில்நீர்
ஊற்றிலென் ஊற்றாக்கா லென் ?

தந்தை மகற்காற்றும் நன்றி, மகன் அவற்காகக்
கந்தை உடுத்தச் செயல்.[16]

'கிறள்' என்ற புத்திலக்கியம் தோன்றுமளவுக்குக் குறள் பலபடப் பகடி செய்யப்பட்டுள்ளது. இதற்கடுத்து ஆத்திசூடியும் கொன்றைவேந்தனும் இதே காரணங்களுக்காகப் பகடி செய்யப்பட்டுள்ளன.

பெரிது பெரிது யானை பெரிது
யானையோ காட்டில் வாழ்வது
இனிது இனிது இந்தியாவில் பிறப்பது
அதனினும் இனிது ஆங்கிலம் படிப்பது
அரிது அரிது 'சர்' பட்டம் பெறுதல்
'சர்' பட்டம் பெற்ற காலையும்
சட்டசபையில் நுழைவதரிது.[17]

இருபதாம் நூற்றாண்டின் தலையாய தமிழ்க் கவிஞரான பாரதியும் பகடிக்காளாயிருக்கிறார்.

எறும்பைக் கையால் நசுக்கிடுவோமே
ஏணிப்படி தனில் ஏறிடுவோமே
கரும்பைக் கடித்துத் தின்றிடுவோமே
காகிதங்களைக் கிழித்திடுவோமே[18]

'பாரதி பாடாத பாட்டுக்கள்' என்ற தலைப்பில் வந்தவை:

மிச்சமில்லை, மிச்சமில்லை
மிச்சமென்ப தில்லையே
கச்சிதச் செலவுசெய்தும்
காசுகையில் இல்லையே (மிச்ச)

மாதமோ பிறந்து மூன்று
நாட்களாக வில்லையே
மீதமேது சம்பளத்தில்
மிச்சமேது கூறுவாய் (மிச்ச)

வாரவாரம் சினிமா செல்லும்
வரிசை தப்பி வாழ்வதோ?
வீரமான வீண்செலவை
விட்டிடலும் நியாயமோ? (மிச்ச)[19]

பகடியின் அடுத்த வகை முதல்நூலாசிரியனைக் கிண்டல் செய்வதற்காக எழுதப்படுவது.

ராஜாஜியின் 'பஜ கோவிந்த'த்தைப் பகடிசெய்து விந்தன் எழுதிய 'பசிகோவிந்தம்' (தலைப்பிலிருந்தே பகடி தொடங்கி விடுவதைக் கவனிக்க வேண்டும்) தமிழில் இவ்வகைக்குச் சிறந்த உதாரணம். ராஜாஜி செல்வாக்குமிக்க அரசியல் தலைவராதலாலும், அவரைச் சுற்றி ஓர் ஆதரவுக் குழு இயங்கிய தாலும் இலக்கிய பீடத்தில் எளிதாக இடம் பிடித்துவிட்டவர். இதனை, அவ்வாதரவுக் குழுவின் தலைமகனான கல்கியிடம் வேலைபார்த்த விந்தன் நேராகவே கண்டிருக்கக்கூடும். மேலும், உழைக்கும் வர்க்கத்திலும், மிகப் பிற்படுத்தப் பட்டதொரு சாதியிலும் பிறந்து, முற்போக்கு இலக்கியக் கொள்கையை வரித்துக் கொண்ட விந்தனுக்கு ராஜாஜியின் பஜனை பெரும் எரிச்சலை உண்டாக்கியிருப்பதைக் காண முடிகின்றது.

பணமேனடா பணமேனடா பணமேனடா பயலே?
பணத்தாலாசை வளர்ந்தாலது பணக்காரர்மேல் பாயும்!
படுவாய் தினம் படுவாய் தினம் பாடுபடுவாய்!
பசித்தாலது பகவான் செயல் பஜகோவிந்தம் பாடு![20]

பாட்டாளி மக்களைச் சுரண்டுவதற்குச் சமயமும் தத்துவமும் ஒரு போர்வை என்ற இடதுசாரி நோக்கை விந்தன் இந்நூலில் வலிமையாக வெளிப்படுத்துகிறார். இயல்பாகவே, ஒரு சிறுகதையையோ நாவலையோ எழுதும்

போதுகூட ஆசிரியர் கூற்றாகப் பத்திக்கு ஓரிரு வரியேனும் எழுதிச் சமூக இழிவுகளையும் ஒழுங்கீனங்களையும் நையாண்டி செய்யாமல் கதையை நடத்திச்செல்லாதவர் விந்தன். நையாண்டி செய்வதற்காகவே எழுதப்பட்ட பகடி நூலில் கேட்கவும் வேண்டுமா? தம்முடைய நூலுக்குப் புடைநூல் என்று பெயரிட்டாலும் இட்டார், 'புடைபுடை' என பஜகோவிந்தத்தை நையப் புடைக்கிறார் விந்தன்.

வைரமுத்துவின் ஆரவார, அலங்கார நடை, மிகையான அடைமொழிகள், பொருளற்ற முரண் தொடர்கள், வேண்டாத வடமொழிச் சொற்கள் முதலானவற்றைப் பகடி செய்யும் காக்கை – நரி – வடை கதை இதோ:[21]

அந்தக இரவில் கந்தக வடை

புழுதிபடிந்த ஒரு கிராமத்தில் யௌவனக் கிழவி ஒருத்தி வடை சுட்டு விற்று வந்தாள்: காசு பெற்று வந்தாள்! அந்த மோக வடைக்காகத் தாகம்கொண்டு வந்தது ஒரு கார்மேகக் காகம்! 'சில்லறை கொடுக்காமல் வடை கேட்டால் உன்னைக் கல்லறைக்கே அனுப்பிவிடுவேன்' எனச் சினந்தாள் அந்தச் சிங்காரக் கிழவி. ஆனால், பாட்டி பாராத சமயம் அந்த அந்தகக் காகம் சந்தன மின்னல் போலப் பாய்ந்து அந்த கந்தக வடையைக் கவர்ந்து சென்றது!...

அது ஒரு தாவணி மேகங்கள் சூழ்ந்த காடு: பொன்மாலைப் பொழுது! பச்சைப் புல்வெளி ஓரம் பன்னீர்க் குடங்களின் சாரம்!... ஒரு ரோஜாப்பூ ஆளான நேரம்! அங்கே சென்றது காகம்!

விதைக்குள் இருந்துவந்த விருட்சம், அங்கே வளர்ந்து நின்றது பல வருஷம்! அதன் கிளைகளில் சென்று அமர்ந்தது அந்த சொப்பனக் காகம்!...

அந்தக் கனவு வடையைத் தன் வீரிய விரல்களுக்கு இடையே வைத்து நேரிய நயனத்தால் சுற்றும்முற்றும் பார்த்து... கூரிய அலகால் கொத்திச் சாப்பிட முயன்றபோது...

பூவுக்குள் பூகம்பம் போல் புறப்பட்டு வந்தது ஒரு நரி! அந்த நரி நர்த்தக நரி!... கார்மேகக் காகத்தைப் பார்த்தது... உடல் வியர்த்தது! நரியின் மனதில் ஒரு வெறி வேர்விட்டது!... அந்த ராஜவடையை அபகரிக்க அதன் நந்தவனத்து மூளை நாச வேலை செய்தது!...

நரி அதுவாக காகம் அருகே மெதுவாக... ஒரு இதுவாகச் சென்றது! ...

'ஓ, உலக அழகியே!... உள்ளூர் மோனா லிஸாவே! கறுப்பு முந்திரியே! கந்தர்வ சுந்தரியே! நீ பார்க்கவே எவ்வளவு அழகு! நீ மட்டும் கானம் இசைத்தால், எருதுக்கும் விருது கிடைக்கும்! சர்ப்பம்கூட கர்ப்பம் தரிக்குமே!' என்றது. இந்த இடத்தில்தான் சரித்திரம் சரிகிறது, பூகோளம் புரள்கிறது! நரியின் தேவ எண்ணத்தில் ஈட்டி பாய்ந்தது!... கார்மேகக் காகம் நரியை வெறுத்தது; பாட்டை ஒறுத்தது; அது பதிலிறுத்தது ...

'நான் வைரமுத்துவின் வாசலில் வளர்ந்த காகம்! மெட்டிருந்தால்தான் பாடுவேன்... இல்லையேல் இல்லை!' என்று சொல்லிப் பறந்தது... நரியின் சூது இறந்தது! ...

'ஊடகம்' வெளியிட்ட 'பிசாசு எழுதுதல்' கவிதைகள் நவீனத் தமிழ்க் கவிஞர்கள் பற்றிய சிறந்த பகடி ஆகும். முக்கியமாக விக்கிரமாதித்யன், நகுலன், பசுவய்யா, பிரம்மராஜன் ஆகியோர் முறையே கீழ்க்கண்டவாறு பகடி செய்யப்பட்டுள்ளனர்.

  அவர்
  இருமிக்கொண்டிருக்கிறார்
  இவர்
  புகைத்துக்கொண்டிருக்கிறார்
  இவர்
  பேசிக்கொண்டிருக்கிறார்
  அவர்
  கிளம்பிக்கொண்டிருக்கிறார்
  இவர்
  புலம்பிக்கொண்டிருக்கிறார்

◯

  மத்லப்
  மத் லப்
  லப் மத்
  லப் டப்
  மத்து லப்பு
  மத்லப்
  லப்மத்
    சுசிலா
  மத்லப்

◯

செருப்பைக் கழற்றி
அடிப்பேன் என்கிறாய்
நான் ஆட்சேபிக்கவில்லை
என்றாலும்
நீ

சற்று தயங்கக்கூடும்.
அப்போது நான் சொல்வேன்
உன் செருப்பு பிய்ந்துவிடக் கூடுமெனினும்
என்னை அடிப்பதுதான் அழகு
தயங்காதே
அடி.

❍

ஒரு கச்சித இசைத்தட்டு
அதை வெட்டு
கட்டவிழ்ந்து பரவட்டும்
சரோட்களும் செல்லோக்களும்
ஒரு துல்லிய அலைவரிசையில்
துடிக்கிறது
உன் புயல் உயிர்
மணி அய்யரின் கல்யாணியில்
வீழ்ந்துகொண்டிருக்கிறது
அந்த அருவி
மகத்தான
செய்தி நெடுஞ்சாலை
பில் கேட்ஸைக் கேட்டுப்பார்
நீரின்றி
நீர் – இன்றி
சுரக்காது உலர்ந்த முலைகள்
உனக்கிருப்பதோ
சுவைக்காத நாக்கு
கனவில் எரிமலை
பின்னங்கழுத்தில் நீர்ச்சுழல்.

இவ்வாறு தனி ஆசிரியர்களைத் தவிர இலக்கியப் போக்குகள், இலக்கிய இயக்கங்கள் ஆகியனவும் பகடிக்கு இலக்காகின்றன. இவற்றுக்கு எதிரான கருத்துநிலைப்பாடு களை உடையவர்கள் இதில் ஈடுபடுவது எதிர்பார்க்கக்கூடியதே.

தமிழைப் பொறுத்தவரை மிகுதியும் பகடி செய்யப்பட்டது புராணமே. தமிழ் இலக்கியத்தில் நவீனத்துவம் பத்தொன்பதாம் நூற்றாண்டில் முகிழ்த்தபொழுது தமிழ் இலக்கியக் கருவூலம் புதியதாகக் கட்டமைக்கப்பட்டு, சங்க இலக்கியம் முதலான

பேரிலக்கியங்களுக்கு முதன்மை வழங்கப்பட்டது. இதன் மறுபுடையாகப் பிற்காலச் சிற்றிலக்கியங்களும் புராணங்களும் பின்னுக்குத் தள்ளப்பட்டன. சிற்றிலக்கியங்களாவது வகைக்கு ஒன்றாக மாதிரிக்குச் சில இலக்கியக் கருவூலத்திற்குள் அனுமதிக்கப்பட்டன. ஆனால் புராணங்களுக்கு எந்த இடமும் வழங்கப்படவில்லை. தமிழ்ப் பண்பாட்டின் சீரழிவைத் துலக்கமாகக் காட்டுவதாகவே புராணங்கள் கொள்ளப்பட்டன. சமயத்தின் குடைநிழலில் பெரிய புராணமும், ஓரளவிற்குக் கந்த புராணமும் ஏதோ தப்பின. (இந்த அசைவியக்கப் போக்கு ஈழத்திற்குப் பொருந்தாது. திராவிட இயக்கம் போன்றதொரு சமூக மாற்ற இயக்கம் இல்லாத நிலையில், சைவ மரபின் மேலாதிக்கத்தில், கந்த புராணத்திற்கு இன்றும் அங்கு உயரிய இடமுண்டு.) மற்றபடி புராணங்கள் மிகக் கடுமையாகவே வெறுத்தொதுக்கப்பட்டன.

சிற்றிலக்கிய வடிவங்களைத் "தமிழ்க் கவிதைப் பயிரை வேரோடு அழித்துவிட்ட விஷப்பூண்டுகள்" என்று வருணித்த வையாபுரிப் பிள்ளை, புராணங்களைப் பற்றிப் பின்வருமாறு தொடர்கிறார்:

> வடமொழியிலுள்ள பதினெண் புராணங்களின் மொழி பெயர்ப்புக்கள் சில தமிழில் உள்ளன. இவை போதா என்று தமிழ்நாட்டிலுள்ள ஒவ்வொரு ஸ்தலத்திற்கும் புராணம் எழுதத் தொடங்கிவிட்டனர். இப்புராணங்களைக் காவிய லக்ஷணமுள்ளன போல் இயற்றி இவற்றில் பலவகையான பொய் வரலாறுகளையும் புனைந்துரைத்து எழுதிவந்தனர். சூரியன், சந்திரன், இந்திரன், மஹரிஷிகள், பிரமவிஷ்ணு, ருத்ரர்கள், உமா தேவியார், அரசர் முதலானவர்களுக்கெல்லாம் ஒரே கடமை ஏற்பட்டு விட்டது! அவர்கள் தினந்தோறும் பல தலங்களுக்கும் சென்று சாபத்தினின்றும் விமோசனம் பெறுதலே அவர்கள் வேலை...
>
> இவர்கள் சில இடங்களிலுள்ள கட்டுக்கிடை நீரைத் தீர்த்தமெனக் கொண்டு, மோக்ஷதாயினி, பாபநாசினி என்பன முதலாகப் பேரிட்டு மகிழ்ந்து, தங்களுடைய பக்தியை வெளியிட்டிருக்கிறார்கள். இக்கட்டுக்கிடை நீர் நாற்றம் எடுப்பது போலுள்ளதுதான் இப்புலவர்களது தமிழும்.[22]

எனவே, இத்தகைய புராண வடிவம் ' கடிக்கு இலக்கானது எதிர்பார்க்கக் கூடியதே. சிற்றிலக்கியங்களும் புராணங்களும்

தோன்றிய சமூக – ஜமீன்தாரி – சூழ்நிலையின் பின்புலத்தில் அமைந்த பாரதியின் 'சின்ன சங்கரன் கதை'யில் இவற்றைப் பகடி செய்யும் பகுதிகள் உள்ளன. பத்தொன்பதாம் நூற்றாண்டின் பிற்பகுதியில் ஈழத்துப் புலவர் நட்டுவச் சுப்பையனார் என்பார் இயற்றிய 'கனகி புராணம்' என்ற நூல் விலைமகளிரால் உண்டாகும் தீங்குகளைப் பற்றி ஆடவருக்குப் போதனை செய்கிறது. இந்நூலிலிருந்து மொத்தம் முப்பது பாடல்களுக்கும் குறைவாகவே இன்று கிடைக்கின்றன. நகைச்சுவை என்பது வலிந்து புகுத்தப்பட்டதாயுள்ளது. புராணத்திற்குத் தலைவியாக ஒரு விலைமகள் கொள்ளப்பட்டதும், 'வெட்டைகாண் படலம்' என ஒரு படலம் பெயரிடப்பட்டிருப்பதும் பகடித் தன்மையைக் காட்டுகின்றன.[23] மற்றபடி இக்குறைநூலில் சொல்லும்படி ஒன்றுமில்லை.

தமிழின் முதல் முழுமையான பகடி நூல் என்று சொல்லத்தக்க 'நாஞ்சில் நாட்டு மருமக்கள்வழி மான்மியம்', மருமக்கள் தாய முறையினைக் கடுமையாகக் கண்டிப்பதற்குப் புராண வடிவத்தையே மேற்கொள்கிறது என்பதை இங்கு நினைவில் கொள்ளலாம்.

புதுமைப்பித்தனும் தம் பகடிகளுக்குப் புராண வடிவத்தையே பெரிதும் கைக்கொள்கிறார். தன்வரலாற்றைச் சுயஎள்ளலுடன் கூறும் 'புதிய கந்த புராணம்' நாட்டுப் படலம், ஆற்றுப்படலம், நகரப் படலம், திருஅவதாரப் படலம், திருமணப் படலம், உலாவியல் படலம் எனப் புராண அமைப்பைக் கைக்கொண்டு, காலனியாதிக்க காலத்தில் ஒரு சாதாரணக் குடிமகனின் வாழ்க்கையைச் சித்தரிக்கின்றது. 'இலக்கிய மம்ம நாயனார் புராண'மும் இதுபோலவே அமைந்துள்ளது. இவை இரண்டும் மிகச் சுருக்கமாக அமைந்திருக்க, அவருடைய 'நாரத ராமாயண'மும், அதற்குப் பிற்பகுதியான 'ரகுவம்ச பராக்கிரம பர்வ'மும் இராமாயண, பாரத இதிகாசங்களைப் பகடி செய்து, இந்திய வரலாற்றை வேறு கோணத்தில் பார்க்கின்றன. புதுமைப்பித்தனின் நையாண்டிப் பார்வைக்குப் பகடி மிக எளிதாகவும் இயல்பாகவும் கைவந்திருப்பதை இவற்றில் காண முடிகின்றது.

ஆயினும் புராணப் பகடியின் உச்சம் என்பது 'பள்ளியகரப் பழங்கதை'யே ஆகும். 'தமிழ்ப்பொழில்' இதழில் 1938இல் (வெகுதான்ய, ஐப்பசி) இது வெளிவந்தது. நூலாசிரியர் மெய்யறியா முனிவர் எனவும், உரையாசிரியர் கயவமாமுனிவர் எனவும் குறிப்பிடப்பட்டுள்ளனர். இப்பகடியை எழுதியவர் நீ. கந்தசாமி பிள்ளை என்பதை நூற்பெயரைக்கொண்டே

உய்த்துணர வேண்டியுள்ளது. (தஞ்சைக்கருகில் உள்ள பள்ளியக்கிரகாரம் இவரின் சொந்த ஊர்.) 1969இல் 'சிவாஜி' இதழ் இதனைத் தனியே சிறுவெளியீடாக அச்சிட்டபோதே நீ. கந்தசாமி பிள்ளையின் பெயர் பறைசாற்றப்பட்டது. இவ்வாறு, பிரதியின் உண்மைத்தன்மையைப் பாவனை செய்வதற்கு, ஓலைச் சுவடியிலிருந்து கண்டெடுத்ததெனவும், அது சிதிலமடைந் துள்ளதெனப் புள்ளியிட்டும் குறைத்தும் அச்சிடுவது, பகடி இலக்கணத்தின் பாற்பட்டதே. (சுந்தர ராமசாமியின் 'ஜே. ஜே : சில குறிப்புகள்' நாவல் பகடி நூல் அல்லவாயினும் – நூலின் பிற்சேர்க்கைகள் போன்றவை – பகடிக் கூறுகள் கொண்டதெனலாம்.) இப்பகடியின் சுவை, அருமை கருதிச் சற்று விரிவாகவே அதிலிருந்து சில பகுதிகளைப் பார்ப்போம்.

நூலின் வரலாறு

இவ்வருள் நூல், மெய்யறியா முனிவர் என்னும் பெரியாரால் முதலூழியின் முதலிலே யாக்கப்பட்டதாகக் கூறுவர். இந்நூல், முதன்முதலாக, நான்முகன், மால், இந்திரன் முதலியோர் மறைந்துநின்ற ஆழியின் முடிவிலே சிவபெருமான் தனித்து யாழ்வாசித்து இன்புற்றிருக்குங்கால் அவ் யாழொலியில் பிறந்ததெனக் கூறுவாருமுளர். இது பல்வகைப் பாக்களாலமைந்து எண்பத்திரண்டு நூறாயிரத்தெழுநூற்றுத் தொண்ணூற்று நான்கு செய்யுட் களை யுடையது எனவுங் கூறுவர். நமக்குக் கிடைத்துள்ள பிரதியொன்றில் காணப்பெறுவன நூற்றெண்பத்து நான்கு முழுச் செய்யுட்களும், பல செய்யுட்களின் அடிகளும், தொடக்கங்களுமேயாம்.

இவ்வருணூலுக்குக் கயவமாமுனிவர் என்னும் பெருந்தகையார் வகுத்துரைத்ததோர் சிற்றுரையுங் காணப்பெறுகிறது. இச்சிற்றுரையை நோக்குங்கால் 'கந்தமாபாடியம்' என்னும் பெயரோடு பேருரையொன்றுங் காணப்படுகிறது. அவ்வுரை இதுபோது கிடைக்கப் பெற்றிலேம் . . .

நூல்

. . . யோகு கூடியிருக்குங்கால் தம் மெய்யினை மறந்து நிற்பாராகலின் இவரை மெய்யறியா முனிவரெனக் கூறுவர். மெய்யறியார் என்னுந் தொடருக்கெவரேனும் உண்மையறி யாரென்று பொருளுரைப்பரேல் அது பெருங்குற்றமாய் அழல் வாய் நிரயத்துய்க்குமெனவறிக. இவ்வுரை வகுக்கு மியாம் இம்முனிவரது ஞான மரபில்

பன்னீராயிரத் தொண்ணூற்றேழாந் தலைமுறை யெனவறிக. இது முதலிலக்கியமாதலான் இதற்கொரு இலக்கண நூலும் வேண்டாவெனவறிக . . .

[நாட்டுப் படலம்]

வயலெலாங் கள்ளிமுள்ளி வரப்பெலா நண்டுநத்தை
அயலெலா மள்ளர்வீடு அருகெலாம் வம்பு சண்டை
கயலெலாங் கடையர் வாய கள்ளெலா மவற்றோரன்ன
புயலுலாம் பொன்னிநாட்டுப் புகழெமா லுரைக்கற்பாற்றோ.

குறிப்புரை: வயலெலாம் நண்டுநத்தை வரப்பெலாங் கள்ளி முள்ளி யென மாறுக. கயல்கடையர் வாய என்பதோருண்மை; அவற்றை யுண்பாரவரேயாகலின். வம்பு சண்டையெனவே காரணமின்றியும் ஒருவரோடு ஒருவர் செருவரென்பது பெற்றாம்.

[இறுதியாக நாய்முனிவன் நல்லுரை]

கள்ளம் அறியா வுள்ளத் துறைவே
வள்வெள் வள்வெள் வெள்வள் வெள்வள்

உரை: வள்வெள் என்னுந் தொடரை வள்ளெனவும் வெள்ளெனவும் பிரித்து உள்ளம் முதலிய சொற்களோடு கூட்டிப் பொருள் காண்க. வள் உள்ளம் வெள் அறியா என இவ்வாறு பன்னூறுகூட்டிப் பொருள் காண்பர். பின்னிரண்டடி நாய் முனிவனது ஒலிக்குறிப்பு. இவை மறை. பிற்காலத்துப் பரிபாட்டுள்ளும் ஏ எனுஞ் சொல் ஒலியாய் மறையெனும் பொருளதாயிற்று. நாய்முனிவன் இவ்வாறு கூறியதைக் குரைத்தலென்னுஞ் சொல்லானும் விளக்குவர். "குரையென் கிளவி மறையுமாகும்" என்றார் பிறரும். அறிவுமேம்பட்டோமெனக் கருதி ஆராய்ச்சி யெனும் பெயரால் தம்முளங்கொண்டதெல்லாம் பிதற்றும் அறிவிலிகளிற் சிலர் நாய்முனிவன் எம்பிரான் றிருவருளிற் றிளைத்துக் குரைத்தானல்லன், ஆண்டவன் திருமுடியின் திங்கள் கண்டே குரைத்தானெனக் கூறுவர். அந்தோ மடமை! இது கொள்ளற்க.

இவ்வாறு புராணங்களை மட்டுமல்லாமல் வெற்று உரை மரபுகளையும் நீ. கந்தசாமி பிள்ளை மிகச் சிறப்பாகப் பகடி செய்துள்ளார்.

பகடியின் இறுதி வகை – மிகப் பரவலாகக் கையாளப்படும் வகை – மூல நூலாசிரியனின் பாணியைப் பின்பற்றித் தற்காலத்து இழிவுகளை நையாண்டி செய்வதாகும்.

தந்தைவழிக் குடும்ப அமைப்பு நவீன வாழ்க்கைக்கேற்பத் தன்னைத் தகவமைத்துக்கொண்ட சூழலில் காலாவதியாகி விட்ட மருமக்கட் தாயமுறையைக் கண்டிப்பதற்குக் கவிமணி தேசிகவிநாயகம் பிள்ளை பகடியைப் பயன்படுத்துகிறார். பழைய ஏட்டுச் சுவடியிலிருந்து நூலை அச்சில் பதிப்பிக்கின்ற பாவனையில் – பண்டைத் தமிழ் இலக்கியங்கள் எல்லாம் பத்தொன்பதாம் நூற்றாண்டின் பிற்பகுதியிலிருந்து அச்சுவடிவம் பெறத் தொடங்கியதின் பின்னணியில் இதைப் பார்க்க வேண்டும்; தமிழில் பகடி இலக்கியத்திற்கு இது ஒரு முக்கியமான நுவல்முறையாக இருந்துள்ளது – 1917 – 18ஆம் ஆண்டுகளில், திருவனந்தபுரத்திலிருந்து வெளியான ‘தமிழன்’ இதழில், கவிமணியின் பெயர் இல்லாமல், வெளிவந்தது. மாமி அரசியற் படலம், கோடேறிக் குடிமுடித்த படலம், கும்பியெரிச்சல் படலம் போன்ற பிரிவுகளோடு, நகைச்சுவை ததும்ப மருமக்கட் தாயமுறையினால் விளைந்த இன்னல்களை இந்நூல் விவரிக்கின்றது.

புதுமைப்பித்தன் எழுதிய ‘திரு ஆங்கில அரசாங்கத் தொண்டரடிப் பொடியாள்வார் வைபவம்’ இவ்வகைப் பகடிக்குச் சிறந்த சான்று. “ஸ்ரீயப்பதியாய் ஸிம்லாச் சிகரத்தில் எழுந்தருளா நின்ற அரசாங்க ஈச்வரன் வில்லிங்டன் மூர்த்தி”யை நோக்கிப் பாடிய பதிகத்திலிருந்து சில:

உற்றாரை யான்வேண்டேன், ஊர் வேண்டேன், பேர் வேண்டேன்,
மற்றுமிந்த வாணிபத்தின் புன்செல்வம் யான் வேண்டேன்
பொற்றோளாய்! உன்னுடைய பெருமைமிகு சர்விஸில்
சிற்றுருவ மானதொரு அட்டெண்டர் ஆகேனோ!

ஊனேறு செல்வத்துடன் பிறவி யான் வேண்டேன்
தேனார் மொழிக் கிள்ளைத் தேவியரும் யான் வேண்டேன்
வானோங்கு புகழ்மிகுந்த நின்வாயி லிட்டுண்ணும்
மீனாய்ப் பிறக்கும் தவமுடைய னாவேனோ.

ம.இலெ. தங்கப்பாவின் ‘அரசியல் ஆத்திசூடி’யும் இத்தகையதே.

அடியாள் திரட்டு
ஆட்சியைக் குறிவை
இழிமொழிக் கஞ்சேல்
ஈயென இளித்துநில்
உண்மை குழப்பு
ஊழல் பழகு
எச்சிலும் இகழேல்

ஏசினும் கலங்கேல்
ஐயர்போல் கரவுகொள்
ஒழுக்கம் இடைஞ்சல்
ஓநாய்போல் அழு
ஔவையா, யார் அது?

என்று தொடங்கி,

கள்ளக் கடத்தல் செய்
காக்காய் பிடி
கிறுக்கரைப் புகழ்ந்துரை
கீழறுப்பினிது
குழிவெட்டிப் பழகு

எனத் தொடர்கிறது இந்தப் புதிய ஆத்திசூடி.

இக்கட்டுரையின் பிற்பகுதியில் விரிவாகப் பேசப்படும் த. கோவேந்தனின் 'புதுநானூறு'ம் இவ்வகையினதே.

இவ்வாறு பலவகைப்பட்ட பகடியும் இலக்கியங்களையே பகடிக்குரியதாகக் கொண்டிருக்க, முற்றிலும் வேறுபட்ட முறையில் பா. மதிவாணன், 'ஆய்ந்திறம்' என்ற பெயரில் இலக்கண வடிவத்தைப் பகடி செய்திருக்கிறார். புளுகணிச் சித்தரால் எழுதப்பட்டதாகச் செய்யப்பட்ட இச்சிறுநூல், இன்று பல்கலைக்கழக – கல்லூரிகளில் ஆய்வு எவ்வாறு சீரழிந்துள்ளது என மிக நுட்பமாகவும் நகைச்சுவையாகவும் விளக்குகிறது. 'ஐந்திரம்' என்ற பெயரில் – தொல்காப்பியத்தின் பாயிரத்தில் குறிப்பிடப்படும் நூல் என்பதாக – ஒரு போலி நூல் எம்.ஜி.ஆர். முதலமைச்சராக இருந்தபோது தமிழக அரசு சார்பில் வெளிவந்தது. இதன் போலிமை வெள்ளிடைமலையாகத் தெரிந்திருந்தும் புலவர் இரா. இளங்குமரன் ('செந்தமிழ்ச் செல்வி'யில் எழுதிய மதிப்புரை) ஒருவரைத் தவிர வேறு யாரும் இதனைக் கண்டிக்கவில்லை. ('தினமணி', எம்.ஜி.ஆர். மறைந்த பிறகே இது பற்றி எழுதியது.) இதற்கடுத்து, இராமலிங்கர் பணிமன்றத்தின் ஆதரவில் தொல்காப்பியம் ஏராளமான இடைச்செருகல்களுடனும் ஆதாரமற்ற திருத்தங்களுடனும் வெளியிடப்பட்டது. இவற்றை மனத்தில் கொண்டும் மதிவாணன் இந்நூலை எழுதி இருக்கிறார்.

'நாகைக்குக் கிழக்கே நாற்பது கல் தொலைவிலுள்ள கற்பனாரணியத்தில் கடுந்தவமியற்றிவரும் திருவருள்மிகு புருடானந்த சுவாமிகளை'க் கண்டு, 'ஆய்ந்திற'ப் பனுவலைப் பெற்ற கதையைப் பதிப்பு முன்னுரை கூறுகிறது. அடுத்து நூற்பெயர்க் காரணமாக,

> ஆயும் திறம் பற்றிய நூலாதலின் இந்நூல் ஆய்ந்திறம் என்னும் பெயர் பெற்றது (ஆய்ந்திறம் – இடைக்குறை). 'ஐந்திறம்', 'ஆய்திறம்' என்னும் பழந்தமிழ் நூற்பெயர்களை நோக்கத் 'திறம்' எனும் ஈறுடைப் பெயர்களை நூல்கட்கு இட்டு வழங்கும் மரபு புலனாகிறது.

என்றும், நூலாசிரியர் பற்றிய குறிப்பாக,

> இந்நூலாசிரியர் பெயர் இயற்பெயரன்று. வடவாரியச் செல்வாக்கால் தற்போது கற்பனாரணியம் எனக் குறிக்கப் பெறும் ஊர் பண்டு புளுகூர் என வழங்கப்பெற்றது. அப்புளுகூரின்கண் கணியர் மரபிலுதித்துச் சித்தராகிச் செம்மையுற்றவராதலின் புளுகூர்க்கணியன் சித்தனார் எனும் நெடும்பெயர் பெற்றவர் நூலாசிரியர். அப்பெயர் மருவிப் புளுகணிச் சித்தர் எனச் செறிந்தது

என்றும் பகடி அமைகின்றது.

நூல் முழுவதும் இலக்கண நூல் போல் நூற்பா யாப்பில் செறிந்த சூத்திரங்களாக அமைந்துள்ளது. முதலில் சிறப்புப் பாயிரம்:

திருமால்வரை முதலாத் தென்குமரி யாயிடைப்
பலவாம்பல் கலைக்கழகங் கல்லூரி தம்மோ
டளவிலார் பயின்றிடவே யஞ்சல் வழிக்கல்வி
எனுமிவற்றாற் பட்டம் பெற்றார் பலரவருள்
பணிபெறுதற் கிடையில்மேற் பட்டஞ் சிலபெறவும்
பணியிலுளார் பதவியொடூ தியவுயர்வு பெற்றிடவும்
பதிந்திடுவா ராராய்ச்சித் துறைகளிலே . . .

அவர்களுக்கு உதவியாக 'ஆய்த்திறம்' பல அரிய யோசனைகளை நூற்பாக்களாக வழங்குகிறது.

ஆய்வரே முயறலும் அடுத்தவர் நாடலும்
ஆயிரு வழியாம் ஆய்வுரை ஆக்கல்.

இவற்றுள் முதல்வகை என்பது சீரிய ஆய்வு.

தாமே எண்ணித் தலைப்புத் தேர்ந்து
நூலகம் வல்லுநர் களமிவை கண்டு
தொகுத்துத் தரவுகள் வகுத்து நூலாக்கல்
ஆய்வரே முயலும் வழியெனப் படுமே.

இதைப் பற்றி நூல் பேசவில்லை.

அடுத்தவர் நாடி
ஆய்வுரை ஆக்கிடும் வகைநுவன் றிசினே

என ஆய்வு நெறியற்று மற்றவர் எழுதிக் கொடுப்பதை வைத்து டாக்டர் பட்டம் பெறுவதைப் பற்றியே நூல் கூறுகிறது.

பல்கலைக் கழகப் பதிவொன்று கொண்டே
சொல்லவும் பெறுவர் ஆய்வர் எனச் சிலர்.

இவர்கள்தாம் அடுத்தவரை நாடுவர்.

அடுத்தவ ரென்பார் ஒப்பந்த மேற்றுக்
கொடுத்தவா றாய்வுரை முடிப்பவர் ஆவார்
ஆய்வுநெறி யாளரே ஒப்பந்த மேற்றலும்
அடுத்தவர் ஒருவரை அமர்த்தித் தருதலும்

உண்டு. இந்த ஒப்பந்தமும் பகுதி, முழுமை என இருவகைப்படும்.

பதிந்தவர் தந்த தலைப்பிற் கேற்பப்
பல்வகைத் தகவல் திரட்டி எழுதலும்
அவர்தரு தரவுகள் அமைவுற ஆக்கலும்
இயற்சில மட்டும் எழுதித் தருதலும்
பகுதியொப் பந்த முறையெனப் படுமே
முழுஒப் பந்த முறையது தானே
தலைப்பு முதலாத் தட்டச் சிட்டுக்
கட்டமைத் தாய்வுரை அளித்தல் ஈறா
அனைத்துப் பணியும் ஆற்றுத லாகும்.

இதில் உள்ளொப்பந்த முறையும் உண்டாம். மேலும் கேட்டவுடன் ஆயத்த ஆய்வுரை ஆக்குநரும் உளராம்.

அவர்தாம்
பக்க அளவினைப் பாங்குறப் பேணுவார்.
இளநிலைத் திட்டப் பணியுரை இரட்டல்
முதுகலைக் காகும் அவ்வுரை இரட்டல்
மெய்யியல் முதுநிலைப் பட்ட ஆய்வுரை
அஃதோர் ஈரரை அளவாய் இழுப்பின்
தகுமாம் முனைவர் பட்டம் தமக்கே.

எனினும் வாய்மொழித் தேர்வு என ஒன்றிருப்பதால், ஆய்வுரையை ‘ஒருமுறை படித்திடல் நன்றாம்’ என்றும் ‘ஆயந்திறம்’ அறிவுறுத்துகின்றது.

முந்தையோர் ஆய்வுரை தம்பெயர் இட்டுத்
தந்திடும் துணிவு விஞ்சிய முறைதான்
அகப்பொருட் களவுகொள் அருந்தமிழ் நெறிபோல்
புலத்துறைக் களவாம் புதுவதன் றாயினும்
அழுக்கா றுடைச்சில வறிஞர் காணின்

இழுக்கெனக் கூறி இகழ்வதோ டன்றிச்
சட்டம் பேசிப் பட்டமும் தடுப்பர்

என எச்சரிக்கவும் படுகிறது. இறுதியாக அமையும் புறனடை நூலுக்கு நல்ல முத்தாய்ப்பு.

நாமே பல்கலைக் கழகம் நாடி
எழுதியோ எழுதுவித் தோபெற லன்றிப்
பல்கலைக் கழகம் தாமே வந்து
பற்பல மதிப்பியற் பட்டம் நல்கல்
அரசியல் திறமஃ தாய்ந்திறப் புறனடை.

இவ்வாறு கல்வித்துறைசார் ஆய்வின் ஊழல்களை உரித்துக் காட்டும் 'ஆய்ந்திறம்' பொருளற்ற ஆய்வுகளைக் கேலிசெய்யும் ம.இலெ. தங்கப்பாவின் 'கூழாங்கற்களின் அமைப்பியல் – ஓர் ஆய்வு' மற்றும் 'கழுதை எனும் சொல் ஆராய்ச்சி' என்ற பகடிகளோடும் ஒப்புநோக்கத்தக்கது.

பகடி இலக்கியம் தமிழில் தோற்றம்பெற்று ஒரு நூற்றாண்டுகூட ஆகவில்லை. ஆயினும் குறிப்பிடத்தக்க அளவு பகடி இலக்கியம் இல்லாமல் போகவில்லை. இதன் எதிர் காலம் குறித்துப் பெரும் நம்பிக்கை கொள்ளக் காரணங்கள் இல்லை. மரபிலக்கியவாதிகளே இதில் முன்னின்றிருக்கின்றனர் என்பதை அதன் வரலாறு காட்டுகிறது. புதுமைப்பித்தனின் படைப்புகளில் சில பகடியாக அமைந்திருக்கின்றன. சுஜாதாவி லும் பகடிக் கூறுகள் உள்ளன. ஆம்பிரோஸ் பியர்சின் 'டெவில்ஸ் டிக்ஷனரி' போல அவர் 'ஆறாம் திணை'யில் 'சிடுமூஞ்சி அகராதி' எழுதியிருக்கிறார்.

இன்னும் ம.இலெ. தங்கப்பா போல் ஓரிருவரே பகடி இலக்கியம் தொடர்ந்து எழுதி வருகின்றனர். தங்கப்பாவின் சில முக்கிய பகடிகள், ஏற்கெனவே குறிப்பிட்டது போக, 'புட்டினத்தார் பாட்டு' (அரசியல் நையாண்டி); 'நூல் கடலெறி விழா அழைப்பிதழ்'; 'திருக்கழுதை அந்தாதி'; 'த.இலெ. அங்கப்பா வின்[24] வாழ்க்கைக் குறிப்பு' (தன் விவரக் குறிப்புப் பற்றிய பகடி). தமிழின் புத்திலக்கியவாதிகளிடையே பகடி மிகக் குறைவு. புதுக் கவிஞர்களிடம் கேட்கவே வேண்டியதில்லை. பகடிக்கு இலக்காக வேண்டியவர்கள் என்பதற்கு மேல் பகடி இலக்கியத்திற்கும் அவர்களுக்கும் ஒரு தொடர்பும் இல்லை. உயிர்ப்புமிக்க இலக்கியம் என்றால் பன்முகத்தன்மை இருக்க வேண்டும். புதுக்கவிதைக்கு ஒருபுடை வளர்ச்சியே வாய்த்திருக் கிறது. அவ்வகையில், ஈராயிரமாண்டுத் தமிழ் மரபுக் கவிதையில் ஏற்பட்ட தேக்கத்தைவிட ஐம்பதாண்டுப் புதுக்கவிதையில் தேக்கம் அதிகம். பகடி இலக்கியம் இன்மையும் அதற்கு ஓர் அறிகுறி.

2
'அவனை அவர் பாடியது'
த. கோவேந்தனின் 'புதுநானூறு'ம் திராவிட இயக்கமும்

த. கோவேந்தன் தமது நாற்பத்தைந்தாண்டு எழுத்துலக வாழ்வில் எழுதியவை ஏராளம். ஆனால் அவற்றுள் அவர் 'பெயர் சொல்லி' நிற்பவை ஒரு பகுதியே. அதில் தலையாயது 'புதுநானூறு' என்ற பகடி நூல். கோவேந்தனின் ஆளுமையினையும் ஆற்றலையும் புலமையினையும் ஓரளவுக்கு முழுமையாகக் காட்டும் நூலும் அதுவே.

புதுநானூற்றுப் பாடல்களை 1969ஆம் ஆண்டின் இறுதியில் கோவேந்தன் எழுதினார். அவற்றுள் சில 'வானம்பாடி'யிலும், 1976ஆம் ஆண்டில் ஞானம்பாடியால் (இந்திரன்) நடத்தப்பெற்ற 'வெளிச்சம்' என்ற சிற்றேட்டின் முதல் இதழிலும் வெளிவந்தன. அதன் பின்னர், 1985இல், மேலும் பல பாடல்கள் புதியதாக இயற்றப்பட்டு முழுநூலும் கையடக்கப் பதிப்பாக வெளியிடப் பெற்றது. அதற்குச் சில காலத்திற்கு முன்னர் அவருடைய 'குறும்பா' என்ற நூல் தடைசெய்யப்பட்டிருந்ததால் 'புதுநானூறு' குறைவான படிகளே அச்சிடப்பட்டன. அதற்கு முன்னுரை ஒன்றினை நான் எழுதினேன். நூலின் கால்பகுதியை அது நிரப்பியது. ஆனால், அந்நெடு முன்னுரை புதுநானூற்றைப் பற்றி எதுவும் கூறாது, அதனைப் புரிந்துகொள்வதற்கு ஓர் அறிமுகமாகவும் வழிகாட்டியாகவுமே அமைந்தது.

புதுநானூறே கோவேந்தனின் பெயரைப் பிற்காலத்திற்கு நினைவுபடுத்திக்கொண்டிருக்கும் படைப்பாக விளங்கப் போகின்றது என்று அப்போது ஏற்பட்ட எண்ணம் இப்போது மேலும் வலுப்பெறுகின்றது. இந்த எண்ணத்தோடு, புதுநானூற்றைக் கண்டு, அதன் இலக்கிய, பண்பாட்டு, அரசியல் முக்கியத்துவத்தினை எடைபோட்டு, கோவேந்தனின் வாழ்க்கையனுபவம், அரசியல் ஈடுபாடு, இலக்கியப் புலமை, பண்பாளுமைக் கூறுகள் எவ்வாறு இதனோடு பொருந்தி நிற்கின்றன என்பதை இனி விளக்க முயல்வேன்.

தொண்டை நாட்டு வேலூர்த் தங்கவேல் நாய்க்கர் மகன் கோவேந்தன் 1932இல் பிறந்தார். தங்கவேலர் மும்மொழிப் புலமையர்; சைவ ஈடுபாடு மிகுந்தவர்; மறைமலையடிகளின் கருத்தியலோடு அணுக்கம் உடையவர். எனவே, சிறுவயது முதற்கொண்டே தமிழ் இலக்கியம் கோவேந்தனுக்கு அறிமுகமானது. பாரதிதாசனின் பாடல்கள்

கோவிந்தசாமியைக் கோவேந்தனாக்கின. இரண்டாம் இந்தி எதிர்ப்புப் போராட்டம் (1948–49) அவருக்குள் அரசியல் விழிப்பை ஏற்படுத்தியது; திராவிட இயக்கத்தோடு தொடர்புபடுத்தியது. சில ஆண்டுகளுக்குப் பிறகு மதுரைத் தமிழ்ச் சங்கப் பண்டிதத் தேர்வும் பெற்றார். பின்னாளில் பொதுவுடைமைக் கட்சியோடு தொடர்புகொண்டிருந்தாரேனும், அவருடைய ஆளுமையைச் சமைத்தவை தமிழ் / திராவிட இயக்கங்களே. புதுநானூற்றைப் புரிந்துகொள்வதற்கு இப்பகைப்புலம் இன்றியமையாதது.

சமூக அறிவியலாளன் ஒருவன், திராவிட இயக்க அரசியல், பண்பாடு பற்றிய திறனாய்வாகவே புதுநானூற்றைக் காண முடியும் என்பது என் கருதுகோள். திராவிட இயக்கம் நெருக்கடியானதொரு காலகட்டத்தில் இருக்கும் இந்நாளில் இக்கருதுகோள் உறுதிபெறுகின்றது. திராவிட இயக்கம் நாடாளுமன்ற – தேர்தல் பாதையில் நடைபோடத் தலைப்பட்ட காலம் தொடங்கி அதனோடு தொடர்புடைய கோவேந்தன், ஒவ்வொரு கட்டத்திலும் அவ்வியக்கம் செய்துகொண்ட சமரசங்கள், அவற்றின் விளைவாக ஏற்பட்ட சரிவுகள், வீழ்ச்சிகள் ஆகியவற்றைக் கண்கூடாகப் பார்த்துவந்திருக்கிறார். இதுவே புதுநானூற்றின் ஊற்றுக்கண்.

திராவிட இயக்கம் பற்றிய திறனாய்வைச் செய்வதற்குக் கோவேந்தன் எடுத்துக்கொள்ளும் கருவி புறநானூறு; கையாளும் உத்தி பகடி. இவை தற்செயலாகச் செய்யப்பெற்ற தேர்வு இல்லை. ஏனெனில், சென்ற நூற்றாண்டின் இறுதிப் பகுதியிலிருந்து புதிதாகக் கண்டெடுக்கப்பட்ட சங்க இலக்கியம் என்று அறியப்படும் பண்டைத் தமிழ் இலக்கியமே திராவிட இயக்கம் தோன்றுவதற்குரிய அறிவுலக வித்து.

இருபதாம் நூற்றாண்டின் முதல் பதிற்றாண்டுகளில் விரிவுபட்டு வந்த சமூக – அரசியல் போராட்டங்களில் ஈடுபடுவதற்குரிய அடையாளத்தைப் பார்ப்பனரல்லாதார்க்குப் பண்டைத் தமிழ் இலக்கியமே வழங்கியது. இதன் மறுபுடையாகத் தமிழ் இலக்கியமும் பண்பாடும் புதுவதாக வரையறுக்கப் பட்டன. ஆதிசிவன் பெற்றதாகவும், அகத்தியன் இலக்கணம் செய்ததாகவும், பூம்பாவைக்கு உயிர் கொடுத்ததாகவும் எண்ணப்பட்டுவந்த தமிழ், தமிழ் இயக்கத்தின் வினையாற்றலினால் மூவேந்தரோடும் கடையேழு வள்ளல்களோடும் முதலில் தொடர்புபடுத்தப்பட்டு, இறுதியில் காதல், வீரம், கொடை, பொதுமை என மதச்சார்பற்ற முறையிலும், மேலதிகமான மக்களாட்சித் தன்மைகளோடும் வரையறுக்கப் பட்டது. இது தமிழ் மக்களுக்கு ஒரு புதிய அடையாளத்தை

வழங்கி அவர்களை அணிதிரட்டுவதற்கு உதவியது. இப்புதிய வரையறுப்பில் தலையாய இடம் புறநானூற்றுக்கே வழங்கப் பெற்றது. சென்ற ஐம்பதறுபது ஆண்டுக் காலத்தில் மேடையிலும் நாடகத்திலும் திரைப்படத்திலும் ஏடுகளிலும் புறநானூறு மேற்கோள் காட்டப்பட்டதற்குக் கணக்கு வழக்கில்லை.

எனவே, புறநானூறே திராவிட இயக்கத்தைத் திறனாய் வதற்குத் தக்க கருவியாகக் கோவேந்தனால் கொள்ளப்பட்டது. மேலும், அதனைப் பகடி செய்வதன் மூலம் நகைப்பும் உண்டாகின்றது. இதன் வாயிலாகத் திறனாய்வுக்கு அப்பாற் பட்ட புனிதத்தன்மை உடையனவாக எண்ணப்பட்டு வந்தவற்றின் அரண்கள் நொறுங்கின. இதனை இயல்வதாக்கும் ஆற்றலும் மொழிப் புலமையும் இலக்கியப் பயிற்சியும் கோவேந்தன் உடையவராதலால் அவர் எண்ணியது ஈடேறிற்று. தமிழுக்கும் புது வரவாயிற்று.

புதுநானூற்றின் முதல் பாடலே (கடவுள் வீழ்த்து!) வரவிருப்பதைக் கட்டியங் கூறுவதாக அமைகின்றது. எந்நூலையும் ‘உலகு’ எனத் தொடங்குவது மங்கல மரபு. முன்னோர் சொற்பொருளேயன்றி அவர் சொல்லையும் பொன்னேபோல் போற்றும் வறட்டுப் புலமை மரபுக்குத் ‘திருத்தத் திருந்தாத் திருட்டுக் கயவர்கள் உளவரை உருப்படாது உலகே’ என்று முடியும் அப்பாடலின் இறுதி அடி முதல் அடி கொடுக்கின்றது. பிறகு என்ன, திராவிட இயக்கத்திற்கும் புனிதமெனக் கருதப் பட்டுவரும் மரபுகள் பலவற்றுக்கும் சரமாரியான அடிகள் விழுகின்றன. திராவிட இயக்கத்தின் அனைத்துக் கூறுகளுமே கோவேந்தனின் திறனாய்வுக்கு உள்ளாகின்றன.

முதலில் அதன் தலைவர்கள்.

நும்கோ யார் என வினவின், எம்கோ
அளப்புகள் அளந்தே ஆட்சி பெற்றவன்;
பரிசுச் சீட்டின் வரிசைகள் வைத்தவன்;
சூதில் மக்களைச் சுரண்டிக் கொழுப்பவன்;
மொழி வெறி காட்டி மொழி அழித்திடுபவன்;
கடற்சிலந்தி போல் கட்சி அமைச்சிலே
ஊழல் செய்து வாழ்வை நடத்தினோன்;
தீய வழிக்கெலாம் வாயில் காட்டினோன்;
விளம்பர வேட்கையன்; விரிசுவர் ஓட்டியில்
நல்லவரைக் காட்டிப் பொல்லாங்கு இழைப்பவன்;
அரசியல் கயவர்க்கு அடைக்கலமாக
முரசொலிக் கின்ற மூங்கைய னோனே

(புதுநானூறு 9)

கடைசி வரியில் தொனிக்கும் இரட்டைப் பொருளையும் நாம் கவனிக்க வேண்டும். கோவேந்தனின் திறனாய்வு குறுங்குழு, கட்சி நலன்களுக்கு அப்பாற்பட்டதென்பதை 17ஆம் பாடல் காட்டிவிடுகின்றது.

மாஇரு விசும்பின் ஞாயிற்றின் ஒளிகவர்ந்து
ஓங்கு இருள் அகற்றும் பாங்குயர் நிலவே!
ஈண்டு என் தலைவனொடு எங்ஙனம் ஒத்தி நீ?
வளர்தலும் தேய்தலும் உன்தனக்கு உண்டே.
எம்முடைத் தலைவனோ ஈறிலா இளைஞன்.
(ஒப்பனை என்று செப்புவர் நம்பேல்)
மாசுடையவன் நீ மாசில்லாதவன் இவன் எனப்
பேசும் தொண்டரின் பெருமொழி கூறுமே.
பிறன்மனை நயந்துநீ பிழைக்கு ஆள் ஆயினை;
பிழைக்கு அகப்படாமல் பெருமைபெற்றோன் இவன்.
அறிவியலாளர் நின் தலையைத் தொட்டனர்;
கல்மண் அள்ளினர்; கண்முன் காட்டினர்.
எம்மனோன் தலையில் எவரும் கைவைத்திலர்.
(ஏதும் இல்லை என எண்ணிடேல்).
மூதுல கினிலே முதல்வனாம் அவனே.

புறப்பாடல்களில் தோய்ந்தவர்கட்கு இவற்றைப் படித்ததும் ஏற்படும் அதிர்ச்சியும், அதிலிருந்து எழும் பாட்டனுபவமும், அகவலோசையும், சங்க இலக்கிய அமைதியோடு பொருந்திய தொடரமைப்பும் ஒரு புது உலகத்தைக் காட்டும்.

சங்க காலம், இனக்குழுச் சமுதாயத்திலிருந்து மூவேந்தர் தலைமையிலான நிலவுடைமைச் சமுதாயத்திற்குப் பயணப்பட்டுக் கொண்டிருந்த காலம் என்பர். அக்காலத்தில் புதுவதாக எழுச்சியுற்றுவந்த மருதநில நாகரிகத்தின் தலைவர்களான மூவேந்தர்க்கு உரிய பக்க பலத்தை வழங்கியவர்கள் குறுநில மன்னர்கள். அவர்களைப் பற்றிய புறப்பாடல்கள் பலவுண்டு. அவற்றைப் போலவே முரசொலிக்கின்றவர்க்கும் மூதுலகினில் முதல்வருக்கும் பின்னே நிற்கும் கட்சித் தலைவர்கள், அமைச்சர்கள் பற்றியும் புதுநானூற்றுப் பாடல்கள் உண்டு.

மதுக்கமழ் மிடற்றினன்; மதம்மிகு நடையினன்;
மங்கையர் மார்பினன்; அங்கைவெண் சுருட்டினன்;
வெறும்பைச் சட்டையன் (வருபவர் செலவினன்);
இன்னியங்கி அன்றி வேறு இயங்கி ஏறிடான்;
கையுறைக் காதலன்; மெய்யுரைக்கு அயலவன்;
தாய்மொழிக்கு அன்பினன் (தந்தையறியாதலால்);
எத்துறை தரினும் அத்துறை ஏற்பான்;
கேடுறு நாட்டிற்குப் பீடுறு தொண்டன்;
வெளிநாடு சென்று களியாட்டு அயர்ந்து

திரும்பும் திசைதொறும் விரும்பும் கட்சியர்
அடிபணிந்து ஏத்தும் அமைச்சன்
குடியரசுக்கே முடி அரசாமே!

(புதுநானூறு 50)

நீலத் திரைப்படம் நெடுநாள் ஓட்டிய
ஆள்அரசு அமைச்சரின் அகத்துறை மருக!
நரியோர் வியக்கும் கரிகால் வளவ,
கதர்ப்பட்டு அணியும் காந்தியச் செல்வ,
மதுக்கடை ஏலம் மண்டிய காலை
எவரெவர்க்கு எவைஎவை அவரவர்க்கு அவைஅவை
தந்தனை, பெற்றனை சந்திக்கு ஒரு கடை.
காந்தியின் பிறந்தநாள் இறந்தநாள் கடைகள்
திறவா என்று அரசு அறிவித்து இருப்பினும்
மறவாது அன்று மதுக்கடை திறந்தனை
அதனால்
மீன்தசை அனையை எம்மனோர்க்கு
மீன்முள் அனையை நீ நின் பகைவருக்கே.

(புதுநானூறு 59)

இவற்றிலிருந்து, கட்சியின் தலைவர்கள் யாவர், அவர்களுடைய செல்வாக்கின் காரணங்கள் யாவை என்பன ஒருவாறு புலப்படுகின்றன. இவர்களே தேர்தலை நம்பி நடக்கும் அரசியலில் தலையாயவர்கள். எனவேதான், இவர்கள் தேர்தலில் தோல்வி பெற்றாலும் அவர்களைத் தக்கவைத்துக் கொள்வதற்குரிய தேவை கட்சிக்கும் அதன் தலைமைக்கும் ஏற்படுகின்றது. ஆகவேதான் மேடை யிலும் ஏட்டிலும் எவ்வளவுதான் ஒருவரையொருவர் வசை பாடிக் கொண்டாலும், கடைசியில் அரசாங்கம் ஏற்படும்போது மீண்டும் மீண்டும் அதே பழம்பெருச்சாளிகளை ஆட்சிப் பொறுப்பில் பார்க்கிறோம். இதைத்தான்,

கட்சித் தொண்டரே! கட்சித் தொண்டரே!
தேர்தலில் தோற்றீர் அல்லீர்; தேர்தலில்
வெற்றி வாய்ப்பினைச் சற்றே இழந்தீர்
ஆட்சி நம் கையில், வீழ்ச்சி இல்லை;
மேலவையில் உமைச் சால அமர்த்துவோம்,
வாரியம் அமைத்து வீற்றிருக்கச் செய்வோம்,
அயல் மாநிலத்தில் ஆளுநர் ஆக்குவோம்,
வெளிநாட்டினிலே தூதராய் அனுப்புவோம்.

(புதுநானூறு 54)

தி.மு.க.வின் அரசியல் சொற்களத்துக்குள்ளேயே நின்று கொண்டு கோவேந்தன் தம் திறனாய்வைச் செய்கின்றார்.

தி.மு.க.வினால் புழக்கத்துக்குக் கொண்டுவரப்பெற்ற, ‘வெற்றி வாய்ப்பை இழத்தல்’ என்ற ‘மங்கல வழக்கு’ திறமையாகக் கையாளப்படுவதைக் காண்கிறோம். இதன்வழிக் கட்சிக்காரர் களின் ஊழல்களும் சிறுமைகளும் வெளிச்சமிட்டுக் காட்டப் படுகின்றன. ‘மூதின் முல்லை’ப் பாடலைப் பகடிசெய்து எழுதப்பட்ட பாடல் இதனை மேலும் துலக்கமாகக் காட்டுகின்றது.

கெடுக சிந்தை கடிதிவன் துணிவே!
அரசியல் அறிஞன் ஆதல் தகுமே!
மேனாள் வாங்கிய பரிசுச் சீட்டால்
வீண் ஆனதுவே நானூறு பணமும்.
வாராது வந்த சாராயம் பெறத்
தட்டுமுட்டுப் பொருள் விற்றீந்தனனே.
நேற்றாடிய ஒரு சீட்டு ஆட்டத்தினில்
தோற்றான் ஆயிரம் துவண்டான் இல்லையே!
இன்றும் நாளேடு கண்டு மகிழ்ந்து
மனைவியின் மங்கல அணிமுதல் தனது
மணிப்பொறி வரையிலும் உணவினை மறந்தே
அடகுக் கடையினில் கிடவெனக் கிடத்தி
ஓடும் குதிரைமேல் ஓடு என விடுமே!

(புதுநானூறு 73)

எனவேதான் கோவேந்தன் எச்சரிக்கிறார்,

களம்புகல் ஓம்புமின்; கழகம் புகுமின்.
எம் உளும் உளன் ஓர் ஈடிலான்; வைகல்
இருபஃது அமைச்சரின் இருபஃது வைப்பின்
ஒரு பெருங்காவலன்; ஒருநாள்
முழுதும் குடிக்கும் கெழு தகையோனே.

(புதுநானூறு 16)

இவ்வாறு ஆட்சிப் பொறுப்பேற்றதும் ஏன் கட்சியும் இயக்கமும் சீரழிந்துவிடுகின்றன என்ற கேள்வி எழுகின்றது. கோவேந்தன் இதனைத் திரைப்படத் துறையில் காண்கின்றார்.

சுவைஞர் மன்ற அவைஞர் அறைகிறோம்
திரைப்படம் கண்டே தேர்ந்தவர்கள் யாம்
படம் வெளியிடுநாள் பார்ப்பவர் வியப்ப
விழா எடுக்கின்ற வீரர் நாங்களே
தொழாஅர் சுவரொட்டியில் சாணி அடிப்போம்,
நான்கு காட்சிக்கும் வாணாள் ஈபவர்,
அறிஞர் இடத்தில் அறிவிலி அமர்த்தினோம்,
வெறியார் யாம் என்பதை நெஞ்சில் இருத்துக

(புதுநானூறு 26)

இவ்வாறு பல பாடல்கள் திரைப்படம், திரைப்படப் பண்பாடு ஆகியவற்றின் சீர்கேட்டையும், அதன் அரசியல் செல்வாக்கையும் கடிகின்றன. இவற்றுக்கு முத்தாய்ப்பு வைப்பதுபோல் அமைவது பின்வரும் 'கையறுநிலைப் பாடல்':

இளையோர் வாரார், வளையோர் கூடார்,
கல்லூரி இளைஞன் கள்ள நட்புடன்
மேனாள் பதிவுச் சீட்டினை மேவான்,
கணவன் தொழிற்குக் கண் மறைந்ததுவும்
உணவுப் பணத்தில் ஒதுக்கிய காசினை
எடுத்துச் செல்லவும் இசைந்திடார், புறப்படார்
வண்டிகள் எவற்றையும் ஓட்டியார், வெளிவரார்,
பரங்கிமலைப் பாரி உறங்கிய பின்றைத்
திறந்திருப் பனவோ திரை அரங்கங்களே ?

(புதுநானூறு 97)

திராவிட இயக்க வீழ்ச்சியின் வேர்களைத் திரைப்படத் துறையில் முழுமையாக இனங்காணும் போக்கு எனக்கு உடன்பாடில்லை. வீழ்வுக்கான காரணிகள் மேலும் ஆழமானவை என்பதென் துணிபு. அவற்றுள் சில திராவிட இயக்கம் ஏற்படுத்தி வைத்துள்ள அறிவுலகச் சூழலில் காணலாம். அதனையும் கோவேந்தன் சுட்டிக்காட்டுகின்றார்.

இழிவினை எழுதுதல் எழுத்தாளர் கடனே.
அதைப் பணம் ஆக்குதல் பதிப்போர் கடனே
நல்லதும் பொல்லதும் நாடாது எடுத்து
நூலகங்கட்கு அனுப்புதல் இயக்குநர் கடனே.
உதவாக் கரைகளை ஒதுக்கி ஒதுக்கி
வேண்டிய பக்கம் விரும்பி எடுத்தும்
தூண்டும் கருத்தினைத் துடிப்புடன் எழுதியும்
ஆண்டுக்கு இருபது நூல் பெயர்த்தல்
ஈண்டு எம் வாசக மக்களின் கடனே.

(புதுநானூறு 14)

இதற்கெல்லாம் மேலாக,

இவ்வே
அட்டை இட்டுத் தட்டினில் அடுக்கி
ஆடிப் பேழையில் பீடுடன் நிறுத்தி
இன்மணக் குளிகையோ டேமுற இருக்கும்.
அவ்வே
ஈகைக்கு ஓர் எல்லை இல்லாததுபோல்
உவக்குமாறு அறிவையும் தெளிவையும் இன்பம்
ஊறச் செய்வதால்

எடுத்தெடுத்து ஏடழிந்தன.
ஏடுகள் பல குறிப்பு நிறைந்தன.
ஐந்திணை மயக்கமாயின.
ஓவ்வொன்றும் கட்டடம் கட்டும் பட்டறையில்
ஓவாது உழலுமால் உயர்தரு நூல்களே!

(புதுநானூறு 88)

என்ற பாடல் மணிமகுடமாகக் கோவேந்தனின் வாழ்க்கைக்கு ஒரு சின்னமாக விளங்குகின்றது. என்னைப் பொறுத்தஅளவில், திராவிட இயக்கத்தின் சரிவுக்கும் வீழ்ச்சிக்கும் அடிப்படைக் காரணிகளில் ஒன்றாக அதன் அறிவு எதிர்ப்புவாதத்தைக் காண்கின்றேன். மயிலை சீனி. வேங்கடசாமி, சாத்தான்குளம் அ. இராகவன், சோ. இலக்குமிரதன் பாரதி, கா. அப்பாத்துரை போன்ற அறிஞர்களுக்கு உரிய மதிப்பு அளிக்கப்படவில்லை. நுனிப்புல்லறிவாளர்களுக்கே அது ஊக்கமும் ஆக்கமும் கொடுத்துள்ளது; நசிவுப் பண்பாட்டையும் வளர்த்து வைத்துள்ளது. இதன் விளைவாக, அவ்வியக்கம் சந்தித்து வரும் எதிர்ப்புகளை, குறிப்பாக அறிவுலக அறைகூவல்களைச் சமாளிக்கும் ஆற்றல் இல்லாமல் போய்விட்டது. அதன் பலன்களை இன்று நாம் அனுபவித்துவருகிறோம்.

கோவேந்தனின் 'புதுநானூறு' இதனைக் கலைப்பாங்குடன் பதிவு செய்வதோடு விமரிசனமும் செய்துள்ளது. நம்மை நாமே விமரிசனம் செய்துகொள்வதற்கும், எதிரிகள் திராவிட இயக்கத்தைப் பழிப்பதற்கும் பெருத்த வேறுபாடு உண்டு. கோவேந்தனின் விமரிசனம் தமிழோடும் தமிழரோடும் பிணைந்த ஒரு கலைவாணரின் விமரிசனம். இன்றுள்ள சூழலில் 'புதுநானூற்'றை இந்நோக்கில்தான் என்னால் பார்க்க முடிகின்றது. 'புதுநானூற்'றின் இலக்கியப் பான்மையினையும் கலைப்பாங்கினையும் பற்றி எழுதுவதற்கு நிறையவுண்டு. புறநானூற்றை மேற்கோள் காட்ட வாயெடுக்கும்போதெல்லாம் புதுநானூறு தடையாக வந்த அனுபவம் நம்மில் பலருக்கு ஏற்பட்டதுண்டு. இதைவிட அதன் வெற்றிக்குச் சான்று வேண்டுவதில்லை.

தமிழர் இயக்கம் இன்றுள்ள இக்கட்டைக் கடந்து, தமிழர் உய்வதற்குரிய பாதையில் பயணப்பட வேண்டுமென்றால் த. கோவேந்தன் போன்றோரின் ஆற்றலையும் புலமையினையும் திறனாய்வு நோக்கினையும் தன்வயப்படுத்திக் கொண்டே செல்ல வேண்டும்.

சான்றுக் குறிப்புகள்

1. வடமொழி இலக்கிய மரபில் நகைச்சுவையின் இடத்தைப் பற்றிய விரிவான ஆய்வுக்குக் காண்க *Lee Siegel, Laughing Matters: The Comic Tradition in India, University of Chicago Press, 1987.*
2. தேசிக விநாயகம் பிள்ளை, *நாஞ்சில் நாட்டு மருமக்கள்வழி மான்மியம்,* பாரி நிலையம், சென்னை, 1982 (ஏழாம் பதிப்பு), முன்னுரை, ப. 18, 32.
3. அ. மாதவையர், 'விகடப்பா', *பஞ்சாமிர்தம்,* ஆனி 1924. இக்கட்டுரையை வெளியிட்ட பின், ஆடி முதல் மார்கழி 1924 வரை ஒவ்வொரு திங்களும், இதழ்தோறும் பகடிப் பாடல்களைப் *பஞ்சாமிர்தத்தில்* அவர் வெளியிட்டிருக்கிறார்.
4. பி.எஸ். ராமையா, *மணிக்கொடி காலம்,* மணிவாசகர் நூலகம், சென்னை, 1980, ப. 262.
5. பாலா, *புதுக்கவிதை : ஒரு புதுப்பார்வை,* அகரம், சிவகங்கை, 1981, ப. 47–8.
6. *ஊடகம்* 2, ஏப்ரல்–மே 1994.
7. *ஊடகம்* 3, டிசம்பர் 1994.
8. *பஞ்சாமிர்தம்,* ஆனி 1924.
9. மேலது, ஆனி 1924.
10. மேலது, புரட்டாசி 1924.
11. மேலது, ஐப்பசி 1924.
12. *பாரதிதாசன் கவிதைகள்,* முதல் தொகுதி.
13. பாலா, *புதுக்கவிதை : ஒரு புதுப்பார்வை,* ப. 84இல் மேற்கோளிடப்பட்ட பாட்டு: ஜுன் 1972 *கணையாழி*யில் வெளிவந்த சான்று காட்டப்பட்டுள்ளது. பிரம்மராஜன் பதிப்பித்த *ஆத்மாநாம் கவிதைகள்* (ஊட்டி, 1989) தொகுப்பில் இது இடம்பெறவில்லை.
14. குகன், *பெரும்புள்ளிகள்,* மதுரை, 1994, ப. 24.
15. சுந்தா, *பொன்னியின் புதல்வர்,* சென்னை, 1976, ப. 318.
16. *பஞ்சாமிர்தம்,* ஆடி 1924; கார்த்திகை 1924.

17. பி.எஸ். ராமையா, *மணிக்கொடி காலம்*, ப. 263.

18. மேலது, ப. 263.

19. *காந்தி*, 25 மார்ச் 1934.

20. விந்தன், *பசிகோவிந்தம்*, சென்னை, 1984.

21. *ஆனந்த விகடன்*, 3 செப்டம்பர் 1989.

22. *வையாபுரிப் பிள்ளை நூற்களஞ்சியம், 2: தமிழின் மறுமலர்ச்சி*, சென்னை, 1989, ப. 39.

23. *கனகி புராணம்*, பதிப்பாசிரியர்: வட்டுக்கோட்டை மு. இராமலிங்கம், கொழும்பு, 1961.

24. ஒரு தொடரின் இரு சொற்களின் முதலெழுத்து களை முன்பின்னாக மாற்றி நகைச்சுவையை உண்டாக்கும் *Spoonerism* தமிழ் மரபில் இல்லை. என்.எஸ். கிருஷ்ணன், 'தரையிலே உக்காரு' என்பதை 'உரையிலே தக்காரு' என்று மிக அரிதாக ஓரிருமுறை கையாண்டிருக்கிறார். தங்கப்பா இதை அதிகமாகப் பயன்படுத்தியிருக்கிறார்.

இக்கட்டுரையின் முதற்பகுதிக்குத் த. கோவேந்தனின் புதுநானூறு (புதுமைப் பதிப்பகம், சென்னை, 1985) நூலுக்கு நான் எழுதிய முன்னுரையே வித்து. இரண்டாம் பகுதி த. கோவேந்தனின் மணிவிழா வெளியீடாக வெளிவரவிருந்த *கோவேந்தம்* (1992) நூலுக்காக எழுதப்பட்டது.

~~